வெல்வெட் குற்றங்கள்

வெல்வெட் குற்றங்கள்

ராஜேஷ்குமார்

RAJESHKUMAR
RK
Publishing

ISBN: 978-93-90771-12-7

வெல்வெட் குற்றங்கள் (RK002)

ராஜேஷ்குமார்

வெளியீடு: RK பப்ளிஷிங், 23, யமுனா தெரு,
க்யூரியோ கார்டன் அவென்யூ, வடவள்ளி, கோயம்புத்தூர் - 641 046.

நூல் வடிவமைப்பு: பாலகணேஷ்

Velvet Kuttrangal (RK002)

Rajeshkumar

Published by: RK Publishing, 23, Yamuna Street,
Curio Garden Avenue, Vadavalli, Coimbatore - 641046.
Mob: 89251 16783
email: rkpublishing41@gmail.com
Web: www.rajeskumarnovels.com

Book Designed by: Balaganesh

வெல் வெட்
குற்றங்கள்

மலேசியாவிலிருந்து பீஜிங்
புறப்பட்ட விமானம் என்னவாயிற்று?
கடத்தப்பட்டு இருக்க வேண்டும்.
அல்லது
கடலில் விழுந்து மூழ்கியிருக்க வேண்டும்
அல்லது
ஏதாவது மலையில் மோதி அடர்த்தியான
மனிதன் புகமுடியாத காட்டுப் பகுதிக்குள்
விழுந்திருக்க வேண்டும்.

இந்த மூன்று சாத்தியங்களைத் தவிர
வேறு எந்த சாத்தியமும் இருக்க
வாய்ப்பில்லை என்று எல்லோரும்
சொல்லி விட்டார்கள்.

ஆனால்.....

மேற் சொன்ன மூன்றில்
எதுவுமே இல்லை என்பதையும்
நான்காவதாக —
யாருமே நினைத்துப் பார்க்க முடியாத
ஒரு சாத்தியம் இருக்கு என்பதையும்
ஜட் வேகத்தில்
சொல்கிறது
இந்த
வெல்வெட் இறகுகள்.

பி. கு

நாவலின் கடைசி அத்தியாயத்தை
முன்கூட்டியே
யாருமே படிக்க மாட்டீர்கள்.
இது வேண்டுகோள் அல்ல
எச்சரிக்கை

1

சிங்கப்பூர்.

சாங்கி ஏர்போர்ட் அந்த அதிகாலை வேளையிலும் ஒரு ஐ.பி.எல். கிரிக்கெட் மேட்ச் மைதானம் போல் ஆரவாரமாய் இருந்தது. எல்லாத் திசைகளிலும் மத்தியான வெயில் போன்று பளிர் வெளிச்சம். சென்னை செல்லும் பயணிகள் கஸ்டம்ஸ் செல்களில் லக்கேஜ்களோடு காத்திருக்க, ரன்வேயின் பரந்த வெளியில் பன்னாட்டு விமானங்கள் ப்யூயல் வாகன்களிலிருந்து பெட்ரோல் குடித்துக் கொண்டு இருந்தன. ஏர்போர்ட்டின் மேற் கூரைகளில் திருட்டுத்தனமாய் ஒளிந்திருந்த எலக்ட்ரானிக் ஸ்பீக்கர்கள் நிமிஷத்துக்கு ஒரு தடவை மலாய், சைனிஷ், ஆங்கிலம், தமிழ் மொழிகளில் ஒரு பெண்ணின் தேன் சிந்தும் குரல் பறக்கப் போகும் சில சர்வதேச விமானங்களைப் பற்றிய மினி பட்டியல் ஒன்றை வாசித்துக் கொண்டு இருந்தது. விமான நிலையத்தின் விதிமுறைகளை மீற வேண்டாம் என்று கம்ப்யூட்டர் நியூஸ் ரீடர் போர்டுகள் ரத்த வண்ணத்தில் வார்த்தைகளை உற்பத்தி செய்து ஒளிர்ந்து மறைந்து மறுபடியும் ஒளிர்ந்தன.

நித்தீஷ் ஐந்தாம் எண் கஸ்டம்ஸ் செல்லின் முன்பு நீண்டிருந்த க்யூவில் நின்றிருந்தான். கல்யாணமாகாத எந்த ஒரு பெண்ணும் ஒரு மைக்ரோ விநாடியாவது சபலப்பட்டு ‘இவனைக் காதலிக்கலாமா?’ என்று யோசிக்க வைக்கிற அளவுக்கு உயரமாய் சிவப்பாய் ‘மேன்லிஸம்’ காட்டிய நித்தீஷ் முப்பது வயது விளிம்பில் இருந்தான். அவனுக்கு முன்பாய் ஒரு வீல் சேர். அதில் சோர்வாய் ஐம்பத்தைந்து வயது அமிர்தவல்லி. க்யூ ஒரு அங்குலம் நகர ஒரு மாமாங்கம் பிடித்தது.

“நித்தீஷ்!”

“என்னம்மா...?”

“எப்படா இந்த கஸ்டம்ஸோட கஷ்டம் தீரும்! நான் டயாபடிக் பேஷண்ட். பாத்ரூம் போகணும் போலிருக்கு!”

“இதோ ஆச்சம்மா...!”

“என்னமோ போடா... இதையே தான் அரை மணி நேரமாய் சொல்லிட்டிருக்கே.”

“எக்ஸ்ட்ரா ஆஃபீஸர்ஸ் போட்டுட்டாங்கம்மா. பார், க்யூ வேகமாய் நகருது.”

நித்தீஷ் சொன்னபடியே க்யூ வேகமாய் நகர்ந்தது. பதினைந்து நிமிடங்களுக்குப் பிறகு அந்த திடகாத்திரமான பொன்னம்பலத்தின் சாயலோடு இருந்த கஸ்டம்ஸ் அதிகாரிக்கு முன்பாய் நின்றான். அவருடைய இள நீலநிற யூனிஃபார்ம் சட்டையில் குத்தப்பட்ட உத்யோக அட்டை அவருடைய பெயரை அப்துல் ஜப்பார் என்று சொன்னது. ஆங்கிலம் பேசினார்.

"உங்களுடைய பாஸ்போர்ட்டைக் கொடுங்கள்."

நித்தீஷ் தன்னுடைய பாஸ்போர்ட்டையும் அமிர்தவல்லியின் பாஸ்போர்ட்டையும் எடுத்துக் கொடுத்தான். அவர், அவற்றை அரைப் பார்வையால் மேய்ந்து கொண்டே கேட்டார்.

"இந்தியா?"

"ஆமாம்."

"இவர் உங்களுடைய தாயார்?"

"ஆமாம்."

"சிங்கப்பூருக்கு வந்த நோக்கம்?"

"என்னுடைய தாயாருக்கு பல்வேறு உடல் உபாதைகள். இந்தியாவில் உள்ள டாக்டர்களால் நோய் இன்னதென்று கண்டுபிடிக்க முடியவில்லை. அதனால் சிங்கப்பூரில் உள்ள இண்டர்நேஷனல் ஹெல்த் கேர் சென்டரில் மெடிக்கல் செக்கப்புக்காக வந்தோம். இரண்டு வார காலம் தங்கியிருந்தோம். செக்கப் முடிந்தது. இப்போது ஊர் திரும்பிக் கொண்டிருக்கிறோம்."

கஸ்டம்ஸ் ஆபீஸர் ஒரு புன்சிரிப்போடு அமிர்தவல்லியிடம் குனிந்தார். "ஹௌ ஆர் யூ மேடம்?"

"ஃபைன்."

"எங்கள் நாட்டு மருத்துவ ஆலோசனை உங்களுக்குப் பயனுள்ளதாக இருந்ததா?"

"எனக்கு என்ன பிரச்னை என்பதை இங்கே உள்ள டாக்டர்கள் கண்டு பிடித்து விட்டார்கள். இனி சென்னைக்குப் போய் சிகிச்சை எடுத்துக் கொள்ள வேண்டும்."

"விஷ் யூ ஏ ஸ்பீடி ரெக்கவரி."

"தேங்க்யூ!"

"நீங்கள் போகலாம்." நித்தீஷ் வீல் சேரைத் தள்ளிக் கொண்டு லௌன்ஞ்சுக்கு வந்தான். "அம்மா! நம்ம ஃப்ளைட்டுக்கு இன்னும் நாப்பத்தஞ்சு நிமிஷம் இருக்கு. ஏதாவது சாப்பிடறியா? பிஸ்கெட் தரட்டுமா?"

“எனக்கு ஒண்ணும் வேண்டாண்டா. மெட்ராஸ் போய்ச் சேர்ந்தா போதும்ன்னு இருக்கு. இந்த ஏர்போர்ட்ல மட்டும் ஏன் இவ்வளவு கெடுபிடி?”

“அதுக்குக் காரணம் நான் சொல்லட்டுமாம்மா?”

நித்தீஷ் தனக்குப் பின்னால் குரல் கேட்டுத் திரும்பிப் பார்த்தான். அந்தப் பெண் நின்றிருந்தாள். பூக்கள் வாரியிறைத்த மாதிரியான கருநீலநிற சேலைக்கு தன் ஐம்பது கிலோ அழகான உடம்பைக் கொடுத்திருந்தாள். பென்சில் கோடு புருவங்களுக்குக் கீழே ஒரு வங்கக்கடலும் அரபிக் கடலும் இரண்டு கண்களாய் மாறியிருந்தன. லிப்ஸ்டிக் உபயம் இல்லாமலேயே ரோஸ் நிறம் உறைந்து போயிருந்த உதடுகளைப் பிரித்தாள். முத்துச்சரம் ஒன்று லேசாய் எட்டிப் பார்த்துவிட்டு உடனே மறைந்தது.

“ஸாரி ஃபார் த டிஸ்டர்பன்ஸ்! கஸ்டம்ஸ் செல்லில் உங்களுக்குப் பின்னாடிதான் நான் நின்னுட்டிருந்தேன்.”

“ஈஸிட், நான் கவனிக்கலை. நீங்களும் சென்னையா?”

“ஆமா! என்னோட பேர் இன்சொல். இங்கேயிருக்கிற ஒரு ஐ.டி. கம்பெனியில் ஜாப். ரெண்டு வாரம் லீவு கிடைச்சுது. கிளம்பிட்டேன். என்னடா முன்னே பின்னே தெரியாத ஒரு ஆண்கிட்டே இவ்வளவு உரிமை எடுத்துக்கிட்டுப் பேசறாளேன்னு தப்பா நினைச்சுடாதீங்க. நான் இப்படி உங்ககிட்டே வலிய வந்து பேசறதுக்கு ஒரு காரணம் இருக்கு!”

“என்ன காரணம்?”

“நீங்க உங்க அம்மா மேல வெச்சிருக்கிற அபரிமிதமான பாசம் தான்! ஒரு நிமிஷம் முடியறதுக்குள்ளே ரெண்டு தடவையாவது ‘அம்மா’ என்கிற வார்த்தை உங்க உதடுகள் உச்சரிக்கிறது ஒரு அற்புதமான விஷயம்! இந்த காலத்தல பெத்த அம்மாவை யார் இப்படிப் பார்த்துக்கறாங்க? அம்மாவோட உடம்புக்கு என்ன பிரச்னைன்னு தெரிஞ்சுக்கிறதுக்காக சிங்கப்பூருக்கு கூட்டிட்டு வந்த ஒரு மகனை இன்னிக்குத்தான் நான் பார்க்கிறேன்!”

“ஹலோ... ஒரு நிமிஷம்” என்று கையமர்த்தின நித்தீஷ் பெரிதாய்ச் சிரித்தான். “பெத்த அம்மாவுக்கு ஒரு மகன் செய்ய வேண்டியதைத்தான் நான் செஞ்சுட்டு இருக்கேன். உங்களை இனியும் பேச விட்டா இந்த சாங்கி ஏர்போர்ட்ல நீங்க எனக்கு ஒரு பெரிய பாராட்டு விழாவையே நடத்திடுவீங்க போலிருக்கே?”

“அப்படி ஒரு பாராட்டு விழாவை நடத்தினாலும் தப்பில்லை! ‘ஏ... மதர்... ஈஸ்... ஏ... மதர்... ஈஸ்... ஏ... மதர்ன்’னு சொல்லுவாங்க.

நானும் இந்த ஏர்போர்ட்டுக்கு வந்த விநாடியிலிருந்து நோட் பண்ணிட்டிருக்கேன். நீங்க உங்க அம்மாவை விட்டு ஒரு அடிகூட அந்தப் பக்கம் இந்தப் பக்கம் நகரலை. அவங்க கஸ்டம்ஸ் லைன்ல நின்னுட்டிருக்கும்போது தொணதொணன்னு எரிச்சலாய் பேசிட்டிருந்தாங்க. ஆனா நீங்க ஒரு புன்சிரிப்போடு ஹேண்டில் பண்ணின விதம் ரியலி க்ரேட் அண்ட் ஃபெண்டாஸ்டிக்!"

அமிர்தவல்லி பெருமையாய்ச் சிரித்தாள். "என் பையன் நித்தீஷ்க்கு கோபம் வந்து நான் பார்த்ததேயில்லை. அதே மாதிரி எனக்கு ஏதாவது ஒண்ணுன்னா அப்படியே துடிச்சுப் போயிருவான். ஏதோ கடவுள் புண்ணியத்துல..."

"ஐயோ அம்மா! நீயும் அந்தப் பொண்ணும் இப்படிப் பேசிப் பேசியே எனக்கு 'பாரத ரத்னா' விருது வாங்கிக் குடுத்துடுவீங்க போலிருக்கே?"

"ஸாரி நித்தீஷ்! எனக்கும் எங்க அம்மாவை ரொம்பவும் பிடிக்கும். அவங்கன்னா எனக்கு உயிர். அதனால்தான் அம்மா மேல பாசமாய் இருக்கிறவங்களைப் பார்த்தா பாராட்டத் தோணும்."

"குட் பாலிஸி பை... த... பை... உங்க பேர் என்னன்னு சொன்னீங்க...?"

"இன்சொல்."

"பேர் வித்தியாசமாய் இருக்கே?

"என்னோட அப்பா ஒரு தமிழாசிரியர். பிற மொழிக் கலப்பில்லாமே தூய தமிழ்ல பேர் வைக்கணும்ன்னு ஆசைப்பட்டார். அதுதான் இன்சொல்."

"காதுக்குள்ளே நூறு மில்லி தேன் பாய்ஞ்ச மாதிரி இருக்கு" நித்தீஷ் சொல்ல, இன்சொல் குறுக்கிட்டாள். "காதுக்குள்ளே ஈயோ எறும்போ போகாதபடி பார்த்துக்குங்க நித்தீஷ்?"

"ஸீம்ஸ் டு பி ஜோவியல்... நீங்களும் நாங்க போற ஃப்ளைட் தானே..?"

"ஆமா. அதே அலுமினியப் பறவைதான்! கடலுக்கு மேலே நாலு மணி நேரம் ஜர்னி. போர் அடிக்குமேன்னு நினைச்சேன். நீங்க கோ பாசஞ்சராய் என்கிட்டே வந்து மாட்டினீங்க."

"மாட்டிக்கப் போறது நீங்கதான் இன்சொல்! என்னோட அம்மா பேச ஆரம்பிச்சா கமா, ஃபுல்ஸ்டாப்பே இருக்காது. ஒரு மணி நேரத்துல 59 நிமிஷம் பேசிட்டு ஒரு நிமிஷம் மட்டும்தான் உங்களுக்கு அலாட் பண்ணுவாங்க."

"ஏன்டா அந்தப் பொண்ணை பயமுறுத்தறே!" என்று சொன்ன

அமிர்தவல்லி இன்சொல்லை ஏறிட்டாள்.

"இதோ பாரம்மா.. என் பையன் சொல்ற மாதிரி நான் ஒண்ணும் லொட லொடா வாயாடி கிடையாது. அதுசரி, நான் கேட்ட கேள்விக்கு நீ பதில் சொல்லவேயில்லையேம்மா!"

"நீங்க என்ன கேட்டீங்க?"

"இந்த சிங்கப்பூர் ஏர்போர்ட் கஸ்டம்ஸ்ல மட்டும் ஏன் இவ்வளவு கெடுபிடின்னு நான் கேட்டேன். நீ ஏதோ காரணம் இருக்குன்னு சொன்னே. அது என்ன காரணம்?"

"ஏவியேஷன் டிஸ்ஸாஸ்டர்."

"அப்படீன்னா?"

"போன மாசம் ஏழாம் தேதி கோலாலம்பூர் ஏர்போர்ட்டிலிருந்து கனடா புறப்பட்டுப் போன விமானம் ஒண்ணு காணாமே போயிடுச்சு. அதாவது அந்த விமானம் கடல்ல விழுந்து விபத்துக்குள்ளானதா? இல்லை, ஏதாவது ஒரு தீவிரவாத அமைப்பால் கடத்தப்பட்டதான்னு தெரியல? "

"ஆமா, நான்கூட பேப்பர்ல படிச்சேன். டி.வி.யிலும் நியூஸ் பார்த்தேன்."

"அது மாதிரியான ஒரு சம்பவம் மறுபடியும் நடந்துடக் கூடாதேன்னுதான் இந்த ஏர்போர்ட்ல இவ்வளவு கெடுபிடிகள்."

"சரி. அப்புறம் அந்த விமானம் என்னதான் ஆச்சு?"

"இன்னும் தேடிக்கிட்டே இருக்காங்க. அதுல பயணம் செய்த 415 பயணிகளோட கதி என்னாச்சுன்னு தெரியலை. இதுதான் ரீஸண்ட் ரிப்போர்ட்"

நித்தீஷ் இன்சொல்லை ஏறிட்டான். "இந்த ரிப்போர்ட் உண்மையாய் இருக்கும்ன்னு நீங்க நினைக்கறீங்களா இன்சொல்?"

"இதுல பொய் சொல்ல என்ன இருக்கு?"

"பூமியிலிருந்து ஏவப்பட்ட ஒரு விண்கலம் செவ்வாய் கிரகத்தை நோக்கிப் பயணம் செய்யும் போது, அது பூமியிலிருந்து இத்தனை லட்சம் கிலோ மீட்டர் வேகத்துல போயிட்டிருக்குன்னு இன்றைய அறிவியல் விஞ்ஞானத்தால துல்லியமாய்ச் சொல்ல முடியுது. ஆனா காணாமல் போன ஒரு பிரமாண்டமான விமானம் இந்த பூமியில் எங்கேயிருக்குன்னு நம்ம 'க்ளோபல் ஏவியேஷன் சர்ச் அண்ட் ரெஸ்க்யூ ஆபரேஷன்' குழுவால கண்டுபிடிக்க முடியலை என்கிற விஷயத்தை என்னால நம்ப முடியலை. இந்த விமானம் காணாமே போனதுக்குப் பின்னாடி ஏதோ சதித் திட்டம் இருக்கு! என்னிக்காவது ஒரு நாள் அது வெட்ட வெளிச்சமாகும்."

“டேய் நித்தீஷ்! அந்த சர்வதேசப் பிரச்னையை மறந்துட்டு என்னோட பிரச்னையைக் கொஞ்சம் கவனிடா. இந்த ஏர்போர்ட்ல லாவட்ரி எங்கே இருக்குன்னு கொஞ்சம் பாருடா” அமிர்தவல்லி சொல்லவும், நித்தீஷ் தன் இடதுகை முஷ்டியால் தலையைக் குட்டிக் கொண்டான்.

“ஸாரிம்மா.... மறந்துட்டேன். அதோ அந்தப் பக்கம் தான் லாவட்ரி இருக்கு. வா போயிட்டு வந்துடலாம். வீல் சேரிலிருந்து இறங்கும் போதும் சரி, உள்ளே நடக்கும்போதும் சரி, ஜாக்கிரதையாய் ஸ்டெப் எடுத்து வெக்கணும்.”

“எனக்கு அது தெரியாதா என்ன?”

இன்சொல் நித்தீஷிடம் திரும்பினாள். “இஃப் யூ டோண்ட் மைண்ட் அம்மா கூட நான் போயிட்டு வர்றேனே!”

“உங்களுக்கு எதுக்குச் சிரமம்?”

“இதுல எனக்கு எந்தச் சிரமமும் இல்லை. இட்ஸ் மை ப்ளஷர். நான் பத்திரமாய் கூட்டிட்டுப் போய்ட்டு வந்துடறேன்.” சொன்ன இன்சொல் நித்தீஷின் பதிலுக்குக் காத்துக் கொண்டிருக்காமல் அமிர்தவல்லி உட்கார்ந்திருந்த வீல் சேரைத் தள்ளிக் கொண்டு போனாள்.

நித்தீஷ் அங்கிருந்த ஸ்டெய்ன்லெஸ் ஸ்டீல் இருக்கையில் சாய்ந்து உட்கார்ந்தான்.

சற்றுத் தொலைவில் இன்சொல் வீல்சேரைத் தள்ளியபடி போய்க் கொண்டிருக்க, நித்தீஷ் சுற்றுமுற்றும் பார்த்துவிட்டு தன் அதிநவீன செல்போனை எடுத்து ‘மெஸேஜ்’ ஆப்ஷனுக்குப் போய் அந்த வாக்கியத்தை டைப் செய்தான்.

‘ஏர்போர்ட் வந்துவிட்டோம்.’

‘எந்தப் பிரச்னையும் இல்லை.’

‘என்னுடைய அம்மாவாக அமிர்தவல்லி நல்லபடியாய் நடித்துக் கொண்டிருப்பதால் **கடல் கழுகு பத்திரமாய் இருக்கிறது**.’

2

செல்போனில் தான் டைப் அடித்த மெஸேஜை மறுபடியும் ஒரு தடவை படித்துப் பார்த்தான் நித்தீஷ்,

'ஏர்போர்ட் வந்துவிட்டோம். எந்தப் பிரச்னையும் இல்லை. என்னுடைய அம்மாவாக அமிர்தவல்லி நல்லபடியாய் நடித்துக் கொண்டிருப்பதால். கடல் கழுகு பத்திரமாய் இருக்கிறது.'

அதை மெசேஜ் செய்து விட்டு செல்போனை அணைத்து சட்டைப் பாக்கெட்டில் போட்டுக் கொண்டான். சாங்கி ஏர்போர்ட்டில் இப்போது பயணிகளின் அடர்த்தி அதிகமாகியிருந்தது. பெரும்பாலும் மலேசிய முகங்கள். அரிதாய் இந்திய முகங்கள். மிக அரிதாய் தமிழ் முகங்கள். ரன்வேயில் ஐந்து நிமிடத்துக்கு ஒரு முறை ஏதாவது ஒரு நாட்டின் ஏர்லைன்ஸ் விமானம் வேகம் பிடித்து மேலே எம்பிக் கொண்டிருந்தது. சீனப் பெண்கள் மினி ஸ்கர்ட் அணிந்து பால் வண்ணக் கால்களை காட்டிக் கொண்டு வேக நடை போட்டார்கள். இவர்களுக்கு மட்டும் எப்படி கால்கள் அநாவசியச் சதை இல்லாமல் கடைந்தெடுத்த மாதிரி...

"போதும்... ஜொள்ளு விட்டது."

தனக்குப் பக்கவாட்டில் குரல் கேட்டுத் திடும்மென்று திரும்பினான். நித்தீஷ், இன்சொல் மார்புக்குக் குறுக்காய் கைகளைக் கட்டியபடி நின்றிருந்தாள். "ஸாரி..."

"அழகை ரசிக்கிறதொண்ணும் தப்பு கிடையாது. அந்த ரசிப்பு கொஞ்சம் இலை மறைவு காய் மறைவாய் இருக்கணும். தட்ஸ் ஆல்...!"

நித்தீஷ் சுற்றுமுற்றும் பார்த்தான்.

"என்ன... அம்மாவைத் தேடறீங்களா?"

"ஆமா..."

"அதோ. அந்த புக் ஸ்டால்ல... ஃப்ளைட்ல படிக்கிறதுக்கு புக்ஸ் வேணும்ன்னு சொன்னாங்க. அந்த ஸ்டால்ல விட்டுட்டு வந்தேன். நம்ம தமிழ்நாட்டுக்காரர்தான் ஸ்டால் ஓனர்." இன்சொல் புன்சிரிப்போடு பேசிக் கொண்டே நித்தீஷுக்கு பக்கத்தில் இருந்த இருக்கைக்குள் தன் உடம்பைப் பொதிய வைத்தாள்.

"அம்மாவுக்கு என்ன ஹெல்த் ப்ராப்ளம்?"

"வழக்கமாய். வயசான காலத்தில் வர்ற ப்ளட் ப்ரஷர், சுகர், ஆர்த்தரைடிஸ்தான். பட் எல்லாமே கொஞ்சம் அப்நார்மல். அதுதான்

சிங்கப்பூர் வரைக்கும் வர வேண்டியதாயிடுச்சு.''

''அம்மாவுக்கு பயப்படற மாதிரி எந்தப் பிரச்னையும் இல்லையே?''

''நோ... நோ... டாக்டர்ஸ் சில மருந்துகளை ப்ரஸ்க்ரைப் பண்ணியிருக்காங்க. அதை ரெகுலராய் சாப்பிட்டு வந்தாலே போதும். அம்மா நார்மலுக்கு வந்துடுவாங்க.''

''இஃப் யூ டோண்ட் மைண்ட் உங்களைப் பத்தின விவரங்களை நான் தெரிஞ்சுக்கலாமா?

''தாராளமாய்...! என்னைப் பத்தி உங்களுக்கு என்ன தெரியணும்?

''சென்னையில நீங்க என்ன பண்றீங்க..?''

'''ஸ்கை டச் பில்டர்ஸ்' என்கிற பேர்ல அபார்ட்மெண்ட்ஸை கட்டி சேல் பண்ணிட்டிருக்கேன். எல்லாமே பாஷ் அபார்ட்மெண்ட்ஸ். என்னோட அப்பா உயிரோடு இருந்த வரைக்கும் ப்ளே பாயாய் இருந்தேன். அவர் காலத்துக்குப் பிறகு பொறுப்பை நான் எடுத்துக்கிட்டேன். பேஸிக்கலி நான் பி.ஈ. சிவில். ஸோ இந்த ப்ரொஃபஷன் எனக்குப் பிடிச்சிருக்கு.''

''நீங்க என் கல்யாணமே வேண்டாம்னு சொல்றீங்களாம்?''

''அம்மா சொன்னாங்களா?''

''ஆமா...''

''அம்மா சொன்னபோதெல்லாம் நான் கல்யாணம் வேண்டாம் வேண்டாம்னு சொன்னது இப்போ நல்லதாப் போயிடுச்சு.''

''ஏன் அப்படிச் சொல்றீங்க?''

''உங்களை இனிமேல்தானே லவ் பண்ணனும்...!''

இன்சொல் ஒரு விநாடி திகைத்து அடுத்த விநாடியே இயல்பான நிலைக்கு வந்து உதட்டுக்கு ஒரு புன்னகையைக் கொடுத்தாள்.

''நீங்க போர்டைப் பார்க்கலை போலிருக்கு?''

''போர்டா... என்ன போர்டு?''

''என் மனசுக்குள்ளே தொங்கிட்டிருக்கிற ரிசர்வ்ட் போர்டை. நான் ஏற்கெனவே என்கேஜ்ட் என்னோட பதினெட்டாவது வயசிலிருந்து திவாகர் என்கிற ஒருத்தரை தெய்வீகமா காதலிச்சிட்டு வர்றேன். ரெண்டு வீட்லேயும் ஒரு முக்கல் முனகல் இல்லாமல் பச்சைக் கொடி காட்டிட்டாங்க. இன்னும் மூணு மாசத்துல கல்யாணம் உங்களுடைய விண்ணப்பம் நிராகரிக்கப்பட்டது. வெரி ஸாரி.''

''இனி நான் கின்னஸுக்கு அப்ளை பண்ண வேண்டியதுதான்.''

''எதுக்கு.?''

''உலகத்திலேயே மிகப் பெரிய துரதிர்ஷ்டசாலி நான்தானே...?''

இருவரும் சிரித்தார்கள். நித்தீஷ் சொன்னான். "நான் ஜோவியலாய் பேசுனதை தப்பா எடுத்துக்காதீங்க இன்சொல். நானும் ஒரு பெண்ணைக் கல்யாணம் பண்ணிக்கப் போறேன். ஆனா இப்ப இல்லை. இன்னும் ஒரு வருஷம் கழிச்சு."

"ஷ்யூர்...?"

"கண்டிப்பாய்...!"

'உங்க கல்யாணத்துக்கு என்னைக் கூப்பிடணும்."

"தலைமையே நீங்கதான்..."

"தேங்க்யூ..."

"பை... த... பை... இன்சொல்...! நீங்க இங்கே ஒரு ஐ.டி. கம்பெனியில் வேலை பார்க்கிறதாய் சொன்னீங்க...? இந்த வேலை உங்களுக்கு சென்னையில் கிடைக்காதா என்ன...?"

"கிடைக்கும்! பட்... சிங்கப்பூர் எனக்குப் பிடிச்சிருக்கு. அதுவும் நான் வேலை பார்க்கிற இடம் ஒரு மலைப்பாங்கான பிரதேசம். அந்த இடத்தை "சில்க்கி க்ராஸ்'ன்னு சொல்லுவாங்க. முரட்டுத்தனமான வெயிலும் கிடையாது. குண்டூசியாய் குத்தற குளிரும் கிடையாது. நல்ல நாடு. நல்ல மக்கள். நல்ல வேலை. நல்ல சம்பளம். ஆறு மாசத்துக்கு ஒரு தடவை ரெண்டு வாரம் லீவு போட்டுட்டு சென்னை வந்து தாய் மண்ணில் புரண்டுட்டுப் போயிடுவேன்" அவள் சொல்லிக் கொண்டிருக்கும்போதே நித்தீஷின் செல்போன் வைப்ரேஷனில் உதறியது.

இன்சொல்லிடம் 'ஸாரி' சொல்லிவிட்டு எடுத்து காதுக்குப் பொருத்தினான். மறுமுனையில் ஒரு பெண் குரல். "நித்தீஷ்! நீ இப்போ ஏர்லௌன்ஞ்ச்ல தானே இருக்கே?"

"ஆமா..."

"உனக்குப் பக்கத்துல யாராவது இருக்காங்களா?"

"ஆமா..."

"ஆனா... பெண்ணா?"

"நீ ரெண்டாவதாய் சொன்னது."

"அமிர்தவல்லி?"

"அம்மா புக் ஸ்டால்ல இருக்காங்க. ஜர்னியின் போது படிக்க புக்ஸ் வேணுமாம்."

"உன்னோட நிலைமை எனக்குப் புரியுது. பக்கத்துல தமிழ் தெரிஞ்சவங்க யாரோ இருக்காங்கன்னு நினைக்கிறேன்."

"ஆமா..."

“சரி... நான் இப்ப சொல்றதை மட்டும் கேட்டுக்கோ. எந்த அதிர்ச்சியையும் முகத்துல காட்டாதே. பதட்டப்படாதே.”

“ம்...”

“இது இன்னமும் உறுதிப்படுத்தப்படாத செய்திதான். டென்ஷன் வேண்டாம்.”

“என்ன சொல்லு.?’

“சின்னப் பெண் எட்டிப் பார்த்து விட்டாள்.”

“சான்ஸே இல்லை...!”

“அமிர்தவல்லியும் நீயும் ஜாக்கிரதையாய் இருக்க வேண்டிய நிமிஷங்கள்... ஃப்ளைட் புறப்பட இன்னும் எத்தனை நிமிஷம் இருக்கு?”

“அரைமணி நேரம்.”

“டேக் கேர்.”

“நோ... ப்ராப்ளம்.” சொல்லிவிட்டு செல்போனை அணைத்தான் நித்தீஷ். பக்கத்தில் உட்கார்ந்திருந்த இன்சொல் சிரித்தாள்.

“இதுவும் ஒரு கலைதான்.”

“எது...?”

“இப்படிச் சிக்கனமான வார்த்தைகளையே பேசி செல்போன் கான்வர்சேஷனை முடிச்சுக்கிறது.”

நித்தீஷ் சிரித்தான்.

“பேசினது ஒரு அறுவை ப்ரெண்ட். அவனைப் பேச விட்டா முல்லைப் பெரியாறு பிரச்னையிலிருந்து ஒபாமா நேத்து ராத்திரி சாப்பிட்ட சாப்பாடு வரைக்கும் பேசுவான்.”

அமிர்தவல்லி வீல் சேரை உருட்டிக் கொண்டு இடது கையில் நான்கைந்து புத்தகங்களோடு வந்தாள். நித்தீஷ் கேட்டான்.

“என்னம்மா... புக் பர்ச்சேஸ் முடிஞ்சுதா?”

“முடிஞ்சுது. நான் ரொம்ப நாளாய் தேடிட்டிருந்த ஸ்ரீவேணுகோபாலனோட ‘திருவரங்கன் உலா’ இங்கே கிடைச்சுது. நாலரை மணி நேர ஜர்னியை விரட்ட இது ஒண்ணு போதும்..!”

இன்சொல் அருகில் வந்தாள்.

“நித்தீஷ்! ஃபர்ஸ்ட் கால் குடுத்துட்டாங்க. நாம ஃப்ளைட்டுக்குப் போலாமா...?”

“நீங்க முன்னாடி போங்க இன்சொல், நான் இந்த வீல்சேரை ஏர்போர்ட் அஸிஸ்டெண்ட்கிட்டே ஒப்படைச்சுட்டு அம்மாவை மெதுவாய் நடத்திக் கூட்டிட்டு வந்துடறேன்.”

"நான் வேணும்ன்னா ஹெல்ப்புக்கு வரட்டுமா?"

"நோ... தேங்க்ஸ்... நீங்க போங்க..."

இன்சொல் தோளில் மாட்டிக் கொண்ட ஒரு சிறிய வானிடி பேக்கோடு ரன்வேயில் நின்றிருந்த விமானத்தை நோக்கி நடக்க ஆரம்பித்துவிட, நித்தீஷ் சுற்றுமுற்றும் பார்த்துவிட்டு அமிர்தவல்லியிடம் குனிந்தான்.

"மேடம்."

"என்ன?"

"சைதன்யா போன் பண்ணியிருந்தாள்."

"என்னவாம்?"

"ஒரு அதிர்ச்சியான உறுதிப்படுத்தப்படாத செய்தியைச் சொன்னாள். 'சின்னப் பெண் எட்டிப் பார்த்து விட்டா'ளாம்."

அமிர்தவல்லியின் முகம் மாறியது.

"இருக்காதே!"

"நானும் அதைத்தான் சொன்னேன். ஆனாலும் சைதன்யா நம் ரெண்டு பேரையும் வார்ன் பண்ணி அலர்ட்டா இருக்கச் சொல்லியிருக்கா."

"நித்தீஷ்!"

"என்ன மேடம்?"

"எனக்கென்னமோ இந்தப் பொண்ணு இன்சொல் மேல கொஞ்சம் சந்தேகமாய் இருக்கு. வலிய வந்து ஒட்டிக்கிட்டு ப்ரெண்ட்ஷிப்பை டெவலப் பண்ணிக்கப் பாக்கறா... என்னை லாவட்ரிக்குக் கூட்டிட்டுப் போற சாக்கில் உன்னைப் பத்தியும் என்னைப் பத்தியும் ஒரு பத்துக் கேள்வியாவது கேட்டிருப்பா. அவளை எப்படி அவாய்ட் பண்றதுன்னு தெரியலை..."

"சரி. இங்கே எந்தப் பேச்சும் வேண்டாம். ஃப்ளைட்டுக்கு செகண்ட்கால் குடுத்துட்டாங்க. மொதல்ல ஃப்ளைட்ல போய் உட்காருவோம்."

விமானம் பறக்க இன்னமும் பத்து நிமிடங்கள் மீதம் இருந்தபோது நித்தீஷக்கு முன்பாய் வந்து நின்றாள் இன்சொல்.

"எக்ஸ்க்யூஸ் மீ."

என்ன என்பதுபோல் பார்த்தான் நித்தீஷ்,

"உங்க பக்கத்து சீட்டுக்கு ஆள் இல்லைன்னு ஏர் ஹோஸ்டஸ் சொன்னா. நான் இங்கே உங்க பக்கத்துல உட்கார்ந்துட்டு வர்றதால உங்க கற்புக்கு எந்த பங்கமும் வந்துடாதே?"

நித்தீஷ் ஒரு புன்சிரிப்போடு தலையசைக்க, இன்சொல் அவனுக்குப் பக்கத்தில் பெர்ஃப்யூம் வாசனையோடு உட்கார்ந்தாள்.

“ஸாரி” என்றாள்.

“எதுக்கு ஸாரி?”

“சென்னை போய்ச் சேர்கிற வரைக்கும் உங்ககூட பேசிட்டு வரப்போறேனே...?”

நித்தீஷ் தர்மசங்கடமாய் சிரித்து வைத்தான். அமிர்தவல்லி தனக்குத் தூக்கம் வருகிறது என்று சொல்வது போல் கண்களை மூடிக் கொண்டாள். விமானப் பணிப்பெண் ஸ்பீக்கர்களில் சைனிஷ், மலாய் மொழிகளில் விமானப் பயணத்தில் கடைப்பிடிக்க வேண்டிய நடைமுறை விதிகளைச் சொல்லிக் கொண்டிருந்தாள்.

எல்லோரும் பெல்ட்டை அணிந்து கொள்ள அடுத்த சில நிமிடங்களில் விமானம் மேலே எழும்பியது. சீராய்ப் பறக்க ஆரம்பித்ததும் இன்சொல் பெல்ட்டை விடுவித்துக் கொண்டே நித்தீஷை ஏறிட்டாள்.

“உங்களுக்கு என்னாச்சு. ஏதாவது பிரச்னையா?”

“ஒண்ணுமில்லையே?”

“பின்னே ஏன் டென்ஷனாய் இருக்கீங்க?”

“எனக்கு டென்ஷனா...? நோ... நோ...”

“நீங்க என்னதான் சொல்லுங்க நித்தீஷ், அரை மணி நேரத்துக்கு முன்னாடி இருந்த நித்தீஷுக்கும் இப்போ இருக்கிற நித்தீஷுக்கும் குறைந்தபட்சம் ஆறு வித்தியாசங்களாவது இருக்கு!”

“இன்சொல்! ப்ளீஸ்... கொஞ்சம் பேசாம வர்றீங்களா?”

“ஸாரி... பவுண்டரிக்கு பதிலாய் சிக்ஸர் அடிச்சுட்டேன் போலிருக்கு!”

விமானப் பணிப்பெண் மெனு கார்டோடு பக்கத்தில் வந்தாள்.

“ப்ரேக் ஃபாஸ்ட் மெனு கார்ட் ப்ளீஸ் டிக் யுவர் அயிட்டம்ஸ், வெஜ் ஆர் நான்வெஜ்?”

மெனு கார்டுகளை நித்தீஷ் கையிலும், இன்சொல் கையிலும் திணித்து விட்டு அடுத்த இருக்கைகளுக்குப் போனாள். நித்தீஷ் அந்த மெனுகார்டை வேண்டா வெறுப்பாய்ப் பிரித்தான். உள்ளே ஒரு துண்டு பேப்பர். அதில் கிறுக்கலாய் எழுதப்பட்ட ஒரு வாக்கியம் தமிழில் பார்வைக்குக் கிடைத்தது. நித்தீஷ் படித்தான்.

‘சென்னை ஏர்போர்ட்டில் முட்டை உடையலாம் ஜாக்கிரதை.’

3

விமானம் ஒரு ராட்சஸ வண்டாய் மாறி ரீங்கரித்தபடி கடலுக்கு மேலே ஐம்பதாயிரம் அடி உயரத்தில் பறந்து கொண்டிருந்தது. முட்டை வடிவ ஜன்னலுக்கு வெளியே பஞ்சுத் துணுக்குகளாய் மாறியிருந்த மேகக் கூட்டங்கள் விடாப்பிடியாய் கூடவே வந்தன. விமானத்தில் பாதிப் பேர் அந்த அதிகாலைத் தூக்கத்தை ரெனியூவல் செய்து தலை சாய்ந்து கண்ணயர்ந்திருக்க நித்தீஷ் அதிர்ச்சியில் உறைந்துபோன முகத்தோடு உட்கார்ந்திருந்தான்.

'முட்டை உடைந்துவிட்டது. சென்னை ஏர்போர்ட்டில் எச்சரிக்கை தேவை என்ற வாசகம் அவனை நிமிஷத்துக்கு ஒரு தடவை வியர்க்க வைத்தது. அமிர்தவல்லியிடம் இப்போது விஷயத்தைச் சொன்னால் அரண்டு போவாள். அந்த பயமே காட்டிக் கொடுத்துவிடும்.'

'எப்படி... எங்கே... தப்பு நடந்தது?' நித்தீஷ் யோசித்துக் கொண்டி ருக்கும்போதே இன்சொல் அவன் காதருகே மெல்ல கிசுகித்தாள்.

"நித்தீஷ்...!"

அவளை எரிச்சலாய்ப் பார்த்தான்.

"என்ன?"

"பிரேக்ஃபாஸ்ட்டுக்கு ஆர்டர் தரலையா? அந்த ஏர் ஹோஸ்டஸ் இப்ப மெனுகார்ட் வாங்க வந்துடுவா."

"எனக்கு பிரேக்ஃபாஸ்ட் சாப்பிடணும்ன்னு தோணலை."

"ஏன்?"

"பசியில்லை."

"நோ... நோ... நித்தீஷ்...! பிரேக்ஃபாஸ்ட்டுக்கு இன்னொரு பேர் என்ன தெரியுமா? பிரெய்ன் ஃபுட்..... ஒருத்தர் லஞ்ச் சாப்பிடாமல் இருக்கலாம், நைட் டின்னர் சாப்பிடாமல் இருக்கலாம். ஆனா பிரேக் ஃபாஸ்ட்டை மட்டும் மிஸ் பண்ணவே கூடாதாம். ராத்திரி எட்டு மணிக்கு சாப்பாட்டை முடித்துக் கொண்ட ஒருத்தர் மறுநாள் காலை எட்டு மணி வரைக்கும் சாப்பிடாமே இருக்கிறது ஒரு வகையில் பார்த்தால் உண்ணாவிரதம் மாதிரிதான். அதாவது ஃபாஸ்டிங். அந்த ஃபாஸ்டிங்கை பிரேக் பண்றதுதான் பிரேக்ஃபாஸ்ட் ஸோ... இப்ப நீங்க எனக்காகவாவது ஆர்டர் தரப் போறீங்க."

நித்தீஷ் கோபமாய் ஏதோ சொல்ல முயல, இன்சொல் அவனை கையமர்த்தினாள்.

"எனக்கேத் தெரியுது. இது கொஞ்சம் ஓவர்தான். இருந்தாலும்

மனசு கேட்கலை. அதான் உரிமை எடுத்துக்கிட்டேன்...!"

"இதோ பாருங்க இன்சொல்...! நான் காலை வேளையில் பிரேக்ஃபாஸ்ட் சாப்பிடறதை நிறுத்தி நாலு வருஷமாச்சு..."

"ஏன்...?"

"அது... வந்து..."

"சொல்ல முடியாத காரணமாய் இருந்தா வேண்டாம்."

"அப்படியெல்லாம் ஒண்ணுமில்லை. என்னோட அப்பா ஒரு காலை நேரத்துல டிபன் சாப்பிட உட்கார்ந்த போதுதான் ஹார்ட் அட்டாக் வந்து இறந்து போனார். அப்பாவோட ஞாபகார்த்தமாய் அந்த தினத்திலிருந்து நானும் அம்மாவும் பிரேக்ஃபாஸ்ட் சாப்பிடறது இல்லை.!"

"ஓ... ஸாரி...! உங்க காலை உணவுக்குப் பின்னாடி இப்படி ஒரு கனமான ஃப்ளாஷ்பேக் இருக்கும்ன்னு நான் கொஞ் சமும் நினைச்சுப் பார்க்கலை" சொன்ன இன்சொல், தனக்குப் பக்கத்தில் வந்து நின்று, "எஸ்... மெனு ப்ளீஸ்" என்று கொஞ்சிய ஏர்ஹோஸ்டஸிடம் "எனக்கும் எதுவும் வேண்டாம்" என்றாள்.

சென்னை விமான நிலையம்.

ரன்வேயில் விமானம் நின்று கொண்டிருக்க, பயணிகள் அதன் தலைப்பகுதியிலும் வால்பகுதியிலும் பொருத்தப்பட்டிருந்த படிகளில் இறங்கிக் கொண்டு இருந்தார்கள். இன்சொல் முன்னால் போய்க் கொண்டிருக்க, வீல் சேரில் உட்கார்ந்திருந்த அமிர்தவல்லி குரலைத் தாழ்த்திக் கொண்டு நித்தீஷின் காதைக் கடித்தாள்.

"கஸ்டம்ஸ்ல எந்தப் பிரச்னையும் வந்துடாதே?"

"வராது மேடம்."

"முட்டை உடைந்து விட்டதுன்னு வந்த செய்தி..."

"அது ஒரு சந்தேகத்துக்குரிய செய்திதான் மேடம். நீங்க இயல்பாய் இருங்க. முகத்துல வியர்வை வேண்டாம். உதட்டுல ஒரு இன்ஸ்டண்ட் புன்னகை இருக்கட்டும்."

"உள்ளுக்குள்ளே டென்ஷன் எகிறுது நித்தீஷ், எப்படி கண்ட்ரோல் பண்றதுன்னு தெரியலை... போதாத குறைக்கு அந்தப் பொண்ணு இன்சொல் வேற 'தொண தொண'ன்னு பேசி எடுத்துட்டா. இவ ஒரு வேளை உன்னையும் என்னையும் ஸ்மெல் பண்ணிட்டாளோ?"

"சான்ஸே இல்லை மேடம். அவளைப் பார்த்தா அப்படித் தெரியலை. ஷி ஈஸ் வெரி ஜோவியல்..."

“நீ என்னதான் சொல்லு. என்னோட மனசுக்குள்ளே சைரன் சத்தம் கேட்டுட்டே இருக்கு. கஸ்டம்ஸ்ல மாட்டிக்கப் போறோம்.”

“இதோ பாருங்க மேடம். சிங்கப்பூர் ஏர்போர்ட் கஸ்டம்ஸ் ஆபீஸர்ஸ் எமகாதகப் பேர்வழிகள். அவங்க கண்ணிலேயே மண்ணைத் தூவிட்டு சென்னை ஃப்ளைட் ஏறிட்டோம். இங்கே இருக்கிற அதிகாரிகளைச் சமாளிக்கிறது ஒண்ணும் பெரிய விஷயம் இல்லை. கஸ்டம்ஸ்ல யார் என்ன கேள்வி கேட்டாலும் நான் பதில் சொல்லிக்கிறேன். நீங்க மட்டும் ஸ்மைலிங் ஃபேஸோடு இருந்தா போதும்!”

“முயற்சி பண்றேன். வேர்த்து வழியறதைக் கண்ட்ரோல் பண்ண முடியாது போலிருக்கே...!”

கஸ்டம்ஸ் எல்லைக்குள் மூன்று வரிசைகள் காத்திருந்த நித்தீஷும் அமிர்தவல்லியும் முதலாவது வரிசையில் போய் இணைந்து கொண்டார்கள். அந்த கியூ இரண்டு நிமிஷங்களுக்கு ஒரு முறை அசைந்து சில சென்டி மீட்டர் தூரத்துக்கு முன்னேறியது. சரியாய் முப்பது நிமிடங்களுக்குப் பிறகு அந்த உயரமான கல்தூண் போல் தோற்றம் காட்டிய கஸ்டம்ஸ் அதிகாரிக்கு முன்பாய் நின்றார்கள். அதிகாரியின் யூனிஃபார்ம் சட்டையில் குத்தப்பட்டிருந்த நேம் பேட்ச் அவருடைய பெயரை செங்குட்டுவன் என்று சொன்னது.

“பாஸ்போர்ட்டைக் கொடுங்கள்...!”

நித்தீஷைப் பார்த்துக் கொண்டே கேட்ட செங்குட்டுவன் லேசாய் முகம் மாறி பின் மலர்ந்தார்.

ஒரு சின்னப் புன்னகையோடு கேட்டார். “நீ ஜெயக்குமாரோட ப்ரெண்ட் தானே?”

“ஜெயக்குமார்...?”

“நீ பி.எஸ்.ஜி. ஆர்ட்ஸ் காலேஜில் எம்.எஸ்ஸி படிக்கும்போது உனக்கு காலேஜ்மேட்டாய் இருந்தானே அந்த ஜெயக்குமார்...”

“ஓ...! இப்ப ஞாபகம் வருது. சிரிச்சா கன்னத்துல குழி விழும். அந்த ஜெயக்குமார்தானே?”

“அவனேதான்!”

“நீங்க...... ஜெயக்குமாரோட?”

“பெரிய அண்ணன். நீ ரெண்டு மூணு தடவை ஜெயக்குமாரைப் பார்க்கிறதுக்காக ஆர்.எஸ்.புரம் பிரகாசம் ரோட்ல இருக்கிற எங்க பங்களாவுக்கு வந்திருக்கே. ஜெயக்குமார் உன்னை எனக்கு அறிமுகப்படுத்தி வெச்சான். நான் ஒரு ‘ஹலோ’ சொல்லி கைகுலுக்கிட்டுப் போயிட்டேன்.”

“ஸாரி... ஸாரி... எனக்கு ஞாபகம் வரலை.”

“நோ ப்ராப்ளம். பத்து வருஷத்துக்கு முன்னாடி நடந்த சம்பவம். அதுவும் ஒரு சில விநாடிகளில் நடந்த நிகழ்வு. உன்னோட மனசுக்குள் பதிய வாய்ப்பு இல்லை. இவங்க யாரு. அம்மாவா?”

“ஆமா... ஸார்...”

“எதுக்காக சிங்கப்பூர் ட்ரிப்...?”

“அம்மாவுக்குக் கொஞ்சம் உடம்பு முடியலை ஸார். ஒரு மெடிக்கல் கன்ஸல்டேஷனுக்காக சிங்கப்பூர் போக வேண்டியதாயிடுச்சு.”

“கன்ஸல்டேஷன் சக்சஸ்ஃபுல்லாய் முடிஞ்சுதா?”

“முடிஞ்சுது ஸார்.”

“இப்ப நீ என்ன பண்ணிட்டிருக்கே?”

“ஸ்கை டச்” என்கிற பேர்ல ஒரு பில்டிங் ப்ரோமோட்டர்ஸ் கம்பெனியை நடத்திட்டு வர்றேன் ஸார்.”

“ஜெயக்குமார்கிட்டே இப்பவும் டச் இருக்கா?”

“இல்ல ஸார். காலேஜ் படிப்பை முடிச்சதுக்கு அப்புறம் ஒரு ரெண்டு வருஷம் காண்டாக்ட்ல இருந்தான். அதுக்கப்புறம் ரெண்டு பேருமே ஒருத்தரை ஒருத்தர் மிஸ் பண்ணிட்டோம்.”

“இப்போ அவன் எங்கே, என்ன பண்ணிட்டிருக்கான் தெரியுமா?”

“தெரியாது ஸார்.”

“கனடாவில் ‘டுமாரோ மிர்ராக்கிள்ஸ்’ என்கிற ஐ.டி. கம்பெனியில் சி.ஈ.ஓ.வாய் இருக்கான். நெக்ஸ்ட் மன்த் கோயமுத்தூர் வர்றான். உன்னோட விசிட்டிங் கார்டைக் குடு. அவன் வந்ததும் உன்னைக் காண்டாக்ட் பண்ணச் சொல்றேன்.”

“இட்ஸ் மை ப்ளஷர் ஸார்!” சொன்ன நித்தீஷ் தன் சர்ட் பாக்கெட்டில் வைத்து இருந்த விசிட்டிங் கார்டை எடுத்து நீட்ட அவர் வாங்கிக் கொண்டார்.

“சரி! அம்மாவக் கூட்டிக்கிட்டு போ...!”

“ஸார்! கஸ்டம்ஸ் ஃபார்மாலிடிஸ் இன்னமும் முடியலையே...?”

“நித்தீஷ்! அந்த ஃபார்மாலிடிஸ் உனக்கும் அம்மாவுக்கும் தேவைப்படாது. இந்த இடத்துல யாரை நிறுத்தணும், யாரைப் போகச் சொல்லணும்ன்னு எங்களுக்குத் தெரியும்...” சொன்ன செங்குட்டுவன் தனக்கு அடுத்த செல்லுக்கு முன்பாய் நின்றிருந்த ஒரு ப்ரெஞ்ச் தாடி ஆசாமியைப் பார்த்துக் குரல் கொடுத்தான்.

“ஆல்பர்ட்.”

“ஸார்...”

“ஒரு பேஷண்ட் பாசஞ்சர்...! மிஸஸ் அமிர்தவல்லி. கேர் டேக்கர் மிஸ்டர் நித்தீஷ்... க்ளியரன்ஸ் போட்டுடு.”

“எஸ்...ஸார்...”

செங்குட்டுவன் நித்தீஷைப் பார்த்து மெல்லச் சிரித்தார்.

‘ஸாரி ஃபார் த இன்கன்வீனியன்ஸ்! பொதுவாய் கஸ்டம்ஸில் இது மாதிரியான சோதனை இருக்காது. நீங்க வந்த ஃப்ளைட்டில் ஒரு விபரீதம் இருக்கிறதாய் ஐ.டபிள்யூவிலிருந்து தகவல். அது தான் அந்த ஃப்ளைட்டில் வந்த எல்லா பயணிகளையும் வரிசை கட்டிட்டோம். உங்களுக்கு க்ளியரன்ஸ் போட்டாச்சு. நீங்க கிளம்பலாம் ...!”

ஒரு ஆறுதலான பெருமூச்சுடன் நித்தீஷ் அமிர்தவல்லி உட்கார்ந்திருந்த வீல்சேரைத் தள்ளிக் கொண்டு தன்னுடைய லக்கேஜ்களை கலெக்ட் செய்வதற்காக கன்வேயர் பெல்ட்டை நோக்கிப் போனான். பக்கவாட்டில் குரல் கேட்டது. பெண்குரல்

“என்ன நித்தீஷ்! என்னைத் தேட மாட்டீங்களா?” திரும்பிப் பார்த்தான்.

இன்சொல் தன் முகம் முழுவதும் புன்னகையை நிரப்பிக் கொண்டு நின்றிருந்தாள். கஸ்டம்ஸிலிருந்து விடுபட்ட சந்தோஷத்தில் இருந்த நித்தீஷ் அவளைச் சீண்டும் விதத்தில் பேசினான்.

“நான் எதுக்காக உங்களைத் தேடணும்?”

“அப்ப... அவ்வளவுதானா...?”

“என்ன அவ்வளவுதானா?”

“மறுபடியும் நாம சந்திக்க வேண்டாமா?”

“எதுக்காக சந்திக்கணும்?”

“என்ன மிஸ்டர் நித்தீஷ்... சிங்கப்பூர் ஏர்போர்ட்ல துளிர்விட்ட நம்ம நட்பு என்கிற செடிக்குத் தண்ணி வார்த்து உரம் போட்டு வளர்க்க வேண்டாமா?”

“சரி... அதுக்கு இப்ப என்ன பண்ணனும்?”

“உங்க வீட்டுக்கு நான் வரணும். என்னோட வீட்டுக்கு நீங்க வரணும். இதோ என்னோட விசிட்டிங் கார்டு. உங்க விசிட்டிங் கார்டைக் குடுங்க...!”

நித்தீஷ் அமிர்தவல்லியைப் பார்க்க, அவள் ‘கொடு’ என்பது

போல் தலையசைத்தாள். நித்தீஷ் கொடுத்த கார்டை வாங்கிக் கொண்ட இன்சொல் தன் உதட்டில் உற்பத்தியான புன்னகைக் கீற்றோடு கேட்டாள்.

"என்னோட கல்யாணத்துக்கு உங்களைக் கூப்பிட்டா வருவீங்களா?"

"ம்... வர்றேன்."

"அம்மாவையும் கூப்பிட்டுகிட்டு கண்டிப்பாய் வரணும். நான் என் கல்யாண அழைப்பிதழோடு வீட்டுக்கு வர்றேன்."

நித்தீஷ் அவளுடைய பேச்சில் சுவாரஸ்யம் காட்டாமல் கன்வேயர் பெல்ட்டில் வலம் வந்த தன்னுடைய லக்கேஜ்களைப் பொறுக்கிக் கொண்டான்.

"நாங்க கிளம்பறோம்."

"ஏதோ டென்ஷன்ல இருக்கீங்க. சரி. நீங்க புறப்படுங்க. நான் என்னோட வுட் பி திவாகர்க்காக வெயிட் பண்றேன். வேளச்சேரிப் பக்கம் ட்ராஃபிக் ஜாம்ன்னு போன் பண்ணினார். எப்படியும் பத்து, பதினைஞ்சு நிமிஷத்துக்குள்ளே வந்துடுவார்."

நித்தீஷ் கையசைத்துவிட்டு விட்டால் போதும் என்ற உணர்வோடு வீல்சேரைத் தள்ளிக் கொண்டு வேகமாய் 'எக்ஸிட்' கேட்டை நோக்கிப் போனான். நித்தீஷ் பார்வையிலிருந்து மறையும் வரை பார்த்துக் கொண்டிருந்த இன்சொல் பிறகு ரோலர் சூட்கேஸைத் தள்ளிக் கொண்டு விமான நிலையத்தின் ஒதுக்குப்புறமாய் இருந்த 'மீட் அண்ட் ஈட்' கஃபேடேரியாவை நோக்கிப் போனாள். விமானத்தில் எதுவும் சாப்பிடாததால் இப்போது பசி என்ற பெயரில் வயிற்றுக்குள் ஒரு கலவரம் தலை தூக்கியிருந்தது. நடக்க நடக்க செல்போன் அடித்தது. எடுத்துப் பார்த்தாள். டிஸ்ப்ளேயில் திவாகரின் பெயர். காதுக்கு ஒற்றினாள்.

"என்ன திவா...?"

"இன்னமும் ட்ராபிக் ஜாம்ல தான் இருக்கேன்."

"ராத்திரிக்குள்ளே வந்துடுவியா?"

"நான் என்ன பண்ணட்டும் இன்?"

"இதோ பார் திவா... நான் இப்போ ஏர்போர்ட்ல இருக்கிற கஃபேடேரியாவுக்குப் போய் என்னோட வயித்துக்கு எதையாவது காட்டப் போறேன். உனக்கு அரைமணி நேரம் டயம். அதுக்குள்ளே நீ ஏர்போர்ட்டுக்கு வந்து என்னை 'பிக்அப்' பண்ணிக்கணும். இல்லேன்னா நான் ஒரு டாக்ஸி பிடிச்சு வீட்டுக்குப் போயிடுவேன்!"

“வேண்டாம். வெயிட் பண்ணு.”

“நோ.! நான் சாப்பிட்டு முடிக்கிற வரைக்கும் தான் உனக்கு டயம். அதுக்கு முன்னாடி நீ என் முன்னாடி நிக்கணும்.”

“எப்படி இன்?”

“பறந்து வா...!”

செல்போனை கோபமாய் அணைத்துவிட்டு மெதுவாய் நடைபோட்டு கஃபேடேரியாவுக்குள் நுழைந்தாள். அங்கே கூட்டம் இல்லாமல் இருந்தது.

ஒரு டேபிளில் உட்கார்ந்தாள். வந்து நின்ற வெயிட்டரிடம் ஆர்டர் கொடுத்த, பத்தாவது நிமிடம் பர்கரும், பதினைந்தாவது நிமிடம் சிக்கன் சீஸ் ரோலும் மேஜையில் வந்து உட்கார்ந்தன. இரண்டையும் ஹதம் செய்து வயிற்றுக்கு அனுப்பிவிட்டு டிஷ்யூ பேப்பரால் உதடுகளைத் துடைத்த விநாடி

அவளுடைய முதுகில் ஒரு கை விழுந்தது.

திரும்பிப் பார்த்தாள்.

காக்கி யூனிஃபார்மில் இறுகிய முகத்தோடு ஒரு பெண் போலீஸும் அவளுக்குப் பக்கத்தில் ஏர்போர்ட் கஸ்டம்ஸ் ஆபீஸர்ஸ் இரண்டு பேரும் பார்வைக்குக் கிடைத்தார்கள். திகைத்த இன்சொல் குழப்பமாய் எழுந்து நின்றபடி “எஸ்” என்றாள்.

கஸ்டம்ஸ் அதிகாரிகளில் ஒருவர் அவளை நெருக்கமாய் சமீபித்து நின்றபடி நிதானமான குரலில் ஏற்ற இறக்கத்தோடு கேட்டார். “உன்னோட பார்ட்னர் நித்தீஷ் இப்போ எங்கே...?”

4

இன்சொல்லின் இரு விழிகளிலும் வியப்பும் அதிர்ச்சியும் பார்ட்னர்ஷிப் போட்டுக் கொண்டு ஸ்லோமோஷனில் பரவியது. ஒரு பதட்டமான பார்வையோடு தன்னைச் சுற்றிலும் நின்றிருந்த அந்த பெண் போலீஸ் அதிகாரியையும், ஏர்போர்ட்டைச் சேர்ந்த இரண்டு கஸ்டம்ஸ் அதிகாரிகளையும் ஏறிட்டான்.

“என்ன சொன்னீங்க. நித்தீஷ் என்னோட பார்ட்னரா?”

“எஸ்” என்றாள் அந்தப் பெண் போலீஸ் அதிகாரி. இடது மார்பில் குத்தியிருந்த நேம் பேட்ச் அவளை மஞ்சுளா நாயர் என்று இனம் காட்ட அவளுடைய உடம்பின் நீள அகல விஸ்தீரணங்கள் சற்றே மிரள வைத்தது. வயிற்றுக்குள் ஒரு பயக்கீறல் விழுந்தாலும் அதைச் சிறிதும் வெளிக்காட்டிக் கொள்ளாமல் இன்சொல் தன்னுடைய குரலை உயர்த்தினாள்.

“லுக் மேடம்... ஹி ஈஸ் நாட் மை பார்ட்னர் இன் எனிதிங். ஃப்ளைட்டில் என்னோடு ட்ராவல் பண்ணின ஒரு கோ பாஸஞ்சர். தட்ஸ் ஆல். இன்னும் சொல்லப் போனா இன்னிக்குத்தான் நான் அவரை முதல் தடவையா பார்க்கறேன்...!”

பெண் போலீஸ் அதிகாரி மஞ்சுளா நாயரின் பெரிய சைஸ் உதடுகளில் ஒரு கேலியான புன்னகை அரும்பி அது மெல்ல பயணப்பட்டு இதழ்க் கோடிக்குப் போய் ஒரு சிரிப்பாய் மாறியது.

“நம்ப முடியலையே!”

“எதை...”

“இன்னிக்குத்தான் நீ நித்தீஷை முதல் தடவையாய் பார்க்கிறேன்னு சொன்னதை!”

கண்களில் கனலைக் காட்டினாள் இன்சொல்.

“நீங்க நம்பினா என்ன நம்பாட்டி என்ன? ஐ டோண்ட் பாதர் அபௌட் இட். பை த பை... நித்தீஷ் என்ன தப்பு பண்ணினார்? எதுக்காக இந்த ஹாராஸ்மெண்ட் என்கொய்ரி?”

‘குருதேவ்’ என்கிற நேம் பேட்ச்சோடு ஒரு அடி முன்னால் வந்த அந்த கஸ்டம்ஸ் அதிகாரி தன் பெரிய மீசைக்குக் கீழே பேசினார்.

“ஒருவேளை இப்படி எங்ககிட்ட மாட்டிகிட்டா இது மாதிரியெல்லாம் பேசித் தப்பிக்கலாம்ன்னு என்னிக்கோ நீ பார்த்த ஒத்திகையெல்லாம் இனிமேல் எடுபடாது. இந்த பாசாங்கு

நடிப்பெல்லாம் போதும். நீயும் அந்த நித்தீஷம் ஏர்போர்ட்டில் எவ்வளவு அன்னியோன்யமாய் இருந்தீங்கங்கிறதை நாங்க பார்த்துட்டுதான் இருந்தோம். எங்களுக்கு உளவுத் துறையிலிருந்து அரைமணி நேரத்துக்கு முன்னாடி தான் தகவல் வந்தது. சரியான நேரத்துக்கு வந்திருந்தா உங்க ரெண்டு பேரையும் பிடிச்சிருப்போம். தகவல் வர லேட்டானதால அவன் தப்பிச்சுட்டுப் போயிட்டான்."

"ஸார்! அந்த நித்தீஷுக்கும் எனக்கும் எந்தத் தொடர்பும் கிடையாது. அவன் யாரு எப்படிப்பட்டவன்னும் தெரியாது. ஒரு கோ பாஸஞ்சர்! அவ்வளவு தான்."

மஞ்சுளா நாயர் இப்போது குறுக்கிட்டாள். "நீயும் அந்த நித்தீஷும் ஃப்ளைட்லேயும் சரி, இந்த ஏர்போர்ட்லேயும் சரி ஒரு க்ளோஸ் ரிலேஷன்ஷிப்பில் இருந்திருக்கீங்க. ஒரு ஆண் சக பயணிகிட்டே அதுவும் முன்னே பின்னே தெரியாத ஒரு ஆண்கிட்டே நீ இப்படித்தான் பேசிப் பழகுவியா?"

"நான் அப்படிப் பேசிப் பழகினதுக்குக் காரணம் இருக்கு."

"என்ன காரணம்?"

இன்சொல் தன்னிடம் இருந்த செல்போனை உயிர்ப்பித்து போட்டோ ஆப்ஷனுக்குப் போய் ஒரு போட்டோவை 'க்ளிக்' செய்து மஞ்சுளா நாயரிடம் காட்டினாள். போட்டோவில் ஒரு இளைஞன் கேமராவைப் பார்த்தபடி அழகாய் சிரித்திருந்தான்.

"யார் இது?"

"என்னோட அண்ணன். பேரு மதியொளி."

"சரி! இந்த போட்டோவுக்கும் நாங்க இப்போ பண்ணிட்டிருக்கிற என்கொய்ரிக்கும் என்ன சம்பந்தம்?"

"போட்டோவை நல்லாப் பாருங்க மேடம். ஏதாவது 'ரிசம்பலன்ஸ்' தெரியுதா?"

"ஒண்ணும் தெரியலையே!" என்று சொன்ன மஞ்சுளா நாயர், செல்போனை பக்கத்தில் இருந்த கஸ்டம்ஸ் அதிகாரியிடம் நீட்டினாள்.

"நீங்க பாருங்க மிஸ்டர் குருதேவ் ஸார்..."

அவர் பார்த்துவிட்டு உதட்டைப் பிதுக்கித் தன்னுடைய தோள் பட்டைகளை சின்னதாய் ஜெர்க் செய்தார் "நோ ஐடியா...!"

"மிஸ்டர் நூருல்லா...! நீங்க பாருங்க..."

செல்போன் இன்னொரு அதிகாரியான நூருல்லாவின் கைக்குப்

போயிற்று. செல்போனை நூருல்லா உயர்த்திப் பிடித்துப் பார்த்துவிட்டு மஞ்சுளா நாயரிடம் திரும்பினார்.

"மேடம்..."

"சொல்லுங்க!"

"ஐ காட் இட்! இந்த போட்டோவில் இருக்கிற நபர்கிட்டே நித்தீஷோட சாயல் தெரியுது..."

"ஈஸிட்?" என்று விழிகளை விரித்த மஞ்சுளா நாயர் போட்டோவை மறுபடியும் பார்த்துவிட்டு தலையை அசைத்தாள்.

"யூ... ஆர்... கரெக்ட் மிஸ்டர் நூருல்லா. எனக்கும் இப்பத்தான் பிடிபடுது."

குருதேவ் இன்சொல்லிடம் திரும்பினான். "உன்னோட அண்ணன் மதியொளி அந்த கல்ப்ரிட் நித்தீஷ் சாயலில் இருக்கான். ஓகே! இப்ப நீ என்ன சொல்லவர்றே...?"

இன்சொல்லின் விழிகளில் நீர் மின்னியது. தொண்டையில் அழுகை அடைத்துக் கொண்டு குரலில் பிசிறு தட்டியது.

"என்னோட அண்ணன் இப்போ உயிரோடு இல்ல. ரெண்டு வருஷத்துக்கு முந்தி ஈ.சி.ஆர். ரோட்டில் நடந்த ஒரு கார் விபத்தில் இறந்துட்டார். என்மேல அண்ணன் ரொம்பவும் பிரியமாய் இருப்பார். இன்னிக்குக் காலையில சிங்கப்பூர் ஏர்போர்ட்டில் என் அண்ணனோட சாயலில் இருந்த நித்தீஷைப் பார்த்ததும் என்னோட மனசுக்குள்ளே ஒரு இனம் புரியாத சந்தோஷம். நித்தீஷ்கிட்டே நானே வலியப் போய் பேசி ப்ரெண்ட்ஷிப்பை வளர்த்துக்கிட்டேன். மொதல்ல அவர் ஒதுங்கினார். நான் விடல... ஃப்ளைட்ல அவர் பக்கத்திலேயே போய் உட்கார்ந்துகிட்டேன். ஆனா ஃப்ளைட் ஜர்னியின்போது அவரோட மூடு சரியில்லை. நான் பேச்சுக் கொடுத்தாலும் மௌனமாய் இருந்தார். பிரேக்ஃபாஸ்ட்கூட அவர் சாப்பிடலை. அவரோட அம்மாகூட சாப்பிடலை."

மஞ்சுளா நாயர் புன்னகைத்தாள்.

"உனக்கொரு விஷயம் தெரியுமா இன்சொல்?"

"என்ன...?"

"அந்த அமிர்தவல்லி நித்தீஷின் உண்மையான அம்மா கிடையாது."

"எ... எ... என்ன... மேடம் சொல்றீங்க?"

"இதோ பார்...! முகத்துல போலித்தனமான ஆச்சர்யம் காட்டறது.

ஒரு எல்.கே.ஜி. குழந்தை மாதிரி முகத்தை வெச்சிக்கிட்டு ஏக்கமாய் பார்க்கிறது. இதெல்லாம் ரொம்ப நேரத்துக்கு உனக்கு உதவி செய்யாது. உண்மையைப் பேச ஆரம்பிச்சுடு, கட்டியிருக்கிற சேலை கசங்காமே நீ வீட்டுக்குப் போகலாம்.''

இன்சொல் கலவரமாகி கையெடுத்து மஞ்சுளா நாயரைக் கும்பிட்டாள். ''எனக்கு உண்மை தெரியணும். அந்த நித்தீஷ் யார்ன்னு தெரியணும்''

''இறந்துபோன என் அண்ணனோட சாயலில் அவன் இருந்தான் என்கிற ஒரேயொரு காரணத்துக்காகத்தான் பேசிப் பழகினேன்.''

''குருதேவ்...''

''மேடம்!''

''இந்தப் பொண்ணு வழிக்கு வரமாட்டா. ஏர்போர்ட்ல இருக்கிற என்கொய்ரி செல்லுக்குக் கொண்டு போயிடுவோம். அங்கே போனாத்தான் உண்மை வெளியே வரும்.''

அவசர அவசரமாய் குறுக்கிட்டாள் இன்சொல்.

''ஒரு நிமிஷம் மேடம்!''

''என்ன?''

''அந்த நித்தீஷ் எனக்கு அவனோட விசிட்டிங் கார்டைக் குடுத்திருக்கான். அதுல அவனோட வீட்டு அட்ரஸும் போன் நெம்பரும் இருக்கு. அந்த போன் நெம்பரைக் காண்டாக்ட் பண்ணிப் பேசினா எனக்கும் அவனுக்கும் எந்த ஒரு சம்பந்தமும் இல்லை என்கிற உண்மை உங்களுக்குத் தெரியவரும்.'' மஞ்சுளா நாயர் சிரித்தாள். ''அந்தக் கட்டத்தையெல்லாம் நாங்க தாண்டிட்டு வந்துட்டோம். ஏர்போர்ட் கஸ்டம்ஸ் ஆஃபீஸர் மிஸ்டர் செங்குட்டுவனும் இந்த விஷயத்துல ஏமாந்து போயிருக்கார். அவரோட ப்ரதர் ஜெயக்குமாரின் காலேஜ் மேட் இந்த நித்தீஷ், கோயமுத்தூர்ல இருக்கிற ஒரு பிரபலமான கல்லூரியில் ஜெயக்குமாரும் நித்தீஷம் ஒண்ணா படிச்சிட்டிருந்தபோது செங்குட்டுவன் ஒரு தடவை நித்தீஷை மீட் பண்ணியிருக்கார். அதை ஞாபகப்படுத்தி செங்குட்டுவன் பேசியது நித்திஷுக்கு ஒரு ப்ளஸ் பாயிண்டாய் அமைந்து விட்டது. கஸ்டம்ஸின் கெடுபிடிகள் அவனைத் தொட்டுக் கூடப் பார்க்காததால் சுலபமாய் ஏர்போர்ட்டை விட்டு நித்தீஷம் அவனுக்கு அம்மாவாய் நடித்த அமிர்தவல்லியும் வெளியேறி விட்டார்கள்.

செங்குட்டுவன் இப்போது இடிந்து போய் உட்கார்ந்திருக்கார்.

நித்தீஷ் அவருக்குக் கொடுத்த விசிட்டிங் கார்டில் இருந்த அட்ரஸும் பொய். செல்போன் எண்ணும் பொய். 'ஸ்கைடச் ப்ரமோட் பில்டர்ஸ்' என்கிற கம்பெனி இந்தியாவின் எந்த ஒரு ஊரிலும் இல்லை.!"

இன்சொல்லின் முகம் இப்போது பீதியில் உறைந்து வெளிறிப் போயிருந்தது. அவஸ்தையாய் எச்சல் விழுங்கினாள்.

"மே... மேடம்...!"

"என்ன?"

"அந்த நித்தீஷ்கிட்ட என்ன தப்பு...?"

"உனக்குத் தெரியாது...?"

"சத்தியமாய் தெரியாது மேடம். என்னோட அப்பா ஒரு தமிழ் ஆசிரியர். அம்மா சென்னை கலெக்டரேட்டில் சத்துணவு துறையில் வேலை பார்க்கிறாங்க. நான் இதுவரைக்கும் விளையாட்டுக்குக்கூட பொய் சொன்னதில்லை. என்னை நம்புங்க மேடம்."

"என்ன நூருல்லா... இவளை நம்பறதா வேண்டாமா?"

"ஷி மே பி இன்னஸன்ட்...! பட் இந்த இன்சொல் அந்த நித்தீஷ்கூட ஒரு ஆறு மணி நேரம் நெருங்கிப் பழகியிருக்கா. ஸோ கடந்த ஆறு மணி நேரத்தில் நித்தீஷ், அமிர்தவல்லி இந்த ரெண்டு பேரோட நடவடிக்கைகளும் எப்படி இருந்ததுன்னு இன்சொல்லால் மட்டுமே சொல்ல முடியும்."

மஞ்சுளா நாயர் இன்சொல்லின் மிருதுவான தோள்பட்டை மீது தன் சதைப்பிடிப்பான கையை வைத்தாள். அழுத்தினாள்.

"இதோ. பார். உனக்கு நித்தீஷை தெரியாதுன்னு சொல்லிட்டே. இப்போதைக்கு உன்னோட வார்த்தையை நம்பறோம். இந்த நம்பிக்கையோட சதவீதம் அதிகமாகணும்ன்னா நீ எங்களுக்கு உன்னோட முழு ஒத்துழைப்பையும் தரணும்."

"தர்றேன் மேடம்..."

"வா... என்கொய்ரி செல்லுக்குப் போலாம்."

"அங்கே எதுக்கு மேடம்...?"

"இது மாதிரியான கஃபேடேரியாவில் உட்கார்ந்து பேசக்கூடிய விஷயம் இல்லை இது..."

"மே...ட....ம்..."

"என்ன இழுக்குறே?"

“என்னை ரிஸிவ் பண்றதுக்காக திவாகர்னு ஒருத்தர் இன்னும் கொஞ்ச நேரத்துல ஏர்போர்ட்டுக்கு வருவார்.”

“யார் அந்த திவாகர்?”

“என்னோட வுட்பி, இன்னும் மூணு மாசத்துல எங்களுக்குக் கல்யாணம். வேளச்சேரிப் பக்கம் ட்ராஃபிக்கில் மாட்டிக்கிட்டதாய் கொஞ்ச நேரத்துக்கு முன்னாடி போன் பண்ணினார்... மேடம்.”

“எங்க உன்னோட செல்போனைக் குடு... பார்க்கலாம்.”

இன்சொல் தன் வானிடி பேகிலிருந்து செல்போனை எடுத்துக் கொடுத்தாள். அதை வாங்கிய மஞ்சுளா நாயர் அதிலிருந்த காண்டாக்ட் லிஸ்ட்டை துருவிப் பார்த்துக்கிட்டு மெஸேஜின் இன்பாக்ஸுக்குள் நுழைந்தாள். ஒவ்வொரு மெஸேஜையும் ‘க்ளிக்’ செய்து பார்த்துக் கொண்டிருந்தவளின் முகம் சட்டென்று திகைத்தது. புருவங்கள் மேலேறியது. இன்சொல்லை நோக்கிப் பார்வை திரும்பியது.

“இதெல்லாம் என்ன?”

“எது மேடம்...?”

மஞ்சுளா நாயர் படித்தாள்.

“மனைவி இறந்ததற்காக கணவன் கட்டிய வெள்ளைப் புடவை!”

குருதேவ் பதட்டத்தோடு குறுக்கிட்டார். “இது ஏதோ ஒரு ‘கோட் வேர்ட்’ மாதிரி இருக்கு மேடம்...”

“இன்னொன்னும் இருக்கு.”

“படிங்க மேடம்.”

“அருகம்புற்களைக் காட்டிலும் நாய்க்குடைகள் அழகானவை.”

மஞ்சுளா நாயர் தொடர்ந்தாள்.

“அப்புறம் மூணாவதாய் ஒண்ணு...”

“என்ன மேடம்?”

“எனக்குப் பிடித்த நிறம் வானவில்லில் இல்லை...”

இப்போது நூருல்லா பரபரத்தார்.

“நோ... டவுட் மேடம்...! இது எல்லாமே சங்கேத வார்த்தைகள்தான். இந்தப் பெண் இன்சொல் நீங்களோ நானோ நினைக்கிற மாதிரி இன்னஸண்ட் கிடையாது... இவளை ‘ரெட் அலர்ட்’ செல்லுக்குக் கொண்டு போயிட்டா நீட்டாய் ஒரு ஸ்டேட்மெண்ட் வாங்கிடலாம்.

போன மாசம் ஏழாம் தேதி கோலாலம்பூர் ஏர்போர்ட்டிலிருந்து கனடா புறப்பட்டுப் போன மலேசிய விமானம் காணாமல் போனதுக்கு என்ன காரணம் என்கிற விவரமும் வெளியே வந்துடும்.''

நூருல்லா சொன்னதைக் கேட்டு இன்சொல்லின் ஐம்புலன்களும் ஸ்தம்பித்தன.

'என்ன சொல்கிறார்கள் இவர்கள்?'

'காணாமல் போன மலேசிய விமான விவகாரம் இங்கே எப்படி வந்தது...? இது சாதாரண பிரச்னை இல்லை போலிருக்கிறதே!'

அடி வயிறு கலங்கிப் போன இன்சொல் எகிறுகிற இதயத்துடிப்போடு சுவாசிக்கத் திணறிக் கொண்டிருக்கும்போதே மஞ்சுளா நாயரின் கையில் இருந்த இன்சொல்லின் செல்போன் ரிங்டோனை வெளியிட்டது. டிஸ்ப்ளேயில் நெம்பர் ஸ்கோர்ல் ஆனது.

மஞ்சுளா நாயர் இன்சொல்லிடம் நெம்பரைக் காட்டிக் கேட்டாள்.

"இது யாரோட நெம்பர்?"

இன்சொல் வியர்த்துப் போன முகத்தோடு டிஸ்ப்ளேயில் இருந்த எண்ணைப் பார்த்துவிட்டு தலையை ஆட்டினாள்.

"தெ... தெ... தெரியலை... மேடம்."

தன் இடது காதுக்கு செல்போனை ஏற்றிய மஞ்சுளா நாயர் 'ஹலோ'' சொல்லாமல் மௌனம் காத்தாள். பத்து விநாடி நிசப்தத்துக்குப் பிறகு மறுமுனையிலிருந்து குரல் கேட்டது.

"என்ன இன்சொல்... பேசமாட்டியா?... நான் நித்தீஷ்!"

5

நித்தீஷின் குரல் மறுபடியும் செல்போனில் கேட்டது.

"என்ன இன்சொல்... நீ இன்னமும் ஏர்போர்ட்ல தான் இருக்கியா. இல்லை... நம்ம பழைய இடத்துக்குப் போயிட்டியா...?"

மஞ்சுளா நாயர் தன் குரலை வெளிப்படுத்தாமல் "ம்" என்றார். மறுமுனையில் நித்தீஷ் சிரித்தான்.

"எனக்குப் புரியுது... பக்கத்துல ஏதோ கரடி இருக்குன்னு தெரியுது. நான் அப்புறமா பேசறேன்..."

செல்போனின் இணைப்பு அறுந்து போக, மஞ்சுளா நாயர் இன்சொல்லை ஒரு அனல் பார்வை பார்த்தாள்.

"நித்தீஷ் இப்போ பேசறதைப் பார்த்தா அவன் உனக்கு கோ பாஸஞ்சர் மாதிரி தெரியலையே...? ரொம்ப நாள் ஒட்டு உறவாடிப் பழகியவன் மாதிரி பேசறான். பழைய இடத்துக்குப் போயிட்டியான்னு கேட்கிறான். பழைய இடம்ன்னா எது?"

இன்சொல்லின் முகம் இப்போது பயத்தில் ரத்தமின்றி வெளிறிப் போயிருந்தது.

"மேடம்! அந்த நித்தீஷ் சரியில்லை... அவன் தப்பிக்கிறதுக்காக இந்த விஷயத்தில் என்னை மாட்டிவிடப் பார்க்கிறான். அவனோட பேச்சை நம்பாதீங்க..."

"யார் பேச்சை நம்பணும். யார் பேச்சை நம்பக் கூடாதுன்னு எங்களுக்குத் தெரியும். மறுபடியும் நீ அவனுக்கு போன் பண்ணு. ஸ்பீக்கரை ஆன் பண்ணிட்டுப் பேசு. அவன் என்ன சொல்ல வர்றான்னு பார்க்கலாம்."

இன்சொல்லின் இரு விழிகளிலும் கண்ணீர் குளம்போல் தேங்கி மின்னியது. "மேடம்... அயாம் இன்னஸண்ட் அண்ட் ஹார்ம்லஸ்... நான் ஒரு நல்ல குடும்பத்தைச் சேர்ந்த பெண். இன்னும் மூணு மாசத்துல கல்யாணத்தைப் பண்ணிட்டு ஒருத்தர்க்கு மனைவியாய் வாழப் போற பெண். காணாமல் போன மலேசிய விமானத்துக்கும் எனக்கும் என்ன சம்பந்தம் இருக்க முடியும்ன்னு நினைக்கறிங்க?"

மஞ்சுளா நாயர் தன் இடது கையை உயர்த்தினாள். "பேசாதே...! நான் என்ன சொன்னேனோ... அதைச் செய். நித்தீஷ் இப்ப பேசின செல்போன் எண்ணை காண்டாக்ட் பண்ணு."

இன்சொல் செல்போனை எடுத்து 'ரிஸிவ்ட் கால்ஸ்' ஆப்ஷனுக்குப் போய் கடைசியாய் வந்த எண் எது என்று

பார்த்தாள். லேசாய் முகம் மாறி நிமிர்ந்தாள். மஞ்சுளா நாயர் கேட்டாள். "என்னாச்சு."

"மே... மேடம்! நித்தீஷ் பேசின எண் என்னோட இன்கம்மிங் கால் லிஸ்டில் இல்லை."

"என்னது...! நம்பர் இல்லையா... நான் பார்த்தேனே. முதல் நம்பர் 'எய்ட்'ல ஆரம்பமாகியிருந்தது."

"அப்படியொரு நம்பரே இல்லை மேடம்.! என்னோட செல்போனுக்குக் கடைசியாய் வந்த நம்பர் என்னைக் கல்யாணம் பண்ணிக்கப் போகிற திவாகரோடது! பதினஞ்சு நிமிஷத்துக்கு முன்னாடி அவர் பேசியிருக்கார். அதுக்கப்புறம் அவர் எனக்குப் போன் பண்ணலை..."

பக்கத்தில் நின்றிருந்த கஸ்டம்ஸ் அதிகாரி நூருல்லா, மஞ்சுளா நாயரிடம் திரும்பினார்.

"மேடம்... இது மாதிரியான 'தில்லுமுல்லு' நபர்கள் யூஸ் பண்ற செல்போன்களில் சில ரகசிய செல்போன் எண்கள் இரண்டு விநாடிக்கு மட்டுமே நம்ம பார்வைக்குக் கிடைக்கும். அப்புறம் அது தானாகவே டெலீட் ஆயிடும். இப்படி ஒரு ஆப்ஷனும் வசதியும் இன்சொல்லோட செல்போனில் இருக்கிறதனாலத்தான் அந்த நித்தீஷ் தைரியமாய் போன் பண்ணியிருக்கான். பக்கத்துல யாரோ இருக்காங்கன்னு தெரிஞ்சதுமே போனை கட் பண்ணிட்டான்."

"என்ன இவர் சொல்றது உண்மையா?"

இன்சொல் நொறுங்கிப் போனாள். கழுத்தில் மாட்டிக் கொண்ட ஒரு சுருக்குக் கயிறு ஒவ்வொரு விநாடியும் இறுகிக் கொண்டே வருவது போன்ற உணர்வு. லேசாய் தலை சுழல கண்களுக்குள் இருட்டு பாய்ந்தது.

இரண்டாய் மடங்கி மண்டியிட்டவள், அறுந்த தோரணமாய் ஒரு பக்கமாய்ச் சரிந்தாள்.

சென்னையின் புறநகர்ப்பகுதி. பெருங்குடி போகும் சாலையில் சவுக்கு மரங்களும் நடுவில் அந்த வெண்ணிற பங்களா விஸ்தாரமாய் பரவியிருந்தது. உள்ளே ஹால் சோபாவுக்கு சாய்ந்து உட்கார்ந்திருந்த அந்த முப்பது வயது சைதன்யா அந்த அகன்ற டி.வி. திரையில் கவனமாய் இருந்தாள்.

நியூஸ் ரீடர் பெண் லிப்ஸ்டிக் பூச்சு அழியாமல் செய்தி வாசித்துக் கொண்டிருந்தாள்.

"சென்ற மாதம் ஏழாம் தேதி கோலாலம்பூர் விமான நிலையத்திலிருந்து கனடா புறப்பட்டுச் சென்ற மலேசிய விமானம்

மாயமானதைத் தொடர்ந்து அதைக் கண்டு பிடிக்கும் முயற்சியில் ஆஸ்திரேலியாவில் உள்ள ஜே.ஏ.சி.சி. என்னும் ஒருங்கிணைப்பு மையம் ஈடுபட்டது. மாயமான விமானம் இந்தியப் பெருங்கடலின் தென்பகுதியில் விழுந்து நொறுங்கி இருக்கக்கூடும் என்ற ரேடார் தகவலின் பேரில் விமானத்தின் கறுப்புப் பெட்டியில் இருந்து வருகிற 'பிங்' சமிக்ஞையைக் கேட்டு ,அது இருக்கும் இடத்தைத் தேடிக் கண்டுபிடிக்கும் 'டோவ்ட் பிங்கர் லொக்கேட்டர்' என்னும் கருவிகளை, 'ஓஸன் வீல்டு' எனப்படும் ஆஸ்திரேலியக் கப்பலும், 'எச்.எம்.எஸ். எக்கோ' என்னும் இங்கிலாந்தின் நீர்நிலைப் பரப்பு ஆய்வுக் கப்பலும் எடுத்துச் சென்று தேடின. ஆனால் அந்தத் தேடலுக்கு எந்த ஒரு பயனும் கிடைக்கவில்லையென்று..."

சைதன்யாவின் செல்போன் சிணுங்க, டி.வி.யை ஊமையாக்கினாள்.

"சொல்லு நித்தீஷ்.!"

"நானும் மேடம் அமிர்தவல்லியும் வந்துட்டிருக்கோம்."

"ஒண்ணும் பிரச்னையில்லையே?"

"பிரச்னையிலிருந்து விலகி ரொம்ப தூரத்துக்கு வந்துட்டோம். ஏர்போர்ட்டுக்கு நீ அனுப்பியிருந்த காரும் சரி, டிரைவரும் சரி... சூப்பர்... சரியான வேகம்."

"காரோட ரிஜிஸ்ட்ரேஷன் நம்பரை மாத்தியாச்சா?"

"ஏர்போர்ட்டை விட்டு வெளியே வந்த ரெண்டாவது நிமிஷமே மாத்திட்டோம். இன்னும் ஒரு அஞ்சு நிமிஷத்துல உன் முன்னாடி இருப்போம். எல்லாத்தையும் வந்து விளக்கமாய் சொல்றேன். ஆமா, வீட்ல நீ என்ன பண்ணிட்டிருக்கே? '

"டி.வி.யில் நியூஸ் பார்த்துட்டிருக்கேன்."

"விமானத்தைப் பத்தின ஏதாவது செய்தி உண்டா?"

"விமானத்தைத் தேடற வேலையில் ஆஸ்திரேலியா இறங்கியிருக்கு. ஆஸ்திரேலியாவின் பெர்த் நகருக்கு வடமேற்கில் விமானத்தின் சிதைவுகளைத் தேடும் வேட்டையில் அதிநவீன நீர் மூழ்கி ரோபோ புளூபின்-21 ஈடுபட்டிருக்கு."

"வேண்டாத வேலை."

நித்தீஷ் சிரித்தான்.

"இருக்கும் இடத்தை விட்டு இல்லாத இடம் தேடி எங்கெங்கோ அலைகின்றார் ஞானத்தங்கமேன்னு பாடத் தோணுது."

"இப்ப நீ சிரிக்கிறே. சென்னை ஏர்போர்ட்ல நீயும் அமிர்தவல்லியும் மாட்டியிருந்தா சந்தி சிரிக்கிறது மட்டுமில்லை.

இந்த இந்தியாவே சிரிச்சிருக்கும்.''

பேசிக் கொண்டிருக்கும்போதே, "வீட்டுக்கு வந்துட்டோம்'' என்றான் நித்தீஷ்.

போர்டிகோவில் கார் வந்து நிற்கும் சத்தம் கேட்டது.

நீலவண்ண ஸ்விப்ட் காரினின்றும் நித்தீஷும், அமிர்தவல்லியும் இறங்கிக் கொண்டிருந்தார்கள். போய் எதிர்கொண்டாள் ஆர்வமாய்.

"குட் மார்னிங் மேடம்'' என்று சொன்ன சைதன்யாவை ஒரு கோபப் பார்வையோடு ஏறிட்டாள் அமிர்தவல்லி.

"வெரி வெரி... 'பேட்மார்னிங்'ன்னு சொல்லு. என்னோட வாழ்நாளிலேயே இவ்வளவு மோசமான 'மார்னிங்'கை நான் பார்த்தது இல்லை. ஃப்ளைட்ல பறக்கும் போதும் சரி, சென்னை ஏர்போர்ட்ல லேண்ட் ஆகும் போதும் சரி, என்னோட உயிர் என்கிட்டே இல்லை. ஒரே டென்ஷன்! பிளட் பிரஷர் இப்போ எனக்கு 'எவரெஸ்ட் பீக்'ல இருக்கு.''

"ஸாரி மேடம்...''

"நீ பாட்டுக்கு இங்கே உட்கார்ந்துகிட்டு 'சின்னப் பெண் எட்டிப் பார்த்து விட்டாள். சென்னை ஏர் போர்ட்டில் முட்டை உடையலாம் ஜாக்கிரதை'ன்னு மெஸேஜ்களை பாஸ் பண்ணிடறே! நாங்க ரெண்டு பேரும் அங்கே ஒவ்வொரு நிமிஷத்தையும் மூச்சப் பிடிச்சுக்கிட்டு தள்ள வேண்டியிருந்தது. அது உனக்குத் தெரியுமா?'' அமிர்தவல்லி பொரிந்து தள்ளிக் கொண்டே வீட்டுக்குள் நுழைந்தாள். ஹாலில் இருந்த சோபாவுக்குப் போய் சாய்ந்தாள். சைதன்யா அவளுக்குப் பக்கத்தில் போய் உட்கார்ந்தாள்.

"நான் என்ன பண்ணட்டும் மேடம்.? நம்ம மூணு பேருக்கும் மேலே பாஸ் ஒருத்தர் இருக்கார். அவர் எனக்கு என்ன மெஸேஜை தர்றாரோ அதைத்தான் நானும் உங்களுக்கு ஃபார்வேட் பண்ண வேண்டியிருக்கு. பாஸ் சொன்ன மாதிரி சென்னை ஏர்போர்ட்ல முட்டை உடைஞ்சுதா இல்லையா. நல்ல வேளையாய் நித்தீஷ் ப்ரெண்டோட அண்ணன் செங்குட்டுவன் அங்கே ஒரு கஸ்டம்ஸ் ஆபீஸரா இருக்கப் போய் பதினைஞ்சு நிமிஷத்துக்கு முன்னாடியே ஏர்போர்ட்டை விட்டு வெளியே வந்துட்டீங்க இல்லேன்னா இந்நேரம்... கஸ்டம்ஸ்ல சிக்கி பாதி உயிரை விட்டிருப்பீங்க.''

"நல்ல வேளை!'' நித்தீஷ் பெருமூச்சு விட்டான். "நாங்க வெளியே வந்துட்டோம். ஆனா அந்த அப்பாவிப் பெண் இன்சொல்தான் கஸ்டம்ஸ்கிட்டே மாட்டிக்கிட்டா மேலிட உத்தரவுப்படி, பிரச்னையை பெரிசாக்கறதுக்காக மறுபடியும் அவளுக்கு போன் பண்ணிப் பேசினதுதான் மனசை உறுத்திக்கிட்டு இருக்கு. பெண் பாவம்

பொல்லாதுன்னு சொல்லுவாங்க.''

"உனக்கு விஷயம் தெரியுமா நித்தீஷ்...?''

"சொல்லு.''

"இப்போ அந்தப் பொண்ணு இன்சொல் ஹாஸ்பிடல்ல அட்மிட்டட்.''

"அய்யோ!. என்னாச்சு...?''

"கஸ்டம்ஸ் ஆபீஸர்ஸோட என்கொயரி டார்ச்சரை அவளாலே தாங்கிக்க முடியலை. மயக்கமாயிட்டாளாம்.''

"உனக்கு எப்படி இந்த நியூஸ் கிடைச்சது?''

"நம்ம குருவிகளில் ஒண்ணுதான் ரன்னிங் கமெண்ட்ரி குடுத்துட்டே இருக்கே! இப்ப நிலவரம் என்னான்னு கேட்டுடலாமா?''

"வேண்டாம். சைதன்யா.''

"ஏன்?''

"மனசுக்குக் கஷ்டமாய் இருக்கு.''

"இதோ பார்... நித்தீஷ். இது மாதிரியான செண்டிமெண்ட்ஸ் எல்லாம் உன்னோட மனசுக்குள்ளே இருந்தா இனி வரப் போகிற நாட்கள் எல்லாமே உனக்கு ஒரு சுமையாய் இருக்கும். தான் ஒரு நிரபராதின்னு இனி நிரூபிக்க வேண்டியது அந்த இன்சொல்லோட வேலை. அவளைப் பத்தி நீ கவலைப்படாதே!''

அமிர்தவல்லி இடைமறித்தாள். "நீங்க ரெண்டு பேரும் சண்டை போடறதை நிறுத்திட்டு என்னைக் கொஞ்சம் கவனிக்கறிங்களா...? இன்னிக்குக் காலையில் இருந்து நான் கொலைப்பட்டினி. ஒருவாய் காபி கூட சாப்பிடக் கூடாதுன்னு ஸ்ட்ரிக்டா ஆர்டர் போட்டுட்டான் நித்தீஷ்.''

"கடல் கழுகைக் காப்பாத்த வேண்டாமா மேடம். அதுக்காகத்தான் எதுவும் சாப்பிடக் கூடாதுன்னு சொன்னேன். நீங்க பிரேக்ஃபாஸ்ட் சாப்பிடலைங்கிற ஒரே ஒரு காரணத்துக்காகத்தான் நானும் ஃப்ளைட்ல கொடுத்த பிரேக் ஃபாஸ்ட்டை வேண்டாம்ன்னு சொல்லிட்டேன். என்னோட தியாகத்தைப் புரிஞ்சுக்குங்க மேடம்!''

"சரி... சரி... கடல் கழுகை வெளியே எடுத்துடலாமா?''

"ம்... எடுத்துடலாம்...! பாஸ் கிட்டயிருந்து எந்த நிமிஷமும் போன் வரலாம். அவர் கேள்வி கேட்கும்போது என்கிட்டே பதில் தயாராய் இருக்கணும். வாங்க... லேபுக்குப் போலாம்.''

மூவரும் எழுந்து ஹாலைக் கடந்து உள்ளேயிருந்த ஒரு அறைக்குள் கண்ணாடிக் கதவைத் தள்ளியபடி நுழைந்தார்கள்.

மெலிதான ஃப்ளோரஸண்ட் வெளிச்சத்தில் நீளமாய் போடப்பட்டிருந்த பாலிமர் மேஜையின் மேல் கம்ப்யூட்டர்கள் நிறம் நிறமாய் தெரிந்தன. சில உயிரோடு இருந்து ஸ்காரலிங்கில் ஆங்கில வார்த்தைகளை ஒட்டிக் கொண்டிருந்தன.

சுவர் அலமாரிக்குப் போன சைதன்யா ஒரு சதுரமான கண்ணாடி ட்ரேயை எடுத்து வைத்து... அதில் ஊதா வண்ண திரவத்தைக் கொஞ்சம் கொஞ்சமாய் ஊற்றி நிரப்பி, அமிர்தவல்லியைப் பார்த்தாள்.

“மேடம்.”

“ம்...”

“என்னோட வேலை முடிஞ்சுது. இனி உங்க வேலைதான். இப்படி பக்கத்துல வர்றீங்களா...? அயோனைஸிங் செய்யப்பட்ட வயலெட் ஃப்ளுயிட்டால் ட்ரேயை நிரப்பியாச்சு.”

அமிர்தவல்லி தயக்கநடை போட்டு மெல்ல வந்து, அந்த கண்ணாடி ட்ரேக்கு முன்பாய் நின்றாள். மேஜையின் ஓரத்தில் இருந்த அந்த ஸ்கின் நிறத்தாலான க்ளவுஸை எடுத்து வலது கைக்கு மாட்டிக் கொண்டவளின் உடம்பில் ஒரு சிறிய நடுக்கம் பரவியது.

“சீக்கிரம் மேடம்!”

“இதோ!” என்றவள் கண்ணாடி ட்ரேக்கு முன்பாய் குனிந்தாள். க்ளவுஸ் அணிந்த அவளுடைய வலது கைவிரல்கள் மெதுவாய் அவளுடைய வாய்ப் பகுதிக்குள் நுழைந்தன. எதையோ பிடித்துத் திருகின.

முப்பதே விநாடிகள்!

அமிர்தவல்லியின் வாயிலிருந்து அந்த பல்செட் மெதுவாய் வெளியே வந்தது. அதைப் பத்திரமாய்க் கையில் பிடித்துக் கொண்டவள் ஊதாநிற திரவம் நிரம்பிய கண்ணாடி ட்ரேயில் போட்டாள். அது மெல்ல மூழ்கியது.

அடுத்த விநாடியின் ஆரம்பத்திலிருந்து...

பல்செட்டில் பொருத்தப்பட்டிருந்த ஒவ்வொரு பல்லும் தனித் தனியாய் கழன்று மேலே எழும்பி வந்து திரவத்தில் ஊர்ந்தன. நீந்தின.

சைதன்யா சந்தோஷத்தில் ஆர்ப்பரித்தாள்.

“வாவ்! எல்லாமே உயிரோடு இருக்கு...”

6

அந்த அயோனைஸிங் செய்யப்பட்ட ஊதா வண்ண திரவத்தில் ஸ்லோமோஷனில் நீந்திக் கொண்டிருந்த, பற்களில் ஒன்றை ஃபோர்சிப்ஸின் உதவியால் வெளியே எடுத்து பாலிவினைல் ப்ளேட்டில் வைத்தாள் சைதன்யா. ஆர்வம் மின்னும் பார்வையால் அதை நனைத்துக் கொண்டே மெல்ல குரல் கொடுத்தாள்.

“நித்தீஷ்...!”

“சொல்லு. உனக்குப் பக்கத்துலதான் மருதமலை மாதிரி நின்னுட்டிருக்கேன்.”

“மைக்ரோபீஸ் (Micro Bees) எல்லாமே உயிரோடு இருக்கு. என்னால நம்ப முடியலை. சிங்கப்பூரிலிருந்து சென்னை வர்றதுக்குள்ளே பாதியாவது செத்துடும்ன்னு நினைச்சேன்.”

“நான் அப்படி நினைக்கலை...”

“உனக்கு மட்டும் எப்படி அவ்வளவு நம்பிக்கை....?”

“நீ நினைக்கிறதுக்கு எதிர்ப்பதமாய்த்தான் எல்லாம் நடக்கும்ன்னு எனக்குத் தெரியாதா என்ன?”

“என்ன சொன்னே?”

“சும்மா ஒரு ஜோக்...! சீரியஸான ஒரு மேட்டரைப் பத்திப் பேசிட்டு இருக்கும்போது கிடைக்கிற ‘கேப்ல’ ஒரு ஜோக் சொன்னாலோ இல்லேன்னா சின்னதாய் ஒரு ‘கலாய்ப்பு’ பண்ணினாலோ நம்ம மூளையோட செல்கள் ‘ரெப்ரஷ்’ பண்ணிக்கிட்டு புது பிளேடு மாதிரி கூர்மையாயிடுமாம்.”

“நித்தீஷ்! விளையாடாதே! பாஸ் இன்னும் ஒரு மணி நேரத்துக்குள்ளே நமக்கு முன்னாடி உட்கார்ந்து பான் மென்னுகிட்டே ‘கடல் கழுகை’ப் பத்தின சம்மரி கேட்பார். அப்போ அந்த சமயத்துல நாம அவருக்கு அம்புலி மாமா கதையையோ ஒரு சர்தார்ஜி ஜோக்கையோ சொல்லிட்டிருக்க முடியாது.”

நித்தீஷ் சைதன்யாவுக்கு பதில் சொல்வதற்குள் சோபாவில் சோர்வாய் உட்கார்ந்திருந்த அமிர்தவல்லி குரல் கொடுத்தாள். குரலில் ஒரு டன் களைப்பு.

“நித்தீஷ்... ரெண்டு பேரும் சண்டை போடறதை நிறுத்திட்டு என்னைக் கொஞ்சம் கவனிங்க. இன்னிக்கு விடியற்காலை அஞ்சு மணியிலிருந்து நான் கொலைப்பட்டினி, வயிறு ராஜஸ்தான் பாலைவனம் மாதிரி காய்ஞ்சு போய் கிடக்கு. அந்த வயித்துக்கு

சாப்பாடுங்கிற பேர்ல எதையாவது காட்ட வேண்டாமா?"

"டைனிங் டேபிளுக்குப் போங்க மேடம். அங்கே ஒரு 'பப்ஃபே உங்களுக்காக வெயிட் பண்ணிட்டிருக்கு...!"

"இந்த பொக்கை வாயோட எப்படி 'பப்ஃபே' சாப்பிடறது? என்னோட ஒரிஜினல் பல்செட் எங்கே?"

"அந்த லெதர் பேக்கைப் பிரிச்சு மூணாவது அடுக்கைப் பாருங்க மேடம். உங்க முத்தான பல் வரிசை 'செராமிக் கிட்'ல பத்திரமாய் இருக்கு. எடுத்து மாட்டிக்கிட்டு என்னைப் பார்த்து ஸ்மைல் பண்ணுங்க. நீங்க சிரிச்சு ரொம்ப நாளாச்சு. அந்த சிநேகாவோட சிரிப்பை நான் மறுபடியும் பார்க்கணும்!"

சைதன்யா தன் பெரிய கண்களால் நித்தீஷை முறைத்தாள்.

"நித்தீஷ்! பி... சீரியஸ்..."

"இதோ. சீரியஸாயிட்டேன். இனிமே இருபத்தி நாலு மணிநேரம் கழிச்சுத்தான் என்னோட ஓட்டை வாயைத் திறப்பேன்!" நித்தீஷ் சொல்லிக் கொண்டே சைதன்யாவுக்கு பக்கத்தில் வந்து நின்றான்.

"மைக்ரோபீ என்ன சொல்லுது?"

"ஒண்ணை எடுத்து பாலிவினைல் ப்ளேட்ல போட்டிருக்கேன். இனிமே இதைப் பிரிச்சு மேய வேண்டிய வேலை உன்னோடது. இந்தா ப்ளாட்டினம் நீடில்..... மைக்ராஸ்கோப்பிக் ஸ்பெக்ஸ்."

நித்தீஷ் ஒரு நாற்காலியை இழுத்துப் போட்டுக் கொண்டு உட்கார்ந்தான். மைக்ராஸ்கோப்பிக் ஸ்பெக்ஸை கண்களுக்குக் கொடுத்தவன் ஒரு ஸ்கின் க்ளவுஸை எடுத்து கைவிரல்களுக்கு அணிவித்தான். ஃபோர்சிப்ஸில் அந்தப் பல்லை இறுக்கிப் பிடித்துக் கொண்ட நித்திஷ் வலது கையில் இருந்த ப்ளாட்டினம் ஊசியால் பல்லின் மேல் பாகத்தை மெல்ல நெம்பினான். அது அசைந்து கொடுக்காமல் அடம் பிடிக்கவே "சைதன்யா "என்றான்.

"சொல்லு!"

"ப்ரேக் லேசர் டார்ச் எடுத்து ஒரு பத்து வினாடி இந்த மைக்ரோபீ மேல அடி...!"

"வேண்டாம் நித்தீஷ்..."

"ஏன்?"

"லேசர் யூஸ் பண்ணினா 'மைக்ரோ பீ'க்கு உள்ளே இருக்கிற விஞ்ஞான விஷயங்கள் அழிந்துபோக வாய்ப்பு இருக்கு. பாஸ் ஏற்கெனவே இதைப்பற்றி சொல்லியிருக்கார். நீ மறந்துட்டே போலிருக்கு...!"

"நான் மறக்கலை. ப்ரேக் லேசர் டார்ச்சைப் பத்தி அவர் சொல்லும்போது கடைசியில் ஒரு போனஸ் நியூஸையும் சொன்னார். நீதான் அதை மறந்துட்டே."

"என்ன சொன்னார்?"

"மைக்ரோபீ ஓப்பனாக அடம் பிடிச்சா அதன் மேல ஒரு பத்து செகண்ட்டுக்கு லேசர் பாய்ச்சலாம்ன்னு சொன்னார்."

"அடம்பிடிச்சாத்தானே?"

"அடம்பிடிக்குதே...! இதோ பார். பிளாட்டினம் நீடிலால் நாலைஞ்சு தடவை நெம்பிப் பார்த்துட்டேன். அப்பர் லிட் ஓப்பனாகல. இன்னும் கொஞ்சம் ப்ரஷ்ஷர் கொடுக்கலாம். ஆனா ரிஸ்க் எடுக்க வேண்டாமேன்னு பார்க்கிறேன்."

"சரி... உன்னோட இஷ்டம்...!" சொன்ன சைதன்யா சுவரோரமாய் நின்றிருந்த ஃப்ரிட்ஜ் போன்ற பீரோவைத் திறந்து பென்ஸில் தினுசில் இருந்த ஒரு டார்ச்சை எடுத்து வந்தாள். நித்தீஷ் நகர்ந்து நின்று கொண்டு சொன்னான்.

"ம். குளிப்பாட்டு சரியா பத்து செகண்ட்போதும்..."

சைதன்யா தன் கையில் இருந்த ப்ரேக் லேசர் டார்ச்சை அழுத்த ரோஜா நிறக் கதிர் ஒன்று உற்பத்தியாகி 'மைக்ரோ பீ'யின் தலையை நனைத்து அலசியது.

சரியாய் பத்து விநாடி.

"போதும்!" நித்தீஷ் கையமர்த்திவிட்டு பிளாட்டினம் நீடிலால் மைக்ரோபீயின் தலையை உன்னிப்பாய்ப் பார்த்து மெல்ல நெம்பினான்.

பல்லின் எனாமல் மூடி போன்ற அமைப்பு மேல் நோக்கிப் போக உள்ளே ஒரு சின்ன எலக்ட்ரானிக் உலகம் தெரிந்தது. தன்னுடைய கண்களில் பொருத்தப்பட்டு இருந்த மைக்ராஸ்கோப்பிக் ஸ்பெக்ஸின் உதவியால் அந்த மினியேச்சர் எலக்ட்ரானிக் உலகத்தைப் பெரிதுபடுத்திப் பார்த்தான் நித்தீஷ்.

வியப்பு அவனை வாரிக் கொண்டு போயிற்று.

சதுரம் சதுரமாய் மைக்ரோசிப்கள். ரோமத்தைக் காட்டிலும் பத்து மடங்கு மெலிதான சிலிக்கான் இழைகள். அந்த இழைகளின் நுனிகளில் யுரேனியத்தாலான உருண்டைகள். நூல் பருமனில் கார்பன் ராடுகள். பல்லின் மையப் பகுதியில் கடுகு சைஸில் பாட்டரி ஒன்று மின்சாரம் சப்ளை செய்யும் பொறுப்பை ஏற்றிருந்தது.

நித்தீஷின் முதுகுத்தண்டு வடத்திலும், மூளையின் முக்கிய பாகத்திலும் ஐஸ் வாட்டர் பாய்ந்தது. 'யம்மாடி!' என்றான்.

சைதன்யா ஆர்வமாய் கேட்டாள்.

"என்ன நித்தீஷ்..?"

"அண்ணா யூனிவர்ஸிடியின் அப்ரூவல் இல்லாமலேயே இந்தப் பல்லுக்குள்ளேயே ஒரு என்ஜினீயரிங் காலேஜ் ஃபங்ஷன் ஆயிட்டிருக்கு."

ஹாஸ்பிடல். மாலை ஆறு மணி.

அறையின் மையத்தில் போடப்பட்டு கட்டிலில் இன்சொல் முழங் கால்களைக் கட்டிக் கொண்டு உட்கார்ந்திருக்க, கட்டிலைச் சுற்றிலும் போலீஸ் கஸ்டம்ஸ் அதிகாரிகள் இறுகிப் போன முகங்களோடு நின்றிருந்தார்கள். இன்ஸ்பெக்டர் மஞ்சுளா நாயர் தன் அருகே கலங்கிய கண்களோடு நின்றிருந்த திவாகரை ஏறிட்டாள்.

"இதோ பார்! நீயும் சரி, இன்னும் மூணு மாசத்துல நீ கல்யாணம் பண்ணிக்கப் போகிற இன்சொல்லும் சரி, படிச்சவங்க என்கிற காரணத்தினாலும், ரெண்டு பேருமே டீஸண்டான குடும்பத்தைச் சேர்ந்தவங்க என்கிற காரணத்தினாலும்தான் ஒரு 'ஸாஃப்ட் ஸ்போக்கன்' விசாரணையை நடத்திக்கிட்டு இருக்கோம். இன்சொல் மயங்கி விழுந்ததுமே ஒரு நல்ல ஹைஃபை ஹாஸ்பிடலுக்குக் கொண்டு வந்து ட்ரீட்மெண்ட் கொடுத்து அவளை நார்மலுக்கும் கொண்டு வந்துட்டோம். இனி எங்களுக்கு வேண்டியது பொய்க் கலப்பு கொஞ்சமும் இல்லாத உண்மைகள்தான்!"

திவாகர் எரிச்சலாய் மஞ்சுளா நாயரைப் பார்த்தான்.

"உங்களுக்கு இப்போ என்ன உண்மைகள் வேணும்?"

"அந்த நித்தீஷ் இப்போ எங்கே...?"

"மேடம்! அந்த நித்தீஷ் யார்ன்னு இன்சொல்லுக்குத் தெரியாது. தன் இறந்துபோன அண்ணனோட முகஜாடை நித்தீஷுக்கு இருந்ததால ஃப்ளைட்ல அவன்கூட ஜோவியலாய் பழகியிருக்கா. தன்னோட போன் நம்பரையும் அவனுக்குக் கொடுத்து வீட்டுக்கு வரும்படியாகவும் சொல்லியிருக்கா."

"இன்சொல் ஏர்போர்ட்ல என்ன சொன்னாளோ அதையேதான் நீயும் ஜெராக்ஸ் எடுத்துக் கொடுத்து இருக்கே. நீங்க ரெண்டு பேரும் இதையே மாத்தி மாத்தி சொல்லிட்டிருந்தா இந்த ஜென்மத்தில் உங்களுக்குக் கல்யாணம் நடக்காது."

முழங்கால்களைக் கட்டிக் கொண்டு கட்டிலின் மயத்தில் உட்கார்ந்திருந்த இன்சொல் ஸ்லோமோஷனில் தலையை உயர்த்தினாள். கண்களில் நீர் நிரம்பி பாதரச மணிகளாய் பளபளத்தன.

"மேடம்! உங்க என்கொயரி மத்தியானத்திலிருந்து ஒரு தப்பான வழியிலேயே போயிட்டிருக்கு. நான் காலேஜில் படிக்கும்போது ஒரு ஆங்கிலப் பேராசிரியை அடிக்கடி ஒரு வாக்கியத்தைச் சொல்லுவாங்க. அந்த வாக்கியத்தை நான் இப்ப சொன்னா உங்களுக்குக் கோபம் வரும்! சொல்லலாமா. வேண்டாமா?"

"பரவாயில்ல சொல்லு...?"

"நாம் தேடும் விஷயங்கள் தேடும்போது கிடைப்பது இல்லை. அது கிடைக்கும்போது நமது தேடல் அதுவாக இருப்பது இல்லை...!"

"என்ன... நீ எனக்கு ட்யூஷன் எடுக்கறியா?"

"ஸாரி மேடம்... உண்மையான குற்றவாளிகிட்டே பண்ண வேண்டிய என்கொயரியை நீங்க என்கிட்டே பண்ணிட்டு இருக்கீங்களே என்கிற ஒரு ஆதங்கத்துல அந்த வார்த்தைகளை உபயோகப்படுத்தினேன்."

"ஒரு குற்றவாளிக்கு யார் எந்த ரூபத்துல உதவி பண்ணினாலும் அவங்களும் குற்றவாளிதான். உன்னோட செல்போன் இன்பாக்ஸ்ல மூணு மெசேஜ் செய்திகள் 'கோட்வேர்ட்' மாதிரி இருந்தது. அதெல்லாம் என்னன்னு நீ சொல்லவேயில்லையே!"

"நீங்க எதைச் சொல்றீங்க மேடம்?"

"மனைவி இறந்ததற்காக
கணவன்
கட்டிக் கொண்ட
வெள்ளைப் புடவை

...இதுக்கு என்ன அர்த்தம்?"

இன்சொல் பெருமூச்சொன்றை வெளியேற்றி விட்டு சொன்னாள். "அது ஒரு ஹைக்கூ கவிதை மேடம், கேள்வி கேட்கிற மாதிரியான ஹைக்கூ. இதுக்கு பதில் என்ன தெரியுமா?

"சொல்லு."

"தாஜ்மஹால்! இதெல்லாம் நான் எழுதி 'சேவ்' பண்ணிகிட்டது."

"சரி...

அருகம்புற்களைக்
காட்டிலும்
நாய்க்குடைகள்
அழகானவை. ...இதுக்கு என்ன அர்த்தம்?"

"ஊழல் செய்த அரசியல் தலைவர்களுக்குப் பொறுப்பான அரசு பதவிகள் கொடுப்பதைக் கேலி செய்து நான் எழுதிய கவிதை

அது.''

''எனக்குப் பிடித்த
நிறம்
அந்த வானவில்லில்
இல்லை. ...இதுக்கு என்ன அர்த்தம்?'

''ஒரு பார்வையற்ற பெண் சொல்ற மாதிரியான ஹைக்கூ கவிதை அது. பார்வையற்றப் பெண்ணுக்குப் பிடித்த ஒரே நிறம் கறுப்பு. அதை சூசகமாய் உணர்த்தறதுதான் இந்தக் கவிதை.''

மஞ்சுளா நாயர் கபடமாய் சிரித்தாள். ''இப்படியெல்லாம் கவிதைத்தனமாய் பேசி பண்ணின தப்பிலிருந்து தப்பிச்சுக்கலாம்னு பார்க்கறியா?''

''ஸோ... நீங்க இன்னமும் என்னை நம்பலை?''

''மேடம்! ப்ராக்டிக்கலா ஒரு விஷயத்தை யோசிச்சுப் பார்த்தீங்களா?''

''என்ன?''

''ஒரு சாதாரண மிடில் க்ளாஸ் ஃபேமிலியில் பிறந்த எனக்கும் காணாமல் போன மலேசியவிமானத்துக்கும் என்ன தொடர்பு இருக்க முடியும்னு நினைக்கறீங்க...?''

''சாதாரண மிடில் க்ளாஸ் ஃபேமிலிக்குத்தான் பணத்தேவை அதிகம் இருக்கும். சென்னை, பெங்களூர்ல எத்தனையோ ஐ.டி. கம்பெனிகள் இருக்க, நீ சிங்கப்பூர்ல இருக்கிற ஒரு ஐ.டி. கம்பெனியைத் தேர்ந்து எடுத்து வேலைக்குப் போயிருக்கே...! ஒரு ஆணுக்கு இருக்க வேண்டிய துணிச்சல் உனக்கு இருக்கு.''

''இந்த மூணு காரணங்களைத் தவிர வேற ஏதாவது காரணம் இருக்கா?''

''இருக்கு...!''

சொன்ன மஞ்சுளா நாயர் தனக்குப் பக்கத்தில் நின்றிருந்த கஸ்டம்ஸ் ஆபீஸர் குருதேவ்வைப் பார்க்க, அவர் ஒரு சிறிய பாலிதீன் கிட்டை எடுத்துக் கொடுத்தார். அதை வாங்கிக் கொண்ட மஞ்சுளா நாயர் தலையைச் சாய்த்து ஒரு கோணல் புன்னகையோடு கேட்டாள்.

''உன்னோட அம்மாவும் அப்பாவும் இந்த நிமிஷம் வரைக்கும் உன்னை ஏன் தெரியுமா பார்க்க வரலை...?''

''நான்தான் அம்மா அப்பாவுக்கு இந்த விஷயத்தைத் தெரியப்படுத்த வேண்டாம். ஃப்ளைட் கேன்சல் ஆயிட்டதால நாளைக்குத்தான் நான் சென்னை வருவேன்னு திவாகரை விட்டு

போன் பண்ணச் சொன்னேன்.''

“திவாகர் போன் பண்ணலை. அப்படி திவாகர் போன் பண்ணி யிருந்தாலும் போனை அட்டெண்ட் பண்ணக்கூடிய நிலைமையில் அவங்க இப்போ இல்லை...!''

இன்சொல் திடுக்கிட்டுப் போனவளாய் திவாகரைப் பார்க்க, திவாகர் அவளுடைய பார்வையைத் தவிர்க்கும் விதமாய் தலையைக் குனிந்து கொண்டான்.

மஞ்சுளா நாயர் மெல்ல நடைபோட்டு இன்சொல்லின் தோளின் மேல் கையை வைத்தாள்.

“திவாகர்க்கு பதில் தெரியாது. நான் சொல்றேன். இந்த நிமிஷம் உன்னோட அம்மாவும் அப்பாவும் போலீஸ் லாக்கப்ல இருக்காங்க.''

இன்சொல்லின் கண்களில் கலவரம் வெடித்தது.

“எ... எ... என்ன காரணம்?''

“இதுதான் காரணம்'' சொன்ன மஞ்சுளா நாயர் ‘பாலிதீன் கிட்’டிலிருந்து அதை வெளியே எடுத்தாள். அது ஒரு செல்போன். சற்றே ஒரு புதிய நிறத்தில் நிறைய வித்தியாசப்பட்டு தெரிந்தது. அதன் தலையில் காப்பர் உலோகக் கொம்புகள் முளைத்திருக்க இன்சொல் அதைத் திகிலோடு பார்த்தாள்.

7

இன்சொல் அந்த செல்போனையே திகில் ஈஷிக்கொண்ட கண்களால் பார்க்க, மஞ்சுளா நாயரின் உதட்டில் மறுபடியும் ஒரு கோணல் புன்னகை உதித்தது.

"என்ன இன்சொல்...! அப்படிப் பார்க்கிறே இது என்னன்னு தெரியுதா...!"

"செ... செல்போன்."

"செல்போன்தான்! ஆனா இது வேற மாதிரியான செல்போன். உயர்ந்த ஜாதி. இதுக்கு பேரு ஸாட்லைட் செல்போன். இதனோட தாயகம் ஆப்கானிஸ்தான். இப்படிப்பட்ட ஸாட்லைட் செல்போன்கள் தீவிரவாதிகளோட கைகளில் மட்டும்தான் இருக்கும். இது ஒரு சட்ட விரோதமான செல்போன். இது மாதிரியான செல்போன்கள் தமிழ்நாட்டில் ஊடுருவி பயன்பாட்டில் இருப்பதாய் உளவுத்துறை போலீஸ் துறைக்குத் தகவல் கொடுத்ததும் க்யூ பிரிவு போலீஸார் உஷாராயினர். ஆறு மாதங்களுக்கு முன்பு வரை இந்த ஸாட்லைட் செல்போன்கள் இருக்குமிடத்தை 'ட்ரேஸ்' பண்ண முடியாத அளவுக்கு தொழில்நுட்பம் இருந்தது. இப்போது நிலைமை அப்படியில்லை. ஜி.பி.ஆர்.எஸ். என்ற வசதி வந்துவிட்டது. இந்த செல்போனை ஆன் செய்தாலே போதும். அதனுடைய சிக்னல் க்யூ பிரிவு போலீஸார்க்கு ஜி.பி.ஆர்.எஸ். மூலம் தெரிந்து செல்போன் இருக்கும் இடத்துக்கு நூல் பிடித்த மாதிரி போய் சேர்ந்து விடுவார்கள். அப்படிக் கண்டுபிடிக்கப்பட்ட ஒரு செல்போன்தான் இது."

"இ... இ... இந்த... செல்போனுக்கும் எனக்கும் என்ன சம்பந்தம்?"

"இது உன்னோட வீட்டில் தானே இருந்தது."

இன்சொல் தன் இரண்டு காதுகளையும் கைவிரல்களால் பொத்திக் கொண்டு 'நோஓஓஓஓ' என்று வீறிட்டாள்.

"கத்தி பிரயோஜனமில்லை இன்சொல்...! உன்னோட வீட்டை சோதனை போட்டபோது திவாகரும் அங்கேதான் இருந்தார். உன் பெட்ரூமில் இரும்புக் கட்டிலுக்கு அடியில் ஒரு மேக்னட் ஸ்ட்ரிப் மூலமாய் ஒட்ட வைக்கப்பட்டிருந்தது அந்த செல்போன். சென்னைக்கு நீ வந்துட்டேன்னு நினைச்சு யாரோ ஒரு நபர் சிங்கப்பூரிலிருந்து உனக்கு போன் பண்ணியிருக்கலாம். ஆனா நீ போலீஸ்ல மாட்டியிருக்கிற விஷயம் அந்த நபர்க்குத் தெரியலை

போலிருக்கு.''

"மே... மேடம்...!''

"என்னவோ சொல்ல வர்றே போலிருக்கு. சொல்லு... சொல்லு.''

'யாரோ... சதி பண்றாங்க.''

"என்னது... சதியா?''

"ஆமா... மேடம். எனக்கு வேண்டாதவங்க யாரோ என்னையும் என்னோட குடும்பத்தையும் போலீஸ்ல மாட்ட வைக்கிறதுக்காக இப்படியெல்லாம் பண்ணிட்டு இருக்காங்கன்னு நினைக்கிறேன்.''

"அப்படியா...?''

"ஆமா மேடம்...?''

"அப்படீன்னா நித்தீஷ் உனக்கு வேண்டாதவனா...?''

"இருக்கலாம் மேடம்.''

"மொதல்ல அந்த நித்தீஷ் யார்ன்னே தெரியாதுன்னு சொன்னே! அப்புறம் உன்னோட ப்ரதர் சாயல் இருந்ததால அவன் கூட போய் வலியப் பேசினேன்... அவன் ஒரு கோ பாசஞ்சர்தான்னு சொன்னே. இப்ப என்னடான்னா அவன் உனக்கு வேண்டாதவன்னு சொல்றே! இதுல எது உண்மை...?''

"எனக்கு ஒண்ணும் புரியலை மேடம். குழப்பமாய் இருக்கு!''

"முன்னே பின்னே தெரியாதவன் உனக்கு எப்படி வேண்டாதவனாய் இருப்பான்? அதுவுமில்லாமே காலையில் நித்தீஷ் உன்கூடப் பேச முயற்சி பண்ணினானே? நீ போலீஸ்ல மாட்டிகிட்ட விஷயம் தெரிஞ்சதும் அவன் சைலண்ட் ஆயிட்டான் போலிருக்கு. இதோ பார் இன்சொல். ஒரு அழகான தமிழ்ப் பெயரை வெச்சுக்கிட்டு நீ இப்படி பொய் பொய்யாய் பேசிட்டிருக்கிறது கொஞ்சமும் சரியில்லை.''

அதுவரைக்கும் ஒன்றும் பேசாமல் நடப்பதையெல்லாம் பார்த்துக் கொண்டிருந்த திவாகர் பேச்சில் குறுக்கிட்டான்.

"மேடம்.''

மஞ்சுளா நாயர் திரும்பினாள்.

"நீ என்ன கதை சொல்லப் போறே?''

"நான் உங்ககிட்டே கொஞ்சம் தனியா பேசணும்.''

"பேசிடலாம் வா... எனக்கு எப்படியாவது உண்மை வெளியே வந்தா போதும்!''

இருவரும் வெளியே வந்து வராந்தாவில் நடந்தார்கள். இருபதடி

தூரம் நடந்ததும் மஞ்சுளா நாயர் நின்றாள்.

“இந்த தூரம் போதுமா... இல்லை... இன்னும் ஒரு பத்தடி அப்படிப் போயிடலாமா...?”

“இதே போதும் மேடம்!”

“சரி... என்ன பேசணும்!”

“எனக்கு ஒரு விஷயம் தெரியணும் மேடம்.”

“என்ன?”

“அந்த நித்தீஷ் - அமிர்தவல்லிகிட்டே என்ன தப்பு...?”

“சொல்றேன்... ஆனா வெளியே யார்கிட்டேயும் நீ சொல்லக் கூடாது.”

“சொல்ல மாட்டேன் மேடம்.”

“ஓகே! உன்னை நம்பறேன். நித்தீஷும் அந்த அமிர்தவல்லியும் சிங்கப்பூர் போய் தாய் மகன்னு டிராமா போட்டு அங்கேயிருக்கிற ஒரு ஹாஸ்பிடலில் தங்கி இருந்து ஒரு விபரீதமான விஷயத்தைக் கடத்திட்டு வந்திருக்காங்க.”

“விபரீத விஷயம்ன்னா?”

“முழுக்க முழுக்க விஞ்ஞான விஷயம். எங்களுக்குக் கிடைச்ச தகவல்படி அந்த விபரீதமான விஞ்ஞான விஷயத்துக்கு பேர் மைக்ரோபீஸ். போன மாசம் ஏழாம் தேதி கோலாலம்பூர் ஏர்போர்ட்டிலிருந்து கனடா புறப்பட்டுப் போன விமானம் காணாமப் போனதுக்கும் இந்த ‘மைக்ரோபீஸ்’களுக்கும் ஒரு நெருக்கமான தொடர்பு இருக்கு. அதாவது காணாமல் போன அந்த விமானம் இப்போ எங்கே எந்த நிலைமையில் இருக்குங்கிற விவரத்தை அந்த ‘மைக்ரோபீஸ்’ மூலமாய் தெரிஞ்சுக்க முடியும்.”

திவாகர் வாயடைத்துப் போயிருக்க மஞ்சுளா நாயர் அவனுடைய தோளைத் தொட்டாள்.

“சரி... நீ ஏதோ சொல்ல வந்தியே... என்ன அது?”

“அது வந்து மேடம். என்னோட மனசுக்குள்ளே இருக்கிற இந்த விஷயத்தை வெளியே சொல்லக் கூடாதுன்னு இத்தனை நாளும் கண்ட்ரோல் பண்ணி வெச்சிருந்தேன். ஆனா இப்போ நடக்கிற விஷயங்களைப் பார்த்தா இனிமேலும் அந்த விஷயத்தை மறைச்சு வைக்கிறது சரியில்லைன்னு என்னோட மனசுக்குப்பட்டதால....”

மஞ்சுளா எரிச்சலோடு தன்னுடைய இடது கையை உயர்த்தினாள். “போதும் உன்னோட முன்னுரை. விஷயத்துக்கு வா...”

திவாகர் கையில் வைத்து இருந்த கர்ச்சீப்பால் நெற்றி

வியர்வையை ஒற்றிக்கொண்டே குரலைத் தாழ்த்தினான். "மேடம். பத்து நாளைக்கு முன்னாடி ஒருத்தன் சிங்கப்பூரிலிருந்து எனக்கு ஒரு மெசேஜ் பண்ணியிருந்தான். அந்த மெசேஜ் படிச்சதிலிருந்து என் மனசுக்குள்ளே ஒரே குழப்பம்."

"அப்படி என்ன செய்தி?"

"அந்த மெசேஜை நீங்க ஒரு தடவை படிச்சுப் பார்த்துடுங்க மேடம்" சொன்ன திவாகர் தன்னிடம் இருந்த ஸ்மார்ட் செல்போனை எடுத்து 'இன்பாக்ஸ்' ஆப்ஷனுக்குப் போய் அந்த மெசேஜைத் தேடிப் பிடித்து மஞ்சுளா நாயரிடம் கொடுத்தான்.

அவள் செல்போனை அலட்சியமாய் வாங்கி மெல்ல வாய்விட்டுப் படித்தாள்.

அன்புள்ள திவா! நான் இங்கு நலம். நீ அங்கு எப்படியிருக்கிறாய்! உன்னிடம் சென்ற மாதத்தில் ஒரு நாள் இரவு செல்போனில் பேசினேன். அதற்குப் பிறகு என்னால் பேச முடியவில்லை. காரணம் ஒரு புது ஐ.டி. ப்ராஜக்ட்டை 'லான்ச்' பண்ண வேண்டிய பணி, என்னுடைய குருவித் தலையில். சாப்பிடவும் மூச்சு விடவும் மட்டுமே எனக்கு நேரம் இருந்தது.

எப்படியோ கண் துஞ்சாமல் பணியாற்றி அந்த ப்ராஜக்ட்டை லான்ச் செய்து விட்டேன். அதனுடைய 'சக்சஸ் மீட்' நேற்று இரவு சிங்கப்பூரின் பிரபல இரவு விடுதியான "சில்வர் ஸ்ட்ரீம்' ஹோட்டலில் நடந்தது. வழக்கமான காக்டெய்ல் பார்ட்டி தான். பார்ட்டி முடியும் போது இரவு இரண்டு மணி. என்னுடய காரை எடுப்பதற்காக அண்டர் க்ரௌண்ட் கார் பார்க்கிற்கு நான் சென்றபோதுதான் அந்தக் காட்சியைப் பார்த்தேன். உன்னுடைய 'பியான்ஸி'... ஐ மீன் நீ கல்யாணம் செய்து கொள்ளப் போகிற இன்சொல்லை ஒரு மலேசிய இளைஞனோடு பார்த்தேன். இருவரும் பேசிக் கொண்டே ஒரு சொகுசு காரில் ஏறிக் கொண்டிருந்தார்கள். நான் பார்த்த அந்தக் காட்சி ஒரு பத்து வினாடிகளுக்குள் முடிந்து விட்டது. ஆனால் அப்புறம் என்னுடைய மனசுக்குள் பெரிய குழப்பம். நான் பார்த்தது இன்சொல்லைத்தானா அல்லது வேறு யாராவதையா? நான் என் காரில் வீடு போய்ச் சேர்கிற வரையில் இந்தக் குழப்பம் நீடித்தது. இன்னமும் நீடித்துக் கொண்டு இருக்கிறது. உனக்கு இந்த விஷயத்தைத் தெரியப்படுத்தக் கூடாது என்று முதலில் நினைத்தேன். ஆனால் அப்படித் தெரியப்படுத்தாமல்

இருப்பது நட்புக்கு நான் செய்யும் துரோகம் என்று நினைத்து உனக்கு இந்த விஷயத்தை மெசேஜ் செய்து விட்டேன். நான் அந்த மலேசிய இளைஞனோடு பார்த்தது இன்சொல்லாகவும் இருக்கலாம் அல்லது அவளின் சாயலில் வேறு பெண்ணாகவும் இருக்கலாம். நீ இதை ஒரு பெரிய விஷயமாக எடுத்துக் கொள்வதும் எடுத்துக் கொள்ளாததும் உன்னுடைய தனிப்பட்ட விருப்பத்தைப் பொறுத்தது.

ரியாஸ் சாலமன்

மஞ்சுளா நாயர் அந்த நீண்ட மெசேஜை படித்து முடித்துவிட்டு திவாகரை ஏறிட்டாள்.

“நீ அது விஷயமாய் இன்சொல்கிட்டே ஏதாவது பேசினியா?”

‘இல்ல மேடம்... என்னோட ப்ரெண்ட் ரியாஸ் சாலமன் அந்த அன்டர்க்ரெளண்ட் காட்சியைப் பார்க்கும்போது போதையில் இருந்திருக்கான். பொதுவாய் சிங்கப்பூரில் இந்தியப் பெண்கள் அதிகம். அவன் வேறு யாராவது ஒருத்தரைப் பார்த்து இருக்கலாமேன்னு மனசை ஆறுதல் படுத்திக்கிட்டேன்.”

“ரியாஸ் சாலமன் எப்படி... உன்னோட நம்பிக்கைக்குரிய ப்ரெண்ட்தானா?”

“காலேஜ் டேஸ்ல வெரி க்ளோஸ். இப்ப அவன் எப்படின்னு எனக்குத் தெரியாது. அவன் சிங்கப்பூருக்குப் போன பின்னாடி மாசத்துல ஒரு தடவையாவது போன் பண்ணிப் பேசிடுவான்... !”

“இன்சொல்கிட்டே ஏதோ ஒரு பெரிய தப்பு இருக்குன்னு நினைக்கிறேன்.”

“நானும் அப்படி நினைக்க ஆரம்பிச்சுட்டேன் மேடம்!”

“இன்னிக்கு ராத்திரி நாங்க இன்சொல்லை எங்க கஸ்டடியில் எடுத்து ரெட் செல்லுக்குக் கொண்டு போயிடுவோம். ரெட் செல்லுக்குள்ளே ஒரு விசாரணைக் கைதி வந்துட்டா அவன் ஊமையாய் இருந்தாலும் வாயைத் திறந்து பேசிடுவான். நாளைக்கு பொழுது விடியும்போது எல்லா உண்மைகளும் வெளியே வந்து வரிசையாய் கையைக் கட்டிக்கிட்டு நிற்கும்.”

“மேடம்.”

“என்ன சொல்லு!’

‘என்னோட ப்ரெண்ட் ரியாஸ் சாலமன் எனக்கு அனுப்பின மெசேஜை நான் சொன்னதாய் இன்சொல்கிட்டே சொல்ல வேண்டாம்.”

“நீ அதைப் பத்திக் கவலைப்படாதே. உளவுத் துறை சொன்னதாய் சொல்லித்தான் அவளை மடக்குவோம் ” மஞ்சுளா நாயர் சொல்லிக் கொண்டிருக்கும் போதே அவளுடைய செல்போன் வைப்ரேஷனில் துடித்தது. எடுத்து அழைப்பது யார் என்று பார்த்தாள்.

போலீஸ் கமிஷனர்.

செல்போனை இடது காதுக்கு ஒற்றினாள்.

‘ஸார்.......”

மறுமுனையில் கமிஷனர் பேசினார். அவர் பேசப் பேச மஞ்சுளா நாயரின் முகம் என்னும் வானத்தில் வானிலை மாறியது.

நித்தீஷ் லேப்டாப்பில் கூகுள் செய்து கல்ச்சுரல் இன்ஸ்டியூட்டை தேடிக்கொண்டு இருக்க, சைதன்யா குளித்து முடித்து செண்ட் வாசனையோடு அவனுக்குப் பக்கத்தில் வந்து உட்கார்ந்தாள். நித்தீஷ் திரும்பிப் பார்த்துக் கேட்டான்.

“என்ன சைதன்யா! இப்ப ராத்திரி மணி ஒன்பதரை. இந்நேரத்துக்கு என்ன குளியல்?”

“மைக்ரோபீஸையெல்லாம் எடுத்து அசெம்பிள் பண்ணும்போது அந்த அயோனைஸ்ட் வாட்டர் கையிலும் காலிலும் பட்டிருச்சு. அதான் ஒரு குளியல் போட்டேன். ஆமா..... நீ என்ன டின்னர் கூட சாப்பிடாமே லேப்டாப் பார்த்துட்டிருக்கே?”

“கூகுள்ல இப்ப ஒரு புது சர்வீஸ் அறிமுகப்படுத்தியிருக்கான் பார்த்தியா? கல்ச்சுரல் இன்ஸ்டியூட் மூலமா உலகம் பூராவும் இருக்கின்ற அருங்காட்சியகங்கள். கண்காட்சி மையங்கள், கருவூலங்களில் இருக்கும் எல்லா விலை உயர்ந்த விஷயங்களையும் நம்ம கண்ணு முன்னாடி கொண்டு வந்து நிறுத்திடறான்.”

“நித்தீஷ்! இதெல்லாம் வேண்டாத வேலை. சரியா பத்து மணிக்கு நம்ம பாஸ் வந்துடுவார். அவர் கூட நாம நிறைய பேச வேண்டியிருக்கு. இதைத்தவிர நாம அடுத்தடுத்து பண்ண வேண்டிய விஷயங்கள் சின்னதும் பெரியதுமாய் ஒரு பட்டியல் போடற அளவுக்கு இருக்கு. நீ என்னடான்னா... ஜாலி மூட்ல.”

லேப்டாப்பை அணைத்தான் நித்தீஷ். உதட்டில் ஒரு பெரிய புன்முறுவலைக் காட்டினான்.

“இதோ பார் சைதன்யா! தேவையில்லாம டென்ஷன் பட்டா உடம்புக்கும் கெடுதல். மனசுக்கும் கெடுதல். நானும் மேடம் அமிர்தவல்லியும் சிங்கப்பூர் போய் வெற்றிகரமாய் மைக்ரோபீஸ்களைக் கொண்டு வந்துட்டோம். எவரெஸ்ட் மலை

மாதிரி இருந்த ஒரு பிரச்னையையே நாம சமாளிச்சிட்டோம். இனிமே நமக்கு முன்னாடி இருக்கிற எல்லா விஷயங்களுமே பரங்கிமலைக்குச் சமம்."

"சரி வா... டின்னர்... சாப்பிடலாம்... எனக்குப் பசிக்குது!"

"எனக்குப் பசியே இல்லை. நீயும் மேடமும் போய் சாப்பிடுங்க. நான் நடுவுல வந்து ஜாய்ன் பண்ணிக்கறேன். நான் இப்ப லேப் வரைக்கும் போயிட்டு வந்துடறேன். பாஸ் வரும்போது எல்லாம் சரியாய் இருக்கணுமே!"

நித்தீஷ் சொல்லிவிட்டு பங்களாவின் ஒரு மூலையில் இருந்த கம்ப்யூட்டர் லேப்பை நோக்கிப் போனான்.

சைதன்யா சில விநாடிகள் வரை அவனையே பார்த்துக் கொண்டு இருந்துவிட்டு மாடியறையில் இருந்த அமிர்தவல்லியை அழைப்பதற்காக மாடிப்படிகளில் ஏற ஆரம்பித்தாள்.

பாதிப்படிகள் ஏறியிருப்பாள்.

இடது பாதத்தில் எதுவோ ஒட்டுவது போல் இருந்தது. சைதன்யா குனிந்து தன் இடது கையைக் கொண்டு போய் பாதத்தைத் தடவிப் பார்த்தாள். எதுவோ பிசுபிசுத்தது.

கையை உயர்த்திப் பார்த்தாள். அந்த அரைகுறை வெளிச்சத்திலும் ஸ்பஷ்டமாய் தெரிந்தது.

ரத்தம்.

8

சைதன்யாவின் இருதயம் அந்த மைக்ரோ விநாடி நேரத்திற்குள் பயத்தில் ஒரு பனிப்பிரதேசமாய் உறைந்து போயிற்று.

தன் இடது கையின் ஆட்காட்டி விரலிலும், பெருவிரலிலும் பிசுபிசுப்பாய் ஒட்டிக் கொண்டிருந்த அந்த ரத்தத்தையே பார்த்தாள்.

"இது யாருடைய ரத்தம்...?"

'அமிர்தவல்லிக்கு ஏதாவது ஆபத்து ஏற்பட்டிருக்குமோ...?'

அடிவயிற்றில் தீப்பற்றிக் கொண்ட திகிலோடு மாடிப்படிகளில் பாய்ந்து ஏறினாள் சைதன்யா. அடுத்த ஐந்து விநாடிகளில் அமிர்தவல்லியின் அறைக்குள் இருந்தாள்.

அமிர்தவல்லி படுத்திருந்த கட்டில் காலியாய் இருந்தது. குளியலறையின் கதவு திறந்து இருந்தது.

"மேடம்..." குரல் கொடுத்துக் கொண்டே எட்டிப் பார்த்தாள் சைதன்யா. குழாயில் தண்ணீர் மட்டும் சொட்டிக் கொண்டிருக்க குளியலறை சோப்பு வாசனையோடு வெறுமையாய் இருந்தது. தவிப்போடு வெளியே வந்த சைதன்யா பங்களாவின் மற்ற அறைகளிலும், வெளியே இருந்த சிட்அவுட்டிலும் லானிலும் பார்த்துவிட்டு கம்ப்யூட்டர் அறைக்கு வந்தாள். நித்தீஷ் ஒரு கம்ப்யூட்டரில் கவனமாய் இருந்தான்.

"நித்தீஷ்...!"

"சொல்லு..."

"மேடம் அமிர்தவல்லியைக் காணோம்..."

"என்னது. காணோமா?

"ஆமா."

"என்ன சைதன்யா...! பெட்ரோல் விலை லிட்டர்க்கு 50 காசு உயர்வுன்னு ஒரு நியூஸ் ரீடர் டி.வி.யில் செய்தி வாசிக்கிற மாதிரி சொல்றே? இந்த பங்களா ஐயாயிரம் சதுர அடி பரப்பில் எட்டு ரூம்களோடு இருக்கு. எல்லா ரூம்லேயும் போய்ப் பார்த்தியா?"

"கூட்டிப் பெருக்காத குறைதான். ஒவ்வொரு ரூமையும் ஸ்கேன் பண்ணியே பார்த்துட்டேன்."

"மொட்டை மாடிக்குப் போய் பார்த்தியா?"

"இல்ல..."

"அங்கே போய்ப் பாரு... மேடம் எஃப்.எம்ல பழைய பாட்டு

கேட்டுகிட்டு மல்லாந்து வானத்துல தெரியற நட்சத்திரங்களை சென்சஸ் எடுத்துட்டு இருப்பாங்க."

"அது எப்படி உனக்குத் தெரியும்?"

"ஒரு யூகம்தான்..."

"மேடம் மொட்டை மாடிக்குப் போக வாய்ப்பு இல்லை நித்தீஷ், ஏன்னா மொட்டை மாடிக்குப் போகிற கதவை நான் லாக் பண்ணியிருக்கேன். சாவி என்கிட்டதான் இருக்கு."

நித்தீஷ் இப்போது லேசாய் கலவரமானான். கம்ப்யூட்டரை 'ஷட் டவுன்' செய்துவிட்டு நாற்காலியைத் தள்ளிக்கொண்டு எழுந்தான்.

"என்ன சைதன்யா... வீட்ல எல்லாப் பக்கமும் போய்ப் பார்த்தியா...?"

"பார்த்துட்டுதானே வந்தேன். இதுல இன்னொரு விபரீதமும் இருக்கு."

"என்ன...?"

"மாடிப்படிக்கட்டுல ரத்தம் இருந்தது."

"நீ என்ன சொல்றே சைதன்யா?"

"மேடத்தைச் சாப்பிடக் கூப்பிடறதுக்காக மாடிப்படி ஏறும்போது பாதத்துல 'பிசுபிசு'ன்னு ஏதோ ஒட்டின மாதிரி இருந்தது. அது என்னன்னு தொட்டுப் பார்த்தேன். கையில் ரத்தம்..."

நித்தீஷின் ஒட்டுமொத்த உடம்பும் ரேஸ் குதிரைகள் ஓடும் மைதானமாய் மாறிற்று. கம்ப்யூட்டர் அறையின் கண்ணாடிக் கதவைத் திறந்து கொண்டு வெளியே வந்து ஹாலை இரண்டே விநாடிகளில் கடந்து மாடிப்படிகளில் தாவி ஏறினான். சைதன்யாவும் அதே வேகத்தோடு பின் தொடர்ந்தாள். இருவரும் அமிர்தவல்லியின் அறைக்குள் நுழைந்தார்கள். கட்டில் காலியாய் இருக்க, அறை வெறிச்சோடிப் போயிருந்தது.

"சைதன்யா...!"

"என்ன?"

"உன்னோட பாதத்துல ஒட்டினது ரத்தம்தானே.?"

"ஆமா..."

"மேடம் அமிர்தவல்லிக்கு ஏதாவது ஆபத்து ஏற்பட்டிருந்தா இந்த அறையிலும் ரத்தம் சிந்தியிருக்கணும்தானே...?"

"ஆமா...!"

"இந்தப் படுக்கையறையில் எந்த ஒரு இடத்திலும் ஒரு துளி ரத்தம் கூட கண்ணுல படலையே."

“அதுதான் எனக்கும் ஆச்சர்யம்...”

“மேடத்தோட செல்போனுக்கு ட்ரை பண்ணிப் பார்க்கலாம்.”

சொன்ன நித்தீஷ் அமிர்தவல்லியின் செல்போன் எண்ணைத் தொடர்பு கொண்டான்.

அடுத்த விநாடி அந்த அறைக்குள்ளேயே டி.வியின் தலைமேல் உட்கார்ந்திருந்த அமிர்தவல்லியின் செல்போன் ‘நான் இங்கே இருக்கிறேன்’ என்பது போல் ரிங்டோனை வெளியிட்டது.

“போன் இங்கதான் இருக்கு... மேடத்துக்கு என்னாச்சுன்னு தெரியலையே...! சைதன்யா! வா... ரெண்டு பேரும் மறுபடியும் ஒரு தடவை பங்களா பூராவும் பார்த்துட்டு வந்துடலாம். அப்படியே. வெளியேயும் பார்த்துடலாம். ‘இன்ஃப்ரா ரெட்’ டார்ச் எடுத்துக்க...”

“நித்தீஷ்!”

“என்ன...!”

“நம்ம கடல் கழுகைப் பத்தி யார்க்கோ தெரிஞ்சுடுச்சுன்னு நினைக்கிறேன். இல்லேன்னா.... நம்ம பாஸ் ‘சின்னப் பெண் எட்டிப் பார்த்து விட்டாள்,’ ‘முட்டை உடைந்து விட்டது’ என்கிற கோட் வேர்ட்ஸை எனக்கு மெசேஜ் பண்ணியிருக்க மாட்டார்.”

“நாம மொதல்ல அமிர்தவல்லியைத் தேடுவோம். பாஸ் இங்கே வந்த பின்னாடி கடல் கழுகைப் பத்தி பேசுவோம்.”

பங்களாவில் இருந்த எல்லா அறைகளையும் சுற்றிப் பார்த்துவிட்டு ‘இன்ஃப்ரா ரெட் ’ டார்ச்சுகளோடு வெளியே வந்தார்கள் நித்தீஷும், சைதன்யாவும்.

அடர்ந்த மரங்களின் காரணமாக இரண்டு ‘கோட்’ கறுப்பு பெயிண்ட் அடித்த மாதிரி இருட்டு சுற்றுப்புறம் பூராவும் பரவியிருந்தது.

டார்ச்சின் வெளிச்ச வட்டங்களை வீசிக்கொண்டு இருவரும் லானில் இறங்கி நடந்தார்கள்.

“சைதன்யா! உன்னோட ஆறாவது விரல் அலர்ட்ல இருக்கட்டும். ஏதாவது விபரீதம்ன்னு மனசுக்குப்பட்டா, உபயோகப்படுத்த யோசனை பண்ணாதே!”

சைதன்யா தன் இடுப்புப் பகுதியில் ஒளிந்திருந்த ஸ்பைரல் புல்லட் ரிவால்வரைத் தொட்டுப் பார்த்துக் கொண்டாள். இருவரும் இருட்டில் லானைக் கடந்து வாக்கர் பேவ்மெண்ட்டில் காலடி எடுத்து வைத்தபோது சற்றுத் தொலைவில் காம்பௌண்ட் கேட் அருகே நின்றிருந்த செக்யூரிட்டி ஆஃபீஸர் தியோடர் ஓட்டமும் நடையுமாய் ஓடி வந்தார். தோளில் மாட்டியிருந்த ஃரைபிள் அந்த இருட்டிலும்

பளபளத்தது.

“தியோடர்!”

“ஸார்...”

“மேடம் அமிர்தவல்லி வெளியே போனாங்களா?”

“இல்ல ஸார்...”

“நல்லா யோசனை பண்ணிச் சொல்லுங்க.”

“போகலை ஸார்... நான் கேட்டைப் பூட்டித்தான் வெச்சிருக்கேன். மத்தியானம் நீங்க வந்தப்ப பூட்டின கேட்... இன்னமும் திறக்கவேயில்லை. ஏன் ஸார்... என்ன பிரச்னை. அம்மா பங்களாவுக்குள்ளே இல்லையா?”

“காணோம். அதனால்தான் தேடிட்டு வந்தோம்...”

“அம்மா இந்த நேரத்துல எங்கேயும் போயிருக்க முடியாது ஸார். பங்களாவுக்குள்ளேதான் இருப்பாங்க.”

“நாங்க பார்த்துக்கிறோம். நீங்க போய் கேட்ல இருங்க தியோடர். இன்னும் ரெண்டு மூணு நாளைக்கு உங்களுக்குத் தெரியாமே இந்த பங்களாவுக்குள்ளே எந்த ஜீவராசியும் வரக்கூடாது.”

தியோடர் தலையாட்டிவிட்டு காம்பௌண்ட் கேட்டை நோக்கி நடந்து போக. நித்தீஷும், சைதன்யாவும் டார்ச் வெளிச்சத்தில் குரோட்டன்ஸ் செடிகள் ஓரமாய் நடைபோட்டார்கள்.

இருபதடி தூரம் நடந்திருப்பார்கள். சைதன்யா சட்டென்று பிரேக் போட்ட ஒரு வாகனம் போல் நின்றாள். நித்தீஷ் அவளுடைய தோளைத் தொட்டான்.

“ஏன் நின்னுட்டே?”

“அங்க பாரு... என்ன கிடக்குதுன்னு...”

நித்தீஷ் பார்த்தான்.

பூ வேலைப்பாடோடு கூடிய பெண்கள் அணியும் செருப்பு. ஒரே ஒரு செருப்பு மட்டும் குப்புறக் கிடந்தது.

சைதன்யா சொன்னாள். குரலில் மெலிதாய் ஒரு நடுக்கம்.

“நித்தீஷ்! இது மேடத்தோட செருப்பு...”

கஸ்டம்ஸ் இன்ஸ்பெக்டர் மஞ்சுளா நாயர் ஜி.ஹெச் போய்ச் சேர்ந்தபோது அரையிருட்டான வாசலில் இன்ஸ்பெக்டர் ஒருவர் காத்திருந்து எதிர்கொண்டார். சல்யூட் ஒன்றைக் கொடுத்துவிட்டு தளர்ந்தார்.

“மேடம்! டாக்டர் பூர்ணசந்தர் உங்களுக்காகத்தான் வெயிட் பண்ணிட்டிருக்கார்.”

“கமிஷனர்?”

“அவரும் டாக்டரோடுதான் இருக்கார். வாங்க மேடம்... போலாம்” சொல்லிவிட்டு அவர் முன்னால் நடக்க ஆரம்பித்துவிட, மஞ்சுளா நாயர் பின்தொடர்ந்தாள். அந்த முன்னிரவு நேரத்தில் ஹாஸ்பிடலின் எல்லாத் திசைகளிலும் அசாத்திய நிசப்தம். ஏதோ ஒரு மருந்து நெடி கூடவே வந்தது.

அடுத்த சில நிமிஷ நடையில் மார்ச்சுவரி தெரிய, சற்றுத் தள்ளி டாக்டர் பூர்ணசந்தரும் கமிஷனரும் பார்வைக்குக் கிடைத்தார்கள். சல்யூட் அடித்துத் தன் மரியாதையைத் தெரிவித்த மஞ்சுளா நாயரை, ஒரு இறுக்கமான முகத்தோடு பார்த்தார் கமிஷனர்.

“அந்த இன்சொல் ஏதாவது சொன்னாளா?”

“அவ வாயைத் திறக்கிற மாதிரி இல்ல ஸார். தனக்கு எதுவுமே தெரியாதுன்னு பாவ்லா பண்ணிட்டிருக்கா. அந்த பாவ்லா ரொம்ப நேரத்துக்கு எடுபடாது ஸார். அவளை ‘ரெட் செல்’லுக்குக் கொண்டு போகச் சொல்லிட்டேன். இன்னிக்கு ராத்திரி பெண் கான்ஸ்டபிள்கள் ரெண்டு பேரை செல்லுக்குள்ளே விட்டாபோதும், நாளைக்கு சூரியன் உதிக்கும்போது உண்மையும் வெளியே வரும்.”

“சரி.. இப்ப எதுக்காக உங்களை இங்கே வரச் சொன்னேன் தெரியுமா?”

“தெரியாது ஸார்.”

“இவர் டாக்டர் பூர்ணசந்தர். இந்த ஹாஸ்பிடலோட டீன். எல்லாத்துக்கும் மேலாய் என்னோட நண்பர். நீங்க இப்போ விசாரணை பண்ணிட்டிருக்கிற கேஸுக்கு உபயோகப்படற மாதிரி ஒரு விஷயத்தை உங்ககிட்டே சொல்லப் போறார்.”

“ஈஸிட்...! தாங்க்யூ டாக்டர்...!”

“வாங்க... உள்ளே போலாம்” சொன்ன டாக்டரும் பக்கத்தில் இருந்த மார்ச்சுவரிக்குள் நுழைந்தார். கமிஷனரும் மஞ்சுளா நாயரும் பின்தொடர்ந்தார்கள். அறைக்குள் இருந்த ஐஸ் குளிர் உடம்பை ஊடுருவி எலும்புகளை உரசியது. நீளமான அலுமினிய மேஜையின் மேல் பச்சை நிறத் துணிகளால் போர்த்தப்பட்ட உடல்கள் வரிசையாய் படுக்க வைக்கப்பட்டிருக்க, பூர்ணசந்தர் ஒரு உடலுக்கு முன்பாய் போய் நின்றார். துணியை விலக்கினார்.

அது ஒரு ஆண். நல்ல உயரத்தில் மாநிற உயிரில்லாத தேகம்.

வயது நாற்பதிலிருந்து ஐம்பதுக்குள் இருக்கலாம். பின்னந்தலையில் ஒரு பெரிய காயம், ரத்தம் உறைந்து போய் தெரிந்தது. முகம் பாதி சிதைந்து, வெளியே தெறித்து விழுகிற மாதிரி ஒரு கண் பயமுறுத்தியது. மற்றொரு கண் ரத்தக்குழியாய் மாறியிருக்க, மஞ்சுளா நாயர் கேட்டாள்.

"டாக்டர்! யார் இந்த ஆள்?"

"எனக்குத் தெரியாது. இது ஒரு ஆக்ஸிடெண்ட் கேஸ். மீனம்பாக்கம் ஏர்போர்ட்டுக்குப் பக்கத்துல ஒரு சாலை விபத்து. விபத்து நடந்து நாலு மணி நேரத்துக்கு மேலாச்சு. பாடியை நாளைக்குக் காலையில்தான் போஸ்ட்மார்ட்டம் பண்ண முடியும். அதுக்கு முன்னாடி நான் இந்த பாடியைப் பார்த்துட்டுப் போகலாம்ன்னு வந்தேன். பார்த்த பின்னாடிதான் தெரிஞ்சுது. இது ஒரு வித்தியாசமான பாடின்னு..."

"வித்தியாசமான பாடியா?"

"எஸ்..."

"எப்படி?"

"பாடியோட வலது கையைத் தொட்டுப் பாருங்க!"

மஞ்சுளா நாயர் தொட்டாள்.

டாக்டர் கேட்டார்.

"பனிக்கட்டி மாதிரி குளிர்ச்சியாய் இருக்கு!"

"இப்ப... பாடியோட இடது கையைத் தொட்டுப் பாருங்க...!"

மஞ்சுளா நாயர் தொட்டாள். அவளுடைய முகம் மாறியது. அந்த டெட்பாடியின் இடது கை லேசான சூட்டோடு வெதுவெதுப்பாய் இருக்க விரல்கள் லேசாய் அசைந்தன.

9

டாக்டர் பூர்ணசந்தர், மஞ்சுளா நாயரின் முகத்தை உன்னிப்பாய்ப் பார்த்தபடி மெல்லிய குரலில் கேட்டார்.

"ஹௌ டு யூ ஃபீல்...?"

"இந்தக் கை லேசான சூட்டோடு வெதுவெதுப்பாய் இருக்கு. அதே நேரத்துல கைவிரல்களோட அசைவும் தெரியுது..."

"ஒரு டெட் பாடியோட வலது கை பனிக்கட்டி மாதிரி குளிர்ச்சியாகவும், இடது கை உயிருள்ள கை மாதிரி வெதுவெதுப்பாகவும் எப்படியிருக்க முடியும்?" டாக்டர் கேட்க, மஞ்சுளா நாயரின் புருவங்கள் சில மில்லி மீட்டர் உயர்ந்து முடிச்சிட்டுக் கொண்டது.

"எனக்கும் அதுதான் ஆச்சர்யம்."

டாக்டர் மெலிதாய் புன்னகை செய்தார். "எனக்கும் இந்த டெட்பாடியைப் பார்த்ததும் இப்படிப்பட்ட ஆச்சர்யம்தான் இருந்தது. ஆனா அந்த இடது கையைக் கொஞ்சம் உன்னிப்பாய் கவனிச்சு சோதிச்சுப் பார்த்தபோதுதான் அது உண்மையான கையில்லை என்கிற விஷயம் தெரிஞ்சுது..."

மஞ்சுளா நாயரின் அகலமான முகத்தில் ஆச்சர்ய அலைகள் எழுந்து அடங்கியது. "அப்போ... இது செயற்கைக் கை...!"

"எஸ்... ஆர்ட்டிஃபிஸியலி மேட்..... கெட்டியான பாலிமர் எலும்புகளை உருவாக்கி அதன்மேல் பயோ சைலாஸ்டிக் ஜெல்லைப் பூசி இயற்கையான மனிதத் தோலால் மூடி உண்மையான கையைப் போலவே உருவாக்கி இந்த நபர்க்குப் பொருத்தியிருக்காங்க..."

"மருத்துவத்துறையில் இது மாதிரியான செயற்கைக் கைகளும் பயன்பாட்டுக்கு வந்தாச்சா டாக்டர்?"

"இல்லை...! இது கொஞ்சம் வித்தியாசமாகவும் இருக்கு. அதே நேரத்துல இதுக்குள்ளே ஒரு விபரீதமும் ஒளிஞ்சிட்டிருக்கு."

"விபரீதமா...?"

"எஸ்... இதோ பாருங்க..." சொன்ன டாக்டர் அந்த டெட்பாடியின் இடது கைப் பக்கமாய்ப் போய் நின்று தோள்பட்டையின் மேல் கையை வைத்து மெல்லத் திருகினார். பிறகு மெதுவாய்ப் பிடித்து இழுக்க இடது கை தனியே வந்தது. அதைக் கீழே வைத்து மூட்டுப்பகுதியில் ஒரு முடிச்சுப் போல் இருந்த தோலை மெல்ல

உரித்து எடுத்தார்.

உள்ளே...

பாலிமர் எலும்பின் மூட்டுப் பகுதியோடு சேர்த்து ஸ்க்ரூ செய்யப்பட்ட வெள்ளி போன்ற ஒரு உலோகத்தாலான குழாய் ஒன்று தெரிந்தது. அது கையின் மணிக்கட்டுப் பகுதி வரை நீண்டு பிறகு குச்சி குச்சியாய்ப் பிரிந்து ஐந்து விரல்களின் நுனிகளில் போய் முடிந்தது. மணிக்கட்டின் பின்பகுதியில் சிறிய தீப்பெட்டி சைஸுக்குக் கறுப்பு நிற பாட்டரி ஒன்று மின்சாரம் தரும் பணியைக் கவனிக்க பொருத்தப்பட்டு இருந்தது.

மஞ்சுளா நாயரின் மூளையில் ஒரு சிவப்புக் கொடி பறந்தது.

“இதெல்லாம் என்ன டாக்டர்...?”

அப்போது கமிஷனர் குறுக்கிட்டார். “மிஸஸ் மஞ்சுளா நாயர்! இது எது மாதிரியான விபரீதம் என்கிற கேள்விக்கும் பதில் கிடைச்சாச்சு. ஃபாரன்ஸிக் பிரிவின் எலக்ட்ரானிக் அண்ட் ஹைடெக் க்ரைம்செல் பிரிவின் ஆபீஸர் கற்பகவிநாயகம் இந்தக் கையைப் பார்த்துவிட்டு ஆய்வு பண்ணி உடனடியாய் ஒரு ரிப்போர்ட்டையும் எழுதிக் குடுத்துட்டார். நீங்க மொதல்ல இந்த ரிப்போர்ட்டைப் படிங்க. அதுக்கப்புறம் நான் உங்களை எதுக்காக கூப்பிட்டேன்ங்கிறதுக்கான பதிலையும் சொல்றேன்.”

கமிஷனர் நீட்டிய ரிப்போர்ட் தாளை வாங்கி அதில் பார்வையைப் போட்டாள் மஞ்சுளா நாயர்.

‘விஞ்ஞானத் தொழில்நுட்பம் விநாடிக்கு விநாடி விஸ்வரூபம் எடுத்துக் கொண்டு போகும் இந்தக் காலகட்டத்தில் புதிதாகப் பிறந்துள்ள விஞ்ஞான விபரீதம் இது. இன்றைய தீவிரவாதிகளின் புது அஸ்திரம் இது. இதன் விஞ்ஞானப் பெயர் ஹேண்டி டிஸாஸ்டர். கிட்டத்தட்ட இதுவும் ஒரு மனித வெடிகுண்டு மாதிரிதான். வெடிகுண்டை இடுப்பிலோ அல்லது உடம்பின் மற்ற பாகங்களிலோ மறைத்து வைத்துக் கொண்டு போனால் டைனமைட் டிடெக்டர்கள் மோப்பம் பிடித்து விடுவதால் தீவிரவாதிகள் போலீஸிடம் மாட்டிக் கொள்கிறார்கள். அதனால் ஆப்கானிஸ்தானத்தில் உள்ள ஒரு தீவிரவாத அமைப்பு இது மாதிரியான ஹேண்டி டிஸாஸ்டர்களைப் பயன்படுத்த ஆரம்பித்து இருக்கிறார்கள். இப்படியொரு செயற்கைக் கையைப் பொருத்திக் கொள்வதற்காகவே தீவிரவாதிகளில் சிலர் தங்களுடைய இடது கைகளைத் துண்டித்துக் கொள்வதும் உண்டு. இறந்து போயிருக்கிற இந்த நபர் நிச்சயமாய் ஒரு தீவிரவாத இயக்கத்தைச் சேர்ந்த நபராய்த்தான் இருக்க வேண்டும்.’

ரிப்போர்ட் முடிந்து போயிருக்க, மஞ்சுளா நாயர் ஒரு கனத்த

பெருமூச்சோடு நிமிர்ந்தாள். கமிஷனரிடம் திரும்பினாள். "ஸார்! இது மாதிரியான ஹேண்டி டிஸாஸ்டர்களைப் பற்றி இப்பத்தான் கேள்விப்படறேன். இதுமாதிரியான அபாயகரங்களை நம்ம பாம் ஸ்க்வாடில் இருக்கிற டிடெக்டர்ஸ் கண்டுபிடித்துக் கொடுக்காதா?"

"கொடுக்காது... காரணம் ஒவ்வொரு ஹேண்டி டிஸாஸ்டர்க்கு உள்ளேயும் ஒரு 'ஜாமர்' இருப்பதுதான். இந்த ஜாமர், டிடெக்டர்கள் வெளியிடும் கதிர் வீச்சை முடமாக்கித் தள்ளிவிடும்."

"ஸார்! இது உண்மையிலேயே ஒரு அதிர்ச்சிக்குரிய விஷயம்தான். பை... த... பை... இந்த ஹேண்டி டிஸாஸ்டர் சம்பவத்துக்கும் நான் விசாரித்துக் கொண்டிருக்கும் இன்சொல் விவகாரத்துக்கும் என்ன சம்பந்தம்? என்னை எதுக்காக இங்கே வரச் சொன்னீங்கன்னு நான் தெரிஞ்சுக்கலாமா?"

"ஆக்ஸிடெண்ட்டில் இறந்து போயிருக்கிற நபர் யார் தெரியுமா?"

"யார் ஸார்?"

"ஒரு மலேசியன்... பேரு ஷேன் துங்கா. டூரிஸ்ட் விசா வாங்கிட்டு வந்திருக்கான். ஈ.சி.ஆர். ரோட்டில் இருக்கிற 'செகண்ட் ஹெவன்' என்கிற ஃபைவ் ஸ்டார் ஹோட்டலில் கடந்த மூணு நாட்களாய் ஸ்டே பண்ணியிருந்திருக்கான்..."

மஞ்சுளா இன்னமும் திகைப்பில் இருக்க கமிஷனர் தொடர்ந்தார். "இந்த நபர் ஷேன் துங்காவின் பேண்ட் பாக்கெட்டில் ஹோட்டல் ரூமின் சாவியும் சாவியில் என்க்ரேவ் செய்யப்பட்டிருந்த அறை எண்ணும் இவன் யார்ன்னு கண்டுபிடிக்க பெரிய உதவியாய் இருந்தது. இவன் தங்கியிருந்த அறையை சோதனை போட்டபோது கிடைச்ச பல தடயங்களில் ஒண்ணு இந்த போட்டோ..."

கமிஷனர் சொல்லிக் கொண்டே தன் இடது கையில் வைத்து இருந்த போட்டோவை நீட்டினார். மஞ்சுளா நாயர் வாங்கிப் பார்த்தாள்.

போட்டோவில் இன்சொல் நாற்பத்தைந்து டிகிரி கோணத்தில் தலையைச் சாய்த்து கீழ்வரிசைப் பற்கள் சீராய் தெரிய சிரித்திருந்தாள்.

மஞ்சுளா நாயரின் உடம்பு முழுவதும் பரபரப்புத் தீ பற்றிக் கொண்டது. "ஸார்...! இந்த இன்சொல்லோட போட்டோ எப்படி இந்த ஷேன்துங்காவுக்கு கிடைச்சிருக்கும்....? ரெண்டு பேர்க்கும் நடுவுல எது மாதிரியான உறவு இருந்திருக்கும்னு தெரியலையே...?"

"நான் உங்களை எதுக்காக வரச் சொன்னேன் என்கிற கேள்விக்கு இப்போ உங்களுக்கு பதில் கிடைச்சிருக்குமே...?"

“ஸார்... அந்த இன்சொல்லை என்கொய்ரி பண்ணும்போது அவ தனக்கு எதுவுமே தெரியாது என்கிற மாதிரி பேசறா. ஆனா அவளைப் பற்றி கேள்விப்படுகிற விஷயங்கள் எல்லாமே அதிர்ச்சி தர்ற மாதிரி இருக்கு. அவளைக் கல்யாணம் பண்ணிக்கப் போகிற திவாகர்க்கு அவனோட ப்ரெண்ட் ஒருத்தன்... பேரு ரியாஸ் சாலமன் ஒரு விஷயத்தை மெசேஜ் பண்ணியிருக்கான். அதில் சொல்லப்பட்ட விஷயம் இன்சொல் ஒரு மலேசிய நபரோடு போன மாசம் சிங்கப்பூரின் நைட் ரெஸ்டாரெண்டில் நள்ளிரவு ரெண்டு மணிக்கு ஒரு காரில் வந்துட்டுப் போயிருக்கா...”

“அந்த மலேசிய நபர் இறந்து போன இவனாய் ஏன் இருக்கக் கூடாது...?” டெட்பாடியைக் காட்டிக் கொண்டே கேட்டார் கமிஷனர்.

“மே... பி... ஸார்...! எனக்கும் அந்த சந்தேகம் வந்தாச்சு. இன்சொல் ஒரு அப்பாவி மாதிரி இருந்துகிட்டே ஒரு திரைமறைவான வேலையில் ஈடுபட்டு அந்த மலேசிய விமானம் காணாமல் போன விஷயத்தில் ஒரு கருவியாய்ப் பயன்பட்டிருக்கா...! ஸார்... இஃப் யூ டோண்ட் மைண்ட், இந்த மலேசிய தீவிரவாத நபர் தங்கியிருந்த அந்த ஹோட்டல் அறையை நான் பார்க்கலாமா?”

“தாராளமாய்” கமிஷனர் தலையாட்டிக் கொணடிருக்கும்போதே டாக்டர் பூர்ணசந்தரின் செல்போன் வைப்ரேஷனில் அதிர்ந்தது. எடுத்து அழைப்பது யார் என்று பார்த்தார். செல்போனின் டிஸ்ப்ளேயில்’ ‘பெயரில்லாதவன்’ என்ற வார்த்தை ஒரு விநாடி ஒளிர்ந்துவிட்டு உடனே மறைந்தது. டாக்டர் செல்போனை காதுக்கு ஒற்றினார். மெல்லக் குரல் கொடுத்தார்.

“எஸ்.”

மறுமுனையில் குரல் கேட்டது.

“டாக்டர்...! பக்கத்துல யாராவது இருக்காங்களா?”

“ஆமா...”

“கொஞ்சம் தள்ளி வந்து பேச முடியுமா?”

“நான் இப்ப மார்ச்சுவரி ரூம்ல இருக்கேன்... வெளியே வந்து பேசறேன்!” சொன்ன டாக்டர், கமிஷனரையும் மஞ்சுளா நாயரையும் ஏறிட்டார். “உள்ளே டவர் கிடக்கலை. நான் வெளியே போய் பேசிட்டு வர்றேன். ஒரு வி.ஐ.பி. பேஷண்ட் லைன்ல இருக்கார்...” சொல்லிக் கொண்டே வெளியே வந்தார். இருட்டான வராந்தாவில் இருந்த ஒரு தூணுக்குப் பின்னால் மறைந்தார். செல்போனை மறுபடியும் காதுக்கு ஒற்றி மெல்ல குரல் கொடுத்தார்.

“சொல்லு நித்தீஷ்...!”

“டாக்டர்! உடனடியாய் நீங்க பங்களாவுக்கு வரணும்.”

“என்ன திடீர்ன்னு?”

“மேடத்துக்கு உடம்பு சரியில்ல...!”

“அமிர்தவல்லிக்கு என்னாச்சு?”

“தெரியல...! நான் கம்ப்யூட்டர் ரூம்ல இருந்தப்ப சைதன்யா கொஞ்ச நேரத்துக்கு முன்னாடி சாப்பிடக் கூப்பிடறதுக்காக மேடத்தோட ரூமுக்குப் போயிருக்காங்க. மேடம் ரூம்ல இல்லை. பங்களா முழுவதும் தேடிப் பார்த்தும் மேடம் பார்வைக்குத் தட்டுப்படாமல் போகவே சைதன்யா என்கிட்டே வந்து விஷயத்தைச் சொன்னாங்க. மாடிப்படியில் ரத்தம் இருந்ததையும் பார்த்து இருக்காங்க...”

“ரத்தமா?”

“பயப்படாதீங்க டாக்டர்...! இங்கே பயப்படற மாதிரி எதுவும் நடக்கலை... மேடத்தை கண்டுபிடிச்சுட்டோம்.”

“எங்கே இருந்தாங்க...?”

“பங்களா தோட்டத்துக்குள்ளே... ஒரு குரோட்டன் செடிக்குப் பின்னாலே மயக்கமாய் கிடந்தாங்க...”

“எதனால?”

“தெரியலை... டாக்டர்... மூக்குல ரத்தம் வழிஞ்சு உறைஞ்சு போயிருந்தது...”

“சுயஉணர்வு இருக்கா?”

“பாதி உணர்வு இருக்கு.”

“அமிர்தவல்லிக்கு என்ன பிரச்சனைன்னு என்னால கெஸ் பண்ண முடியுது... நித்தீஷ்.?”

“என்ன பிரச்சனை டாக்டர்?”

“ஹீமோபீலியா...”

“எப்படி டாக்டர் திடீர்ன்னு..?”

“கடல் கழுகுதான் காரணம். பத்து மணிநேர ரேடியேஷன். ஏதாவது ஒரு ப்ளட் வெஸல் பர்ஸ்ட் ஆக வாய்ப்பிருக்கு, மேடத்துக்கு சுயஉணர்வு இருக்கிற பட்சத்துல பயப்பட வேண்டாம். ஒரு லேசான துணியை ஐஸ்வாட்டர்ல நனைச்சு மூக்கு மேல போட்டு வையுங்க. நான் இன்னும் கொஞ்ச நேரத்துக்குள்ள புறப்பட்டு வர்றேன்...!”

“லேட் பண்ணிடாதீங்க... டாக்டர்...!”

“டோண்ட் ஒர்ரி! வந்துடறேன். பாஸுக்குத் தகவல்

கொடுத்துட்டீங்களா?"

"கொடுத்துட்டோம்!"

"அவர் வர்றதுக்குள்ளே நானும் வந்துடறேன். ஒண்ணும் பயப்படாதீங்க. மேடத்தைக் காப்பாத்திடலாம்!" சொல்லி செல்போனை அணைத்த டாக்டர் பூர்ணசந்தர் திரும்பினார்.

கமிஷனரும், மஞ்சுளா நாயரும் அவருக்கு வெகு சமீபமாய் நின்றிருந்தார்கள். இறுக்கமான முகங்கள்.

10

போலீஸ் கமிஷனரையும் மஞ்சுளா நாயரையும் பார்வையில் வாங்கிய டாக்டர் பூர்ணசந்தர் வலிய வரவழைத்துக் கொண்ட ஒரு புன்னகையோடு கேட்டார்.

"ஏன் மார்ச்சுவரியை விட்டு வெளியே வந்துட்டீங்க?"

மஞ்சுளா நாயர் தன் கையில் வைத்து இருந்த செல்போனைக் காட்டியபடி சொன்னாள். "டாக்டர் ஒரு நிமிஷத்துக்கு முன்னால் 'வாட்ஸ்அப்' மூலமாய் சில போட்டோக்கள் என்னோட செல்போனுக்கு வந்தது. எல்லாமே மலேசிய இளைஞர்களின் போட்டோக்கள். சென்னையில் இருக்கிற மலேசியத் தூதரகம் ரகசியமான முறையில் இந்த போட்டோக்களை அனுப்பி வைத்தது. அதை நான் உங்க செல்போனுக்கு ஃபார்வேர்ட் பண்றேன். ஆக்ஸிடெண்ட்டில் இறந்து போன 'ஹேண்டி டிஸ்ஸாஸ்டர்' பொருத்தப்பட்ட அந்த இளைஞன் போட்டோக்களில் உள்ள ஒரு இளைஞனாய்க்கூட இருக்கலாம்ங்கிறது மலேசியத் தூதரகத்தின் யூகம். அவங்க யூகம். சரியா, தப்பான்னு நீங்கதான் சொல்லணும் டாக்டர்."

"நோ ப்ராப்ளம்... மார்ச்சுவரியில் இருக்கும் மலேசிய இளைஞனின் 'ஸ்கல்'லை ஸ்கேன் செய்து சூப்பர் இம்போஸிங் செய்து பார்த்தால் இறந்துபோன இளைஞனின் முகம் எப்படியிருந்தது என்பதைக் கண்டு பிடித்து விடலாம்."

"போட்டோக்களை ஃபார்வேர்ட் செய்யட்டுமா டாக்டர்?"

"பண்ணிடுங்க... நாளைக் கழிச்சு மறுநாள் உங்களுக்கு ரிப்போர்ட் குடுத்துடறேன்."

போலீஸ் கமிஷனர் குறுக்கிட்டார். "டாக்டர்! இந்த இறந்துபோன மலேசிய இளைஞனின் விவகாரம் அசாதாரணமான ஒரு விஷயம். இன்னும் சொல்லப் போனால் இது ஒரு 'இன்-கேமரா' மேட்டர். போன மாதம் ஏழாம் தேதி கோலாலம்பூர் ஏர்போர்ட்டிலிருந்து கனடா புறப்பட்டுப் போன விமானம் ஒன்று காணாமல் போன விவகாரத்துக்கும் இந்த மலேசிய இளைஞனுக்கும் தொடர்பு இருக்கலாம்ங்கிறது மலேசியாவின் சர்ச் அண்ட் ரெக்ஸ்யூ ஆப்ரேஷன் (Search and Rescue Operation) குழுவின் கணிப்பு...! இந்த கணிப்பு உண்மையா பொய்யான்னு தெரியற வரைக்கும் மீடியாக்கள் எதையுமே ஸ்மெல் பண்ணிடக்கூடாது..."

டாக்டர் பூர்ணசந்தர் தலையசைத்தார். "இது ஒரு விபரீதமான

விவகாரம்னு எனக்குத் தெரிஞ்சதால்தான் உடனடியா உங்களுக்கு போன் பண்ணினேன்... வெளியுலகத்துக்கு இது ஒரு சாதாரண விபத்து. பை... த... பை... இந்த மலேசியனின் உடலை எத்தனை நாளைக்குத் தாங்கும்படியாய் 'எம்பாம்' செஞ்சு வைக்கணும்?"

"பாடி ஒரு மாசத்துக்காவது தாக்குப் பிடிக்கணும் டாக்டர்...! இண்டர்போல் போலீஸ் வந்து இந்த பாடியைப் பார்க்கவும் வாய்ப்பிருக்கு."

"ஃபாரன்ஸிக் பேதாலஜிஸ்ட் மிஸ்டர் ஸ்டீபன்கிட்டே இப்பவே நான் பேசிடறேன். இது மாதிரியான சிதைந்த உடல்களை 'எம்பாம்' செய்வதில் ஸ்டீபன் எக்ஸ்பர்ட்" சொன்ன டாக்டர் பூர்ணசந்தர், தன் செல்போனை உசுப்பி ஒரு எண்ணைத் தொடர்பு கொண்டு பேசினார்.

• • •

அந்த விசாலமான அறை ஏ.ஸி. காற்றை சுவாசித்துக் கொண்டிருக்க கட்டிலில் அமிர்தவல்லி மல்லாந்து தெரிந்தாள். நாசித்துவாரங்களில் ரத்தம் கருஞ்சிவப்பு நிறத்தில் உறைந்து போயிருக்க, சீரான சுவாசத்தில் மார்பு ஏறி இறங்கிக் கொண்டிருந்தது.

சைதன்யா நிலை கொள்ளாமல் அறையில் நடந்து கொண்டிருக்க நித்தீஷ் செல்போனில் பேசிக் கொண்டிருந்தான்.

"டாக்டர்! இப்போ எங்கே இருக்கீங்க?"

"பெருங்குடி வந்துட்டேன். அமிர்தவல்லிக்கு இப்போ எப்படியிருக்கு?"

"சுய உணர்வு இல்ல."

"ப்ளீடிங் இன்னமும் இருக்கா?"

"இல்ல... டாக்டர்... நீங்க சொன்ன மாதிரி ஐஸ் கட்டியால ஒத்தடம் கொடுத்த பின்னாடி ப்ளீடிங் நின்னுடுச்சு..."

"இனி பயமில்லை. அயாம்... ஆன் த வே. இன்னும் பத்து நிமிஷத்துக்குள்ளே அங்கே இருப்பேன். நான் வர்றதைப் பத்தி செக்யூரிட்டிகிட்டே சொல்லிட்டியா நித்தீஷ்..?"

"சொல்லிட்டேன் டாக்டர்..."

"நான் வந்துட்டே இருக்கேன்...!" டாக்டர் பூர்ணசந்தர் மறுமுனையில் செல்போனை அணைத்துவிட, நித்தீஷ் செல்போனைக் காதினின்றும் எடுத்தான். அறையில் நடைபோட்டுக் கொண்டிருந்த சைதன்யா அந்த இரவிலும் வியர்த்திருந்தாள். கேட்டாள்.

"டாக்டர் என்ன சொல்றார். மேடத்துக்கு என்ன பிரச்னை?"

"டியூ டு ரேடியேஷன். ஹீமோபீலியா. அதுதான் பிளட் ஊஸிங்."

"நித்தீஷ்! எனக்கு என்னமோ பயமாயிருக்கு."

"இதோ பார் சைதன்யா. இது ஒரு நெருப்புக் குண்டம்னு தெரிஞ்சுதான் இறங்கியிருக்கோம். பிரச்னை எந்த உருவத்துல வந்தாலும் அதை நாம ஃபேஸ் பண்ணித்தான் ஆகணும்."

"இருந்தாலும்..."

"நீயும் பேசி என்னையும் பயப்படுத்தாதே. நம்ம முயற்சியில் நாம பாதி தூரம் ஓடி வந்துட்டோம். இனியும் ஓடணும். சொல்லப்போனா இனிமேல்தான் வேகமாய் ஓடணும்."

"முடியாது போலிருக்கே...! எங்கேயோ தப்புப் பண்ணிட்டோம்...!"

"கொஞ்ச நேரம் புலம்பாம இருக்கியா?"

"நீ என்னதான் சொன்னாலும் சரி. நாம ஒரு பெரிய ஆபத்துல மாட்டிக்கப் போறோம்."

"நம்ம பாஸ் இருக்கும்போது என்ன பயம்? அவர் அடிக்கடி ஒரு வார்த்தை சொல்லுவார் உனக்கு ஞாபகம் இருக்கா சைதன்யா?"

"நான் இப்போ எதையும் 'ரீ-கலெக்ட்' பண்ணக் கூடிய நிலைமையில் இல்லை. அவர் என்ன சொன்னார்ன்னு நீயே சொல்லு."

"போர்க்களத்தில் நிற்கும் வீரனுக்குத் துணிச்சலான மனஉறுதி இருந்தாலே பாதி வெற்றி கிடைச்ச மாதிரியாம்."

நித்தீஷ் சொல்லிக் கொண்டிருக்கும்போதே அறையின் மூலையில் இருந்த இண்டர்காம் முணுமுணுத்தது. போய் ரிஸீவரை எடுத்தான். மறுமுனையில் செக்யூரிட்டி தியோடரின் குரல் கேட்டது.

"ஸார்!"

"சொல்லுங்க. தியோடர்...!"

"பாஸோட கார் உள்ளே வருது... ஸார்."

"டாக்டர் பூர்ணசந்தரின் காரும் இன்னும் அஞ்சு நிமிஷத்துல வந்துடும். உள்ளே அனுப்பிட்டு. அதுக்கப்புறம் கேட்டை லாக் பண்ணிடுங்க!"

"சரி ஸார்..."

நித்தீஷ் ரிசீவரை அதனிடத்தில் அமர்த்திவிட்டு சைதன்யாவிடம் திரும்பினான். "நான் போய் பாஸை ரிஸீவ் பண்ணிக் கூட்டிட்டு வர்றேன்."

அவள் தலையை ஆட்டிக் கொண்டே அமிர்தவல்லியை கவலைக்

கண்ணோடு பார்க்க, நித்தீஷ் மாடிப்படிகளில் வேகமாய் இறங்கி கீழே வந்தான். பங்களாவின் போர்டிகோவில் கார் நின்றிருந்தது. காரின் டிரைவிங் சீட்டிலிருந்து அந்த ஐம்பது வயது ஈஸ்வர் வழுக்கை மின்னும் தலையோடு இறங்கிக் கொண்டிருந்தார். சந்தன நிற பைஜாமா போன்ற உடையில் காற்றோட்டமாய் தெரிந்தார். கண்களில் ரிம்லஸ் கண்ணாடி பளபளத்தது. நித்தீஷ் அவரை பவ்யமாய் எதிர்கொண்டான்.

"ஸார்..."

ஈஸ்வர் நடந்து கொண்டே கேட்டார்.

"டாக்டர் வந்துட்டாரா?"

"ஹி ஈஸ் ஆன் த வே... ஸார்..."

"அமிர்தவல்லிக்கு கான்ஷியஸ் திரும்பியிருக்கா?"

"நாட் யெட் ஸார்."

"டாக்டர் என்ன சொன்னார்?"

"அயோனைஸிங் செய்யப்பட்ட மைக்ரோபீஸ் தன்னோட ரேடியேஷனை வெளிப்படுத்தியிருக்கலாம்னு சொன்னார்."

"உயிர்க்கு எந்த ஆபத்தும் இல்லையே?" ஈஸ்வர் கேட்டுக் கொண்டே ஹாலுக்குள் நுழைய முயன்ற விநாடி...

"ஸார்! டாக்டர் பூர்ணசந்தரும் வந்துட்டார்ன்னு நினைக்கிறேன்."

"லெட் அஸ் வெயிட்" இருவரும் வெளிச்சத்தைப் பார்த்தபடி நின்றார்கள்.

கார் போர்டிகோவில் வந்து நின்று என்ஜினின் இயக்கத்தை நிறுத்திக் கொண்டது. நித்தீஷ் காரை நோக்கி வேகமாய்ப் போனான்.

டிரைவிங் இருக்கையில் ஸ்டீயரிங்கைப் பிடித்தபடி டாக்டர் பூர்ணசந்தர் நேர்ப்பார்வை பார்த்தபடி உட்கார்ந்திருந்தார்.

"வாங்க டாக்டர்...!"

அவர் தன் முகத்தில் எந்த ஒரு சலனத்தையும் காட்டாமல் மௌனமாய் உடம்பைச் சிறிதும் அசைக்காமல் அப்படியே உட்கார்ந்திருந்தார். குழப்பமான முகத்துடன் நித்தீஷ் அவரருகே குனிந்தான். "இறங்குங்க டாக்டர்...!"

இப்போதும் அவரிடம் அதே மௌனம்.

"என்ன டாக்டர்...! எதுவுமே பேசமாட்டேங்கறீங்க...?"

"எங்க உத்தரவு இல்லாமே டாக்டர் எதுவும் பேசமாட்டார். காரை விட்டுக் கீழே இறங்கவும் மாட்டார்."

காரின் பின்பக்க சீட்டிலிருந்து ஒரு குரல் கேட்கவே, திடுக்கிட்டுப்

போய் பார்வையை அங்கே கொண்டு போனான் நித்தீஷ். மொத்த உடம்பும் ஒரு எவரெஸ்ட் குளிருக்கு உட்பட்டது. காரின் பின்பக்க சீட்டின் கண்ணாடி ஜன்னல்கள் ஸ்லோமோஷனில் இறங்க, அந்த அரையிருட்டிலும் முகங்கள் தெளிவாய்த் தெரிந்தன. அடையாளம் பிடிபட்டது.

போலீஸ் கமிஷனர், மஞ்சுளா நாயர்.

போலீஸ் கமிஷனரின் வலது கையில் ஆறாவது விரலாய் ஒரு பிஸ்டல் முளைத்திருந்தது.

● ● ●

இன்சொல்லுக்கு அந்த இடம் வயிற்றில் பயத்தை விதைத்து இருதயத் துடிப்பை அதிகரிக்க வைத்தது. பெயிண்ட் பூச்சு உதிர்ந்த சுவர்கள். சற்றே ஈரமான தரை. அறையில் இருந்த சொற்பமான காற்றில் நாசிக்குப் பிடிக்காத நெடி. அறை சீலிங்கின் மேற்பரப்பில் அரையடி நீளத்திற்கு கறுப்பு நிறப் பல்லிகள் அசையாமல் ஒட்டிக் கொண்டிருக்க, தரையின் இண்டு இடுக்குகளில் கூட்டுக் குடும்பம் நடத்தும் கரப்பான் பூச்சிகள். அவளுடைய முதுகுக்குப் பின்னால் கஸ்டம்ஸ் ஆஃபீஸர் குருதேவ்வின் குரல் கேலி கலந்து கேட்டது.

“என்ன... இன்சொல்... இந்த ‘ரெட் செல்’ அறை உனக்குப் பிடிச்சிருக்கா?” கண்களில் பளபளக்கும் நீரோடு அவரை ஏறிட்டாள் இன்சொல். “என்னை ஏன் ஸார்.... இப்படி டார்ச்சர் பண்றீங்க?”

“இது டார்ச்சர் இல்லேம்மா... ஒரு விசாரணைக் கைதிக்கு போலீஸ் கொடுக்க வேண்டிய மரியாதை. உன்கிட்டேயிருந்து உண்மை வெளியே வர்ற வரைக்கும் நீ இந்த ரெட் செல்லை விட்டு வெளியே போக முடியாது. இனிமே நாங்க உன்னை விசாரணை பண்ணமாட்டோம். விசாரணை பண்ணப் போறவங்க அவங்கதான்.” குருதேவ் கை காட்டிய திசைக்குப் பார்வையைக் கொண்டு போனாள் இன்சொல்.

இரண்டு பெண் போலீஸ் அபார உயரங்களோடு கைகளில் லாட்டியோடு சுவரோரமாய் நின்றிருந்தார்கள். கண்களில் சிறுத்தையின் சீற்றம். குருதேவ் ஒரு சின்னச் சிரிப்போடு பேச்சைத் தொடர்ந்தார். “இவங்களுக்கு போலீஸ் டிபார்ட்மெண்ட்ல ‘ஜிம் லேடீஸ்’ன்னு பேரு. ஒரு பெண் விசாரணைக் கைதியை எப்படி விசாரிச்சா உண்மை வெளியே வரும் என்கிற வித்தை இவங்களுக்குத் தெரியும். இந்த ராத்திரி பூராவும் இந்த ரெண்டு பேரும் உன் கூடத்தான் இருக்கப் போறாங்க. இனி உன் பாடு அவங்க பாடு!”

குருதேவ் சொல்லிவிட்டு அந்த அறையினின்றும் வெளியேறிவிட

ஒரு பெண் போலீஸ் தன் இடது காலை உயர்த்தி அந்த அறையின் கனமான கதவைச் சாத்தினாள். இன்னொருத்தி தாழிட்டாள்.

இன்சொல்லின் ரத்த ஓட்டம் உறைந்தது. சுவரின் ஒரு மூலைக்குப் போய் ஒண்டிக் கொண்டாள். இருவரும் பூட்ஸ் சத்தங்களோடு அவளை நெருங்கி நின்றார்கள். ஒருத்தியின் கையில் இருந்த லாட்டி இன்சொல்லின் மோவாயை நிமிர்த்தியது. "இதோ பார்! ஆண் அதிகாரிகள் உன்னை விசாரணை பண்ணும் போது அவங்களுக்குன்னு ஒரு எல்லைக்கோடு இருக்கும் ஆனா எங்களுக்கு எந்த ஒரு எல்லைக்கோடும் கிடையாது. எங்க விசாரணையே வேற மாதிரிதான் இருக்கும். வேற மாதிரின்னா எப்படின்னு கேட்கறியா... சொல்றேன். உனக்குக் கல்யாணம் ஆயிடுச்சா?"

இன்சொல் பதில் எதுவும் பேசாமல் உறைந்த பார்வையோடு அப்படியே நின்றாள். லாட்டி அவளுடைய கன்னத்தைத் தட்டியது. கழுத்தில் இறங்கியது.

"என்ன...! உனக்குக் கல்யாணமாயிடுச்சா... இல்லையா?"

திகிலோடு இன்சொல் 'இல்லை' என்பது போல் தலையாட்டினாள். 'இவர்கள் என்னை என்ன செய்யப் போகிறார்கள்?'

அவள் யோசித்துக் கொண்டிருக்கும்போதே ஜிம் லேடீஸ்களில் ஒருத்தி இன்சொல்லின் தோளில் மேல் கையை வைத்தாள். அடித் தொண்டையில் பேசினாள். "உனக்கு நல்லபடியாய் கல்யாணமாகணும், புருஷனோடு சந்தோஷமாய் இருக்கணும். ஒரு குழந்தைக்குத் தாயாகணும். இந்த மூணு விஷயங்களும் உன்னோட வாழ்க்கையில் நடக்கணுமா வேண்டாமா?"

இன்சொல்லின் பெரிய விழிகள் பயத்தில் மேலும் விரிந்தன.

உதடுகள் தன்னிச்சையாய் திறந்தது.

"ந..ட...க்...க...ணு...ம்."

"அப்படி நடக்கணும்ன்னு நீ ஆசைப்பட்டா உண்மையைப் பேசணும். இல்லேன்னா நான் சொன்ன அந்த மூணு விஷயங்களும் உன்னோட வாழ்க்கையில் நடக்காமலே போய்விடும். எப்படின்னு பார்க்கறியா... மொதல்ல டிரெஸ்ஸைக் கழற்று."

"வே... வேண்டாம்..." இன்சொல் வீறிட்டாள்.

"அப்ப... நானே கழற்றி..." ஜிம்லேடி இன்சொல்லின் சேலையைப் பிடித்து இழுக்க, அவள் அப்படியே மண்டியிட்டு உட்கார்ந்தாள். கைகளைக் கூப்பினாள்.

"எல்லா உண்மையையும் சொல்லிடறேன். நித்தீஷையும் அமிர்தவல்லியையும் எனக்குத் தெரியும்."

11

இன்சொல் கைகூப்பிய நிலையில் மண்டியிட்டு உட்கார்ந்து இரண்டு கண்களிலும் கோர்த்துக் கொண்ட நீரோடு 'எனக்கு நித்தீஷையும் அமிர்தவல்லியையும் முன்பே தெரியும்!' என்று சொன்னதைக் கேட்டு ஜிம் லேடீஸ் இருவரும் புன்னகை தவழும் உதடுகளோடு ஒருவரையொருவர் பார்த்துக் கொண்டார்கள்.

"கடைசியில் பூனைக்குட்டி வெளியே வந்து விட்டது...!"

"கல்யாணம், கணவன், குழந்தை இது மாதிரியான விஷயங்களில் கையை வெச்சாத்தான் பொம்பளைங்ககிட்டேயிருந்து உண்மைகளை வாங்க முடியும் போலிருக்கு."

"வெளியே காத்திட்டிருக்குற சி.ஓவுக்குப் போனைப் போடு."

ஜிம் லேடிகளில் ஒருத்தி தன் செல்போனில் வெளியே காத்திருந்த கஸ்டம்ஸ் ஆபீஸர் குருதேவைத் தொடர்பு கொண்டு விஷயத்தைச் சொல்ல, அந்த நிமிஷம் முடிவதற்குள் அவர் உள்ளே வந்தார். ஜிம் லேடிகள் இருவரும் வெளியேற, குருதேவ் ஒரு ஸ்டூலை இழுத்துப் போட்டுக்கொண்டு உட்கார்ந்தார். "அப்போ இத்தனை நேரமும் ஒரு பிள்ளைப்பூச்சி மாதிரி வேஷம் போட்டு எங்க என்கொய்ரி டீமையே ஏமாத்திட்டு வந்துருக்கே?"

"ஸ... ஸாரி... ஸார்..."

"இந்த ஸாரி கூட உண்மையா... பொய்யா...? எங்ககிட்டேயிருந்து தப்பிக்கிறதுக்காக புதுசா ஏதாவது கதை சொல்லப் போறீயா?"

இன்சொல் கண்களில் நீர் சிதறி தலையாட்டினாள். "இல்ல ஸார்... இனிமே நான் எதையும் மறைக்கப் போறது இல்லை. அப்படி மறைச்சா அது என்னோட தனிப்பட்ட வாழ்க்கையையும் ஒட்டு மொத்தக் குடும்பத்தோட நிம்மதியையும் காணாமப் போக்கிடும்."

"ஸோ... உண்மையைச் சொல்லப் போறே."

"ஆமா..."

"சொல்லு...! நித்தீஷையும் அமிர்தவல்லியையும் தெரியவே தெரியாதுன்னு கற்பூரம் கொளுத்தி சத்தியம் பண்ணாத குறையாய் அழுது அழிச்சாட்டியம் பண்ணி ஒரு ஆர்ப்பாட்டத்தை டெமோ செஞ்சு காட்டிட்டே! இதுக்கெல்லாம் டைரக்ஷன் யாரு...?"

"சாரங்..."

“சாரங்...?”

“ஆமா...! அவர் சிங்கப்பூர் போலீஸின் ஸ்பை டிபார்ட்மெண்டில் ‘க்யூ’ விங் ஆபீஸர். சில நாட்களுக்கு முன்பு நான் சிங்கப்பூரில் தங்கியிருந்த அபார்ட்மெண்ட்டுக்கு வந்து என்னைச் சந்தித்தார். தன்னோட உத்யோக அடையாள அட்டையைக் காட்டி என்கிட்டே சில விஷயங்களைப் பகிர்ந்து கொள்ளப் போவதாகவும் சொன்னார். அதுக்கு முன்னாடி என்கிட்டே ஒரு கேள்வியைக் கேட்டார்.”

“என்ன கேள்வி?”

“போன மாசம் ஏழாம் தேதி கோலாலம்பூரிலிருந்து கனடாவுக்குப் புறப்பட்டுப் போன மலேசிய விமானம் காணாமப் போயிடுச்சு. அந்த விமானத்துக்கு என்னாகியிருக்கும்னு நினைக்கிறே? இப்படியொரு கேள்வியை அவர் கேட்டதும் எனக்கு ஒரு நிமிஷம் என்ன பதில் சொல்றதுன்னு தெரியலை. அப்புறம் சுதாரிச்சுகிட்டு ‘என்கிட்டே ஏன் ஸார் இந்தக் கேள்வியைக் கேட்கறீங்க’ன்னு கேட்டேன். ‘உன்னோட அனுமானத்தைச் சொல்லு’ன்னார். அதுக்கு நான், அந்த விமானம் கடல்ல விழுந்திருக்கலாம்னு சொன்னேன். அதுக்கு அவர் சிரிச்சுகிட்டே ‘அப்படி அந்த விமானம் கடலில் விழுந்து இருந்தா சர்ச் அண்ட் ரெஸ்க்யூ ஆப்ரேஷன் க்ரூப்பால ஏன் அந்த விமானத்தோட உடைந்து போன சிதைவுகளைக்கூட கண்டுபிடிக்க முடியலைன்னு கேட்டார். எனக்கு இதுக்குப் பதில் தெரியாதுன்னு சொன்னேன்.”

“வெரி இண்ட்ரஸ்டிங்! அப்புறம்...?”

“அதுக்கப்புறம் அவர் பேசின விஷயங்கள்தான் என்னை அதிர்ச்சியோட எல்லைக்கே கொண்டு போச்சு...?”

“அப்படி என்ன சொன்னார்?”

“நீ மனசு வெச்சா காணாமல் போன அந்த மலேசியா விமானத்தைக் கண்டுபிடிக்க சிங்கப்பூர் போலீஸால முடியும்னு சொன்னார். எனக்குக் கோபம் கோபமாய் வந்தது. ‘என்ன ஸார் விளையாடறீங்களா. நான் தமிழ்நாட்டைச் சேர்ந்த சாதாரண ஒரு குடும்பத்தைச் சேர்ந்த பொண்ணு. இந்த நாட்ல இருக்கிற ஒரு ரெப்யூட்டட் ஐ.டி. கம்பெனியில் வேலை பார்க்க ஆசைப்பட்டு ஜாய்ன் பண்ணியிருக்கேன். அடுத்த மூணு மாசத்துல எனக்குக் கல்யாணம். ஒரு சராசரி பெண்ணான என்னால எப்படிக் காணாமல் போன மலேசிய விமானத்தைக் கண்டுபிடிக்க உதவியாய் இருக்க முடியும்ன்னு பொரிஞ்சு தள்ளிட்டேன்.”

“அதுக்கு அவர் என்ன சொன்னார்?”

“என்னோட கோபத்தை அவர் பொருட்படுத்தவேயில்லை. நீ கொஞ்சம் ஒத்துழைப்புக் கொடுத்தா காணாமல் போன மலேசியா விமானம் எங்கேயிருக்கு என்கிற உண்மையைக் கண்டுபிடிச்சுடலாம்ன்னு சொன்னார்.”

குருதேவ் இன்சொல்லையே சில விநாடி நேரம் இமைக்காமல் பார்த்தார்.

“என்ன ஸார் பார்க்கறீங்க. நான் சொன்னதுல உங்களுக்கு நம்பிக்கை இல்லையா?”

“அதான் நீயே நம்பிக்கையில்லேன்னு சொல்லிட்டியே?”

“இப்படியொரு சூழ்நிலை என்னிக்காவது ஒரு நாள் வரும். அந்த சமயத்துல நீ இதை உபயோகப்படுத்தலாம்ன்னு சாரங் சொன்னது சரியாப் போச்சு.”

குருதேவ் தன் புருவங்களை உயர்த்தினார்.

“எதை உபயோகப்படுத்தலாம்ன்னு சாரங் சொன்னார்?”

இன்சொல் தன் வலது காதில் மின்னிக் கொண்டிருந்த தங்கத்தாலான ‘ஸ்டட்’க்கு விரல்களைக் கொண்டு போய் அடுத்த பத்து விநாடிகளில் அதை லாவகமாய் திருகி எடுத்து உள்ளங்கையில் வைத்து குருதேவ்வுக்கு முன்பாய் நீட்டினாள்.

“இது என்ன ஸார்...?”

“அதுதான் ‘ஸ்டட்’ன்னு தெரியுதே ?”

“வெளிப்பார்வைக்குத்தான் இது காதில் அணியக்கூடிய ஸ்டட். இந்த ‘ஸ்டட்’டுக்குள்ளேதான் என்னைக் காப்பாத்தப் போற விஷயம் இருக்கு.”

குருதேவ் ஆர்வமானார்.

“என்ன இருக்கு?”

“ஒரு நிமிஷம் ஸார்!” சொன்ன இன்சொல் அந்த தங்க ‘ஸ்டட்’டை இடதுகை விரல்களால் பிடித்துக் கொண்டு தன் வலது கையின் ஆட்காட்டி விரலை அதனருகே கொண்டு போய் நெயில் பாலிஷ் பூச்சால் குளித்திருந்த கூர்மையான நகத்தால் அந்த ‘ஸ்டட்’டை மெல்ல நெம்பினாள்.

அடுத்த விநாடியே ...

அது முத்துச்சிப்பி போல் திறந்து கொண்டது. உள்ளே...

கொஞ்சம் விபரீதம் கலந்து சின்னதாய் ஒரு கறுப்புச் சதுரம்

மினுமினுப்பாய்த் தெரிந்தது.

• • •

நித்தீஷ் உள்ளுக்குள் இடிந்து போனவனாய், காருக்குப் பக்கத்தில் அப்படியே நின்றிருக்க, காரின் பின் சீட்டில் உட்கார்ந்திருந்த மஞ்சுளா நாயரும், போலீஸ் கமிஷனரும் இறங்கினார்கள். ஒரு கேலிச் சிரிப்போடு நித்தீஷை நெருங்கினாள் மஞ்சுளா நாயர்.

“என்ன நித்தீஷ்! இந்த ராத்திரி நேரத்துல இப்படிப்பட்ட கெஸ்ட்டுகளை நீ எதிர்பார்த்து இருக்கமாட்டே இல்லையா?”

“மே... மேடம்...”

“ஒண்ணும் அவசரமில்லை. நிதானமாய் உள்ளே போய் பேசலாம்...! டாக்டர்... இனி நீங்க கீழே இறங்கலாம்.”

டாக்டர் பூர்ணசந்தர் தடுமாற்றமாய் காரினின்றும் இறங்கினார். போலீஸ் கமிஷனரின் கையில் இருந்த பிஸ்டல் ஒரு உயிருள்ள ஜீவராசி மாதிரி அசைந்து நித்தீஷ், சைதன்யா, ஈஸ்வர் என்று எல்லோரையும் மாறி மாறி குறி பார்த்தது. “யாராவது எங்களை தாக்க முயற்சி பண்ணினாலோ, இங்கேயிருந்து தப்பிக்க முயற்சி பண்ணினாலோ இந்த பிஸ்டல் அதனோட கடமையைச் செய்யும்.”

கமிஷனர் பின்னால் வர, மஞ்சுளா நாயரின் கண்காணிப்பில் எல்லோரும் மௌனமாய் நடந்து உள்ளே போனார்கள்.

வீட்டின் ஹால் வந்தது.

நுழைந்தார்கள். மஞ்சுளா நாயரும் கமிஷனரும் ஒரு பக்கமாய் நின்று கொள்ள, நித்தீஷ், சைதன்யா, ஈஸ்வர், டாக்டர் பூர்ணசந்தர் நான்கு பேரும் எதிர்ப் பக்கத்தில் நின்றார்கள்.

சில விநாடிகளுக்கு நீடித்த மௌனத்தை மஞ்சுளா நாயர் கலைத்தாள். “உங்க நாலு பேர்ல யார் உண்மையைப் பேசப் போறீங்களோ அவங்க மட்டும் ஒரு அடி முன்னால் வந்து நிக்கலாம்.”

நான்கு பேரில் யாருமே அசையவில்லை. நேர் பார்வை பார்த்துக் கொண்டு அப்படியே நின்றார்கள்.

போலீஸ் கமிஷனரின் குரல் உயர்ந்தது.

“என்ன... சொன்னது காதுல விழலையா...?”

நித்தீஷ் கேட்டான்.

“இப்ப உங்களுக்கு என்ன உண்மை வேணும்?”

“அமிர்தவல்லியோட உடம்புக்கு என்ன...? எதுக்காக டாக்டர் பூர்ணசந்தரை போன்ல காண்டாக்ட் பண்ணி உடனடியாய் வரச் சொன்னே...?”

நித்தீஷ் மௌனம் சாதிக்க, மஞ்சுளா நாயர் அவனுக்கு நேர் எதிரே வந்து நின்றாள். அவளுடைய இடது கை ஆட்காட்டி விரல் உயர்ந்தது.

“இதோ பார்... போலீஸ் டிபார்ட்மெண்ட், கஸ்டம்ஸ், உளவுத்துறை இந்த மூணும் கூட்டணி போட்டுகிட்டு 24 மணி நேரமும் கண்ணிமைக்காமல் வேலை பார்த்ததால உங்களுடைய ‘கடல் கழுகு’ ப்ளான் எல்லாமே வெட்ட வெளிச்சத்துக்கு வந்து ரொம்ப நேரமாச்சு. ஏர்போர்ட்டிலேயே உன்னையும் அமிர்தவல்லியையும் மடக்கியிருப்போம். ஒரு பத்து நிமிஷம் லேட்டாயிடுச்சு. இருந்தாலும் சரியான ரூட்ல இன்வெஸ்டிகேட் பண்ணி உங்க டீமை நெருங்கிட்டோம். இனிமே உங்க நாலு பேர்ல யாருமே தப்பிக்க முடியாது. மொதல்ல அமிர்தவல்லியைப் பார்ப்போம். அதுக்கப்புறம் கடல்கழுகைப் பத்தி பேசுவோம். அமிர்தவல்லி எங்கே?”

நித்தீஷ் வியர்த்த முகமாய் மாடியைக் காட்டினான். கமிஷனர் பிஸ்டலை அசைத்தார். “ம்... நடங்க...!” அகலமான மார்பிள் படிகளில் நித்தீஷ், சைதன்யா, ஈஸ்வர் மூன்று பேரும் ஏற, கமிஷனரும் மஞ்சுளா நாயரும் தொடர்ந்தார்கள்.

ஆறு பேரும் சின்ன ஊர்வலமாய் நடந்து மாடி வராந்தாவின் மையத்தில் இருந்த அறைக்குள் நுழைந்தார்கள். ஏஸி மெலிதாய் உறுமிக் கொண்டிருக்க அமிர்தவல்லி ஒரு கனமான கம்பளிப் போர்வைக்குள் முகம் மட்டும் தெரியும்படியாய் மல்லாந்து தெரிந்தாள். நாசித் துவாரங்களில் ரத்தம் உறைந்து தெரிந்தது. மஞ்சுளா நாயர் பூர்ணசந்தரைப் பார்த்து கண்ணசைக்க, அவர் அமிர்தவல்லிக்குப் பக்கத்தில் இருந்த ஸ்டூலில் உட்கார்ந்து நாடியைப் பிடித்துச் சோதித்துவிட்டு ஸ்டெத்தால் அவளுடைய மார்புப் பகுதியை ஒற்றியெடுத்தார். பிறகு பெருமூச்சோடு கமிஷனரையும், மஞ்சுளா நாயரையும் ஏறிட்டார். “அமிர்தவல்லி இன்னமும் அபாயக்கட்டத்தைத் தாண்டலை.”

“என்ன பிரச்னை...?”

“ஹைலி... டீஹைட்ரேட்டட்.”

“எதனால...?”

"ட்யூ டு ரேடியேஷன்."

'ரேடியேஷன் எப்படி....?"

டாக்டர் மௌனம் சாதிக்க, மஞ்சுளா நாயர் நித்தீஷிடம் திரும்பினாள். "டாக்டர் நான் கேட்ட கேள்விக்கு பதில் சொல்ல பிரியப்படலன்னு நினைக்கிறேன். உங்க மூணு பேர்ல யார் வாயைத் திறக்கப் போறீங்க?"

ஈஸ்வர் ஓரடி முன்னால் வந்தார்.

"தட்ஸ் குட்... உங்களைப் பார்த்தா இந்த அபாயகரமான குட்டி கும்பலுக்கு நீங்கதான் 'பாஸ்' போலத் தெரியுது."

ஈஸ்வர் தன் உதட்டில் ஒரு புன்னகையை நெளியவிட்டார்.

"நாங்க ரகசியமாய் போட்ட திட்டம் இது. கட்டிக் காக்க எவ்வளவோ முயற்சி பண்ணினோம். முடியலை. ஸ்மெல் பண்ணி எங்க முன்னாடியும் வந்து நின்னுட்டீங்க. இனிமே மறைக்க என்ன இருக்கு. எல்லாத்தையும் சொல்லிட வேண்டியதுதான்...!"

"அமிர்தவல்லிக்கு என்னாச்சு. மொதல்ல அதைச் சொல்லுங்க."

பெருமூச்சோடு நெற்றியைத் தேய்த்த ஈஸ்வர், ஒரு முறை தன்னுடைய தோள்களைச் சின்னதாய் ஒரு ஜெர்க்குக்கு உட்படுத்திவிட்டு மெலிதான குரலில் பேச ஆரம்பித்தார்.

"அயோனைஸிங் செய்யப்பட்ட ஒரு பல்செட்டை அமிர்தவல்லிக்கு சிங்கப்பூரில் உள்ள டென்ட்டல் ஹாஸ்பிடலில் வைத்து பொருத்தினோம். அதைப் பொருத்தினதுக்கப்புறம் உணவு எதையும் எடுத்துக்கொள்ளக் கூடாதுங்கிறது கண்டிப்பான உத்தரவு. மினரல் வாட்டர் மட்டும் ஒரு வாய் சாப்பிடலாம்."

"அந்த அயோனைஸிங் செய்யப்பட்ட பல்செட்டுக்குப் பேர்தான் கடல் கழுகா...?"

"ஆமா..."

"அந்த பல்செட்டுக்குள்ளே எது மாதிரியான விபரீதம் இருந்ததுன்னு சொல்ல முடியுமா?"

"மைக்ரோபீஸ்!"

"அதனோட வேலை என்ன?"

ஈஸ்வர் பதில் சொல்லத் தயங்கிய விநாடி, சைதன்யா இடைமறித்தாள். "முழுக்க நனைஞ்சிட்டோம். இனிமே முக்காடு எதுக்கு.....? மேற்கொண்டு நான் பேசலாமா ஸார்?"

ஈஸ்வர் தலையசைக்க, சைதன்யா தொடர்ந்தாள். மஞ்சுளா நாயரைப் பார்த்துத் தடுமாற்றம் இல்லாமல் பேச ஆரம்பித்தாள்.

"மேடம்...! அமிர்தவல்லிக்குப் பொருத்தப்பட்ட அயோனைஸிங் செயற்கை பல்செட்டில் இருக்கிற ஒவ்வொரு பல்லும் பல விஞ்ஞானச் செய்திகளைப் பதிவு செய்து கொண்ட ஒரு மினி பென்டிரைவ்."

"என்னது... பென் டிரைவா...?" மஞ்சுளா நாயரும் கமிஷனரும் தங்களுடைய வியப்பான பார்வைகளைப் பரஸ்பரம் பரிமாறிக் கொண்டார்கள்.

"இப்போ அந்த மைக்ரோபீஸ் எங்கே?"

"கீழே லேப்பில் இருக்கு...! அதை வரிசைக்கிரமமாய் அதாவது அந்த முப்பத்திரண்டு மைக்ரோபீஸ்களை சரியாய்ப் பொருத்தினால் அது ஒரு முழுமையான பென்டிரைவாய் மாறும். அதைக் கம்ப்யூட்டரில் போட்டுப் பார்த்தா."

"பார்த்தா..."

"காணாமே போன மலேசிய விமானத்துக்கு என்னாச்சுங்கிற உண்மை தெரியும்."

12

போலீஸ் கமிஷனரும் மஞ்சுளா நாயரும் ஒரு நம்பாத பார்வையை பரஸ்பரம் பரிமாறிக் கொண்டு மறுபடியும் ஈஸ்வரிடம் திரும்பினார்கள்.

“நீங்க சொல்றது எதுவும் நம்பற மாதிரியில்லையே! முப்பத்திரண்டு குட்டிக் குட்டி பென்டிரைவ்களை ஒண்ணாய்ச் சேர்த்து ஒரே பென்டிரைவாய் மாற்றி கம்ப்யூட்டர்க்குக் கொடுத்துப் பார்த்தா காணாமல் போன மலேசிய விமானம் எங்கேயிருக்குங்கிற விவரம் தெரியுமா?”

“தெரியும்” என்றார் ஈஸ்வர்.

“சரி...! போட்டுப் பார்த்துடலாமா?

“ஸாரி.”

“எதுக்கு ஸாரி?”

“போட்டுப் பார்க்க இது என்ன திருட்டு வி.சி.டி.யா?”

“சிங்கப்பூரிலிருந்து திருட்டுத்தனமாய் கொண்டு வந்ததுதானே அது?”

“அது திருட்டுத்தனம் இல்லை.”

“பின்னே?”

“புத்திசாலித்தனம்.”

“இப்பத்தான் போலீஸ் வளையத்துக்குள்ளே மாட்டிக் கிட்டீங்களே?”

“இது போலீஸ் வளையம் கிடையாது. காகித வளையம்” ஈஸ்வர் சொன்னதைக் கேட்டு மஞ்சுளா நாயர் மெலிதாய்ப் புன்முறுவல் பூத்தாள்.

“இப்படியெல்லாம் நீங்க பேசறதுக்குக் காரணம் உங்களுக்குப் பின்னாடி ஏதோ ஒரு அரசியல் சக்தி இருக்குன்னு நினைக்கிறேன். ஆனா அது எதுவும் உங்களைக் காப்பாத்தப் பயன்படாது. சிங்கப்பூரிலிருந்து கடத்திட்டு வந்த அந்த பென்ட்ரைவ்ஸ் எல்லாத்தையும் அஸம்பிள் பண்ணி எங்ககிட்டே ஒப்படைக்கிறது மட்டும்தான் இப்போதைக்கு உங்க வேலை.”

“அதை உங்ககிட்டே ஒப்படைக்க எங்களுக்கு அதிகாரம் இல்லை.”

ஈஸ்வர் சொல்ல மஞ்சுளா நாயர் குழப்பத்தோடு போலீஸ்

கமிஷனரிடம் திரும்பினாள். “என்ன ஸார்... இவங்க இப்படிப் பேசிட்டு இருக்காங்க. அதை நீங்களும் பொறுமையாய்க் கேட்டுக்கிட்டு இருக்கீங்க. எல்லாருடைய கைக்கும் விலங்கு மாட்டி வாசல்ல நிக்கிற வேனுக்கு கொண்டு போயிடலாம் ஸார்.”

ஈஸ்வர் சிரித்தார்.

“ஸாரி... மிஸஸ் மஞ்சுளா நாயர்! இங்கே இருக்கிற யாரையுமே கைது பண்ண உங்களுக்கோ, போலீஸ் கமிஷனர்க்கோ அதிகாரம் இல்லை.”

“வாட் டு யூ மீன்?”

“வீ ஆர் சி.பி.ஐ. பீப்பிள்.” சொன்ன ஈஸ்வர் தன்னுடைய உத்யோக அடையாள அட்டையை எடுத்துக்காட்ட, அதே விநாடி நித்தீஷும் சைதன்யாவும் தங்களுடைய அடையாள அட்டைகளை எடுத்து கமிஷனர்க்கு முன்பாய் நீட்டினார்கள். வாங்கிப் பார்த்த கமிஷனரும், மஞ்சுளா நாயரும் லேசாய் முகம் வியர்த்தவர்களாய் அட்டென்ஷனுக்கு வந்து தளர்ந்தார்கள்.

நித்தீஷ் ஒரு சின்னப் புன்னகையோடு முன்னால் வந்தான். “இப்ப கூட உங்க அடிமனசுக்குள்ளே நாங்க உண்மையிலேயே சி.பி.ஐ. ஆஃபீஸர்ஸ்தானா. இல்ல....பொய் சொல்றோமான்னு சந்தேகம் வரலாம். நாங்க எங்க ‘கோட் நம்பர்ஸ்’ சொல்றோம். நீங்க இதே நிமிஷம் டெல்லி சி.பி.ஐ.யைக் காண்டாக்ட் பண்ணி உண்மை நிலையைத் தெரிஞ்சுக்கலாம்.”

“மிஸ்டர் ஈஸ்வர்தான் எங்களுக்கு பாஸ்... ஐ... மீன் ஹெட், நாங்க நாலு பேரும் சி.பி.ஐயில் இருந்தாலும் வெவ்வேறு டிபார்ட்மெண்ட். நான் ஆன்டி ஸ்மக்ளிங், சைதன்யா ஆன்டி போச்சிங் ஆக்டிவிட்டீஸ், மிஸ்டர் ஈஸ்வர் ரீபேட்ரியேஷனல் ஆக்டிவிட்டீஸ், மயக்கமா சுயஉணர்வு இல்லாமே கிடக்கிற அமிர்தவல்லி ரிடையர்ட் கோஸ்ட் கார்ட் ஆபீஸர். டாக்டர் பூர்ணசந்தர் அமிர்தவல்லியின் ஃபேமிலி டாக்டர்.”

போலீஸ் கமிஷனரும் மஞ்சுளா நாயரும் உறைந்து போயிருக்க சைதன்யா இப்போது உதட்டில் ஒட்ட வைத்துக் கொண்ட புன்னகையுடன் தொடர்ந்தாள்.

“இந்திய வெளியுறவுத்துறை அமைச்சகம் ரகசியமான முறையில் எங்களுக்குக் கொடுத்த கடல் கழுகு ஆப்ரேஷனைத்தான் நித்தீஷும் அமிர்தவல்லியும் சிங்கப்பூர்க்குப் போய் வெற்றிகரமாய் முடிச்சு கொண்டு வந்துருக்காங்க. நித்தீஷுக்கு அம்மாவாய் நடிச்ச அமிர்தவல்லியோட பங்கு இதுல மகத்தானது. கோஸ்ட் கார்ட் ஆபீஸராய் பணியாற்றி ஓய்வு பெற்ற அமிர்தவல்லி பல்

பாதிப்பு காரணமாய் தன்னோட பற்களையெல்லாம் எடுத்துட்டு ரெண்டு வருஷத்துக்கு முன்னாடியே பல்செட்டைப் பொருத்திக் கொண்டவர்.”

“இந்தக் கடல் கழுகு ஆப்ரேஷனுக்கு பல்செட் பொருத்திக் கொண்ட ஒரு நபர்தான் பொருத்தமாய் இருப்பார்ன்னு சி.பி.ஐ. டைரக்டர் மஹி எண்ணியதால் மேடம் அமிர்தவல்லியைக் காண்டாக்ட் பண்ணினோம். அவங்களும் இந்த ஆபரேஷனை வெற்றிகரமாய் முடிக்க ஒத்துழைப்புக் கொடுத்தாங்க. அயோனைஸிங் செய்யப்பட்ட பெண்டிரைவ் பல்செட்டைப் பொருத்திவிட்ட பிறகு பல மணி நேரம் பட்டினியோடு இருக்க வேண்டும் என்கிற நிபந்தனைக்கும் அவர் ஒப்புக் கொண்டதுதான் இதில் ஹைலைட்.”

மஞ்சுளா நாயர் இடைமறித்தாள். “கடல் கழுகு பற்றிய ஆப்ரேஷனை சென்னைக் போலீஸுக்கும், ஏர்போர்ட் கஸ்டம்ஸ் துறைக்கும் ஏற்கெனவே தெரியப்படுத்தியிருந்தா... உங்களை ஸ்மெல் பண்ணாமே இருந்திருப்போமே?”

“யார்க்கும் தெரியப்படுத்தக் கூடாது என்பதுதான் இந்திய வெளியுறவுத்துறை அமைச்சகத்தின் கட்டளை. நம் இந்திய அரசின் விருப்பமும் அதுதான். சென்ற மாதம் ஏழாம் தேதி காணாமல் போன மலேசிய விமானத்துக்கு என்ன நேர்ந்தது என்பதைக் கண்டுபிடிக்கும் முயற்சிதான் இது. ஹைலி கான்ஃபிடென்ஷியல்.”

“காணாமல் போன மலேசியா விமானத்துக்கும் நம்முடைய இந்தியாவுக்கும் குறிப்பாய் நம் தமிழ்நாட்டுக்கும் என்ன சம்பந்தம்?”

“சம்பந்தம் இருக்கப் போய்த்தானே இந்த கடல் கழுகு ஆப்ரேஷனை மேற்கொண்டோம்.”

“எப்படி என்பதை நாங்கள் தெரிந்து கொள்ளலாமா?”

“இனிமேல் அதை உங்களிடம் தாராளமாய்ச் சொல்லலாம். சில நாட்களுக்கு முன்னால் சிங்கப்பூரில் இருக்கும் இந்திய தூதர் ஷ்யாம் வர்மா தன்னுடைய நண்பர் ஆஷிஷ் என்பவரைப் பார்க்க ‘ஜோவாங்க்’ பகுதியில் இருந்த அவருடைய அபார்ட்மெண்ட்டுக்குப் போயிருக்கார். ஆஷிஷ், மலேஷிய ஏர்லைன்ஸில் ஒரு பொறுப்பான பதவியில் இருப்பவர். ஷ்யாம் வர்மா அவரைப் பார்க்கப் போனபோது ஆஷிஷ் தன் செல்போனில் யாரிடமோ பேசிக் கொண்டிருந்தார். அவருடைய பேச்சு காணாமல் போன மலேஷிய விமானம் சம்பந்தப்பட்டதாய் இருந்தது.

ஷ்யாம் வர்மா சற்று மறைவாய் நின்று ஆஷிஷ் பேசிய பேச்சை ஒட்டுக் கேட்டபோது ஆஷிஷ் ஒரு தப்பான நபர் என்கிற விஷயம் தெரிந்தது. சென்ற மாதம் ஏழாம் தேதி காணாமல் போன

விமானத்துக்கும் ஆஷிஷ்க்கும் ஏதோ ஒரு தொடர்பு இருப்பதும் புரிந்தது. ஆஷிஷ் பிறப்பால் ஒரு இந்தியர் என்பதால் ஷ்யாம் வர்மா நேரிடையாய் அவரை மடக்கி என்ன விவரம் என்று கேட்க முயல, அதிர்ச்சியடைந்த ஆஷிஷ் சற்றும் எதிர்பாராத வகையில் ஏழாவது மாடியிலிருந்து குதித்துத் தற்கொலை செய்து கொண்டார்.

போலீஸுக்குத் தகவல் கொடுத்த ஷ்யாம் வர்மா போலீஸ் வருவதற்குள் ஆஷிஷின் அறையில் இருந்த மைக்ரோசிப்களையும், சிம்கார்டுகளையும், பென்டிரைவ்களையும் எடுத்து மறைத்து வைத்துக் கொண்டார். சிங்கப்பூர் போலீஸார் ஆஷிஷின் மரணத்தை தற்கொலை என்று முடிவு செய்து அடுத்த ஒரு வாரத்திற்குள் பிரச்சனையை முடித்துக் கொள்ள, இந்திய தூதர் ஷ்யாம் வர்மா, ஆஷிஷ் பற்றியும், காணாமல் போன மலேஷிய விமானத்துக்கும் அவர்க்கும் உள்ள தொடர்பு பற்றியும் நம் நாட்டின் வெளியுறவுத்துறைச் செயலாளர்க்குத் தகவல் தெரிவித்தார்.

ஆஷிஷ் உண்மையிலேயே குற்றவாளியா... அவர்க்கும் காணாமல் போன மலேசிய விமானத்துக்கும் தொடர்பு இருக்கிறதா என்பதைத் தெரிந்து கொள்ள சி.பி.ஐயின் உதவியை நாடினார் வெளியுறவுத்துறைச் செயலாளர். அதற்குப் பிறகு உருவானதுதான் ‘கடல் கழுகு’ ஆப்ரேஷன். சிங்கப்பூர் அரசுக்கோ, மலேஷியா அரசுக்கோ விஷயம் தெரிந்துவிடக் கூடாது என்பதற்காக ஆஷிஷிடமிருந்து கைப்பற்றிய குட்டிக் குட்டி பென்டிரைவ்களை சென்னைக்குக் கொண்டு வருவதில் பெரிய பிரச்னை இருந்தது.

‘மைக்ரோபீஸ்’ எனப்படும் இந்த பென்டிரைவ்களை எப்படிக் கொண்டுபோனாலும் சிங்கப்பூர் ஏர்போர்ட்டிலும், சென்னை ஏர்போர்ட்டிலும் சக்தி வாய்ந்த டிடெக்டர்களை வைத்துக் கண்டு பிடித்துவிடுவார்கள் என்று தெரிய வந்ததால் அந்த மைக்ரோபீஸ்களை அயோனைஸிங் செய்து பல்செட்டில் பொருத்தி சென்னைக்குக் கொண்டு வர முடிவு செய்தோம். அதன்படியே வெற்றிகரமாய் சென்னைக்கும் கொண்டு வந்துவிட்டோம்.

ஆனால் இந்த விஷயம் எப்படியோ கசிந்து வெளியே வந்துவிட்டது. அது எப்படி என்றுதான் புரியவில்லை.” முடிக்கும் வரை காத்திருந்த போலீஸ் கமிஷனர் அகலமாய்ப் புன்னகைத்தார்.

“ஒரு விஷயத்தை நீங்கள் புரிந்து கொள்ளவே இல்லை மிஸ்டர் ஈஸ்வர்?”

“என்ன?”

“மலேசிய ஏர்லைன்ஸில் பணிபுரிந்து வந்த ஆஷிஷ் தற்கொலை செய்து கொண்டார் என்கிற விஷயத்தைப் போலீஸார் சாதாரணமாக

எடுத்துக் கொள்ளவில்லை. காணாமல் போன மலேஷிய விமானத்துக்கும் ஆஷிஷின் திடீர் தற்கொலை மரணத்துக்கும் சிங்கப்பூர் போலீஸார் முடிச்சுப்போட்டு திரைமறைவில் புலனாய்வு செய்தார்கள். இந்தியதூதர் ஷ்யாம் வர்மாவின் நடவடிக்கைகளையும் கண்காணித்து வந்தார்கள். அதன் விளைவு கடைசி ஒரு மணி நேரத்தில் அதாவது அமிர்தவல்லியும் நித்தீஷும் சிங்கப்பூர் ஏர்போர்ட்டில் இருந்தபோது சிங்கப்பூர் போலீஸ் உங்கள் மேல் புள்ளி வைத்தார்கள். ஆனால் நீங்கள் எதைக் கடத்திக்கொண்டு போகிறீர்கள் என்று அவர்களுக்குத் தெரியவில்லை. உங்களிடம் ஏதோ ஒரு தப்பு இருக்கிறது என்பது மட்டும் அவர்களுக்கு உறுதியாய்த் தெரிந்துவிட்டது.

அயோனைஸிங் செய்யப்பட்ட பென்டிரைவ்கள் பல்செட் உருவத்தில் அமிர்தவல்லியின் வாய்க்குள் இருப்பது அவர்களுக்குத் தெரியாது. சிங்கப்பூர் ஏர்போர்ட் கஸ்டம்ஸ் அதிகாரிகள் எவ்வளவு முயன்றும் எதுவும் கண்டு பிடிக்க முடியாததால் அவர்கள் சென்னை ஏர்போர்ட்டுக்குத் தகவல் கொடுத்தார்கள். எங்கள் ஸ்க்வாட் ஏர்போர்ட் வந்து சேர்வதற்குள் நித்தீஷும், அமிர்தவல்லியும் ஏர்போர்ட்டிலிருந்து கிளம்பிவிட்டார்கள். ஆனால் அவர்களோடு ஒன்றாய் பயணம் செய்த, இன்சொல் எங்களிடம் பிடிபட்டு இப்போது விசாரணைக் கைதியாய் இருக்கிறார்.''

நித்தீஷ் சிரித்தான்.

“பாவம் இன்சொல்... அவள் மீது எந்தத் தப்பும் கிடையாது. அவள் ஒரு வாயரட்டை கோ பாஸஞ்சர்... தட்ஸ் ஆல்.''

“அப்படியென்று நீங்கள் நினைத்துக் கொண்டு இருக்கிறீர்கள். உங்களை வேவு பார்க்க சிங்கப்பூர் ஸ்பை விங் போலீஸாரால் அனுப்பப்பட்டவள்தான் அந்த இன்சொல். இப்போது நாம் பேசிக் கொண்டு இருக்கிற இதே நேரத்தில் அந்த இன்சொல் எங்கள் ஸ்க்வாட் அதிகாரியான குருதேவ்விடம் எல்லா உண்மைகளையும் சொல்லிக் கொண்டு இருப்பாள்.''

நித்தீஷ், சைதன்யா, ஈஸ்வர் மூன்று பேரும் திகைப்படித்த முகங்களோடு ஒருத்தரை ஒருத்தர் பார்த்துக் கொண்டார்கள்.

இன்சொல் தன் கையில் வைத்து இருந்த தங்க ஸ்டட்டைப் பிரித்து உள்ளே இடம் பிடித்திருந்த அந்த கறுப்பான மினுமினுப்புப் பொருளை ஆட்காட்டி விரலால் நெம்பி எடுத்தாள். பார்த்துக் கொண்டிருந்த குருதேவ்விடம் காட்டினாள்.

“இது என்னன்னு தெரியுதா ஸார்?''

“ஏதோ சிப் மாதிரி இருக்கு.”

“அதேதான்...! இதை உங்க செல்போன்ல போட்டு ‘ஆன்’ பண்ணுங்க...!”

குருதேவ் அவளை ஒரு நம்பாத பார்வை பார்த்தார்.

“இந்த ‘சிப்’ல என்ன இருக்கு?”

“சிங்கப்பூரின் ‘ஸ்பை விங்’ அதிகாரியான சாரங் என்கிட்டே என்ன பேசினார். நான் அவர்க்கு என்ன பதில் சொன்னேன் என்கிற விவரங்கள் இதுல ஆடியோவாகவும், வீடியோவாகவும் பதிவு செய்யப்பட்டிருக்கு. இந்த மைக்ரோசிப் சாரங்கே எனக்குக் குடுத்ததுதான்..! எனக்கு இக்கட்டான நிலைமை வரும்போது மட்டும் இந்த சிப்பை உபயோகப்படுத்தும்படி சொன்னார். ம்... போட்டுப் பாருங்க. நான் தப்பானவள் இல்லைங்கிற உண்மை உங்களுக்குப் புரியும்!”

குருதேவ் அந்த மைக்ரோசிப்பை வாங்கி தன் செல்போனில் பொருத்தி வி.எம்.பி. ஆப்ஷன் பட்டனைத் தட்டினார்.

செல்போன் திரை உயிர்ப்பிடித்து இன்சொல்லையும், ஸ்பை விங் இன்ஸ்பெக்டர் சாரங்கையும் ‘க்ளோஸ்அப்’பில் காட்டியது. சில விநாடிகளுக்குப் பிறகு இருவரின் குரல் மாறி மாறிக் கேட்டது. சாரங் நல்ல தமிழில் பேசினார்.

“இதோ பார் இன்சொல்...! நீ செய்யப் போறது ஒண்ணும் சட்ட விரோத காரியம் கிடையாது. இந்த மனித குலத்துக்கு செய்யப் போகிற மிகப் பெரிய உதவி. போன மாசம் ஏழாம் தேதி கோலாலம்பூரிலிருந்து கனடா புறப்பட்டுப் போன மலேசிய விமானம் முந்நூறுக்கும் மேற்பட்ட பயணிகளோடும் பத்துக்கும் மேற்பட்ட விமான ஊழியர்களோடும் காணாமே போயிருக்கு. தற்போதைய நிலவரப்படி விமானம் தொழில்நுட்பக் கோளாறினால் கடலில் விழுந்து நொறுங்கியிருக்கலாம்ன்னு சம்பந்தப்பட்ட நாடுகள் சொல்லிட்டிருக்கு. ஆனா ‘இண்டர்போல்’ ஸ்பை விங்கிலிருந்து கிடைச்ச ரகசியத் தகவல்படி விமானம் விபத்துக்குள்ளாகவில்லை... கடத்தப்பட்டிருக்கு...”

“காரணம்?”

“தெரியலை... இந்தக் கடத்தலுக்குப் பின்னால் ஒரு பெரிய சதித்திட்டம் தீட்டப்பட்டிருக்கு. ஐந்து வல்லரசு நாடுகளில் மூணு நாடுகள் அந்த சதித்திட்டத்திற்கு உடந்தை. தங்களுடைய சொந்த சுயநல லாபத்துக்காக முந்நூறுக்கும் மேற்பட்ட உயிர்கள் பலியாகியிருக்கு. இதுல 127 பேர் பெண்கள், 29 பேர் குழந்தைகள்.”

"அவங்க இப்போ உயிரோடு இருக்க வாய்ப்பில்லையா?"

"நிச்சயமா வாய்ப்புக் கிடையாது. விமானம் காணாமே போய் ஒரு மாசத்துக்கு மேலாச்சு. அதுவும் இல்லாமே... இண்டர்போல் உளவுத்துறை குடுத்த தகவலின்படி மலேசிய விமானம் கோலாலம்பூரிலிருந்து புறப்பட்ட சில நிமிஷங்களுக்குள்ளாகவே எல்லாப் பயணிகளுக்கும் காலை உணவு வழங்கப்பட்டிருக்கு.

அந்த உணவைச் சாப்பிட்ட சிறிது நேரத்துக்குள்ளாகவே பயணிகள் எல்லோரும் 'கோமா' நிலைமைக்குப் போயிருக்காங்க. அதாவது காலை உணவில் மூளையைச் செயலிழக்க வைக்கக்கூடிய விஷப்பொருளை விமான ஊழியர்களில் யாரோ ஒரு நபர் கலந்துவிட்டிருக்கலாம் என்பது இண்டர்போல் உளவுத்துறையின் அனுமானம்...."

"விமானத்தைக் கடத்தியது யார் ஸார்..? விமானத்தின் பைலட்களா...?"

"அதுலதான் இப்போ குழப்பம். விமானத்தைக் கடத்தியது பயணிகள் போல் பயணம் செய்த தீவிரவாதிகளா... இல்லை... விமான ஊழியர்களில் யாராவதா... இந்தக் கேள்விக்குத் தெளிவான பதில் கிடைத்துவிட்டால் போதும். விமானம் இருக்கும் இடத்தைக் கண்டுபிடித்து விடலாம்!"

"எப்படி ஸார் முடியும்?"

"நீ மனசு வெச்சா முடியும்."

13

தொடர்ந்து செல்போனின் திரையில் இன்சொல், சாரங் சம்பந்தப்பட்ட காட்சிகள் உற்பத்தியாகி மறைந்து கொண்டிருக்க ஆடியோ தெளிவாய் இருந்தது. இன்சொல் தன் அதிர்ச்சியான முகத்தை 'க்ளோசப்'பில் காட்டி பேசிக் கொண்டிருந்தாள்.

"என்ன ஸார். சொல்றீங்க... நான் மனசு வெச்சா முடியுமா?"

"முடியும்."

"எப்படி ஸார்..? இது எவ்வளவு பெரிய விவகாரம். மூணு வல்லரசு நாடுகள் சம்பந்தப்பட்ட விபரீதமான விஷயம். நான் ஒரு சாதாரண ஐ.டி. எம்ப்ளாய்ட் வுமன்."

'இதோ பார் இன்சொல்..! இந்த மிஸ்ஸிங் ஃப்ளைட் விவகாரத்தை மலேசிய சிங்கப்பூர் போலீஸால் விசாரிக்க முடியும். ஆனால் குற்றவாளிகளை நெருங்க முடியாது. காரணம் என்ன தெரியுமா?"

'என்ன?"

"இந்த காணாமல் போன மலேசிய விமான விவகாரத்தில் பல காவல்துறை அதிகாரிகளும், விமானத்துறை அதிகாரிகளும் சில கோடி டாலர்களுக்கு விலைபோய் கறுப்பு ஆடுகளாய் மாறியிருக்காங்க. அந்தக் கறுப்பு ஆடுகள் யார்ன்னு எங்களோட ஸ்பை விங்கினாலேயே கண்டுபிடிக்க முடியலை. எந்த ஒரு ரகசியச் செய்தியையும் யாரையும் நம்பி சொல்ல முடியலை. எந்த ஒரு பொறுப்பையும் ஒப்படைக்க முடியலை. இப்படிப்பட்ட ஒரு நிலைமை ஏற்பட்ட பிறகுதான் எங்களோட 'இன் ஏ நட்ஷெல்' மீட்டிங்ல ஒரு முடிவை எடுத்தோம். அது என்ன முடிவு தெரியுமா?"

"சொல்லுங்க."

"அரசு அதிகாரிகளையும், போலீஸ் அதிகாரிகளையும் நம்பாமல் சாதாரண நபர்களை இந்த விஷயத்துக்குப் பயன்படுத்தி உண்மை களை வெளியே கொண்டு வர முடியும் என்கிற முடிவு தான்...!"

"ஸோ... என்னை செலக்ட் பண்ணிட்டீங்க!"

"ஆமா... காரணம் நீ ஒரு இந்தியப் பெண். இந்த சிங்கப்பூர் நாட்டோடு சம்பந்தப்படாதவள். இதில் நீ துப்புத் துலக்க ஆரம்பித்தால் யார்க்கும் எந்த ஒரு சந்தேகமும் வர வாய்ப்பில்லை..."

"சரி... நான் என்ன பண்ணனும்...?

"நீ ரெண்டு பேரை வேவு பார்க்கணும்."

"யார் அந்த ரெண்டு பேர்?"

"ஒரு இளைஞன், அவன் பேரு நித்தீஷ், இன்னொரு நபர், அறுபது வயதுக்கு மேற்பட்ட பெண். பேரு அமிர்தவல்லி. ரெண்டு பேரும் சிங்கப்பூர்க்கு வந்து ஒரு டென்ட்டல் ஹாஸ்பிடல்ல வந்து தங்கி ட்ரீட்மெண்ட் எடுத்துட்டு இருக்காங்க...! சிங்கப்பூர் உளவுத்துறைக்கு கிடைத்த தகவல்படி அவங்க ரெண்டு பேரும் வேற ஏதோ ஒரு பர்ப்பஸூக்காகத்தான் சிங்கப்பூர்க்கு வந்து இருக்காங்க. அது என்னன்னு உளவுத்துறையால கண்டுபிடிக்க முடியலை."

"ஸோ... அதை நான் கண்டு பிடிக்கணும்."

"ஆமா."

"அவங்க ரெண்டு பேர் மேல உளவுத்துறைக்கு சந்தேகம் வர என்ன காரணம்?"

"சென்னையில் இருக்கிற ஒரு நபர்க்கும் நித்தீஷுக்கும் நடந்த செல்போன் உரையாடலில் 'கடல் கழுகு' என்கிற வார்த்தை அடிக்கடி சொல்லப்பட்டு வந்து இருக்கு. பொதுவாக 'கழுகு' என்கிற வார்த்தை விமானம் சம்பந்தப்பட்ட ஒரு கோட் வேர்ட். அந்த கழுகு என்கிற வார்த்தையோடு கடல் என்கிற வார்த்தையும் சேர்ந்ததால சிங்கப்பூர் உளவுத்துறைக்கு லேசாய் பொறி தட்டியிருக்கு. போன மாசம் ஏழாம் தேதி கோலாலம்பூரிலிருந்து கனடா புறப்பட்டுப் போன மலேசிய விமானம் கடலில் விழுந்து விபத்துக்குள்ளாகியிருக்கலாம் என்கிற யூகத்திற்கும் இந்த 'கடல் கழுகு' என்கிற வார்த்தைக்கும் ஏதாவது சம்பந்தம் இருக்கலாம்ங்கிறது சிங்கப்பூர் உளவுத்துறையோட சந்தேகம்."

"அவங்க ரெண்டு பேர் மேலேயும் சந்தேகம் இருந்தா உடனடியாய் அரெஸ்ட் பண்ணி என்கொயரி செல்லுக்குக் கொண்டு போயிட வேண்டியது தானே."

"இந்த விஷயத்துல உளவுத்துறை தடாலடியாய் விசாரணை நடத்த விரும்பலை. அவங்களோடு பழகி ஒண்ணா ட்ராவல் பண்ணி நித்தீஷ், அமிர்தவல்லி எது மாதிரியான ஆட்கள்ன்னு 'பல்ஸ்' பார்க்க விருப்பப்படறாங்க. அந்த 'பல்ஸ்' பார்க்கிற வேலையைத்தான் நீ செய்யப் போறே. இதனால உனக்கு எந்த ஒரு பிரச்னையும் வரப் போறது கிடையாது. அப்படி ஏதாவது பிரச்னை வந்த சிங்கப்பூர் போலீஸ் உனக்கு உதவி செய்ய உடனடியாய் முன் வரும்...!"

மேற்கண்ட உரையாடலோடு செல்போனின் திரையில் வீடியோ காட்சிகள் மறைய, செல்போனை அணைத்தார் குருதேவ், இன்சொல் வியர்த்துப் போன முகத்தோடு அவரை ஏறிட்டாள்.

“இப்பவாவது நம்பறீங்களா ஸார்?”

“லேசா நம்பிக்கை வருது. சிங்கப்பூர் ஸ்பை விங் ஆஃபீஸரோட பேர் என்னன்னு சொன்னே?”

”சாரங்க...”

“அவரோட செல்போன் நம்பர் என்ன... நான் அவரோடு பேசி இப்ப நான் பார்த்த வீடியோவும் கேட்ட ஆடியோவும் உண்மையான்னு கேட்கணும்.”

“ஸாரி.. ஸார்.”

“எதுக்கு ஸாரி?”

“அவரோட செல்போன் நம்பர் எனக்குத் தெரியாது. அவர் என்னை நேர்ல சந்திச்சுப் பேசினதோடு சரி...”

“நித்தீஷையும் அமிர்தவல்லியையும் வேவு பார்க்க நீ எவ்வளவு பணம் வாங்கினே?”

“நான் பணம் வாங்கலை.”

“நம்ப முடியலையே?”

“நீங்க நம்பினாலும் சரி, நம்பாமே போனாலும் சரி நான் ரெண்டே ரெண்டு விஷயங்களுக்குத்தான் சாரங்குக்கு உதவி பண்ண ஒத்துக்கிட்டேன். முதலாவது, காணாமல் போன விமானம் விபத்துக்குள்ளாகாமல் கடத்தப்பட்டு இருந்தால் முந்நூறுக்கும் மேற்பட்ட பயணிகளை உயிரோடு மீட்க முடியுமே என்கிற எண்ணம்.... ரெண்டாவது நித்தீஷ் போட்டோவை சாரங் எனக்கு முதன் முதலாய் காட்டினபோது எனக்குள்ளே ஒரு ஆச்சர்யமான சந்தோஷம். காரணம் நித்தீஷ் என்னோட இறந்துபோன அண்ணன் மதியொளியோட ஜாடையில் இருந்ததுதான்.”

“சரி... நித்தீஷ், அமிர்தவல்லி ரெண்டு பேரையும் வேவு பார்த்தது அவங்களுக்குத் தெரியுமா?”

“தெரியாது...! சிங்கப்பூர்ல அவங்க ஒரு டெண்டல் ஹாஸ்பிடல்ல இருந்தபோது ஒரு பேஷண்ட் மாதிரி போய் அவங்க எப்படின்னு உரசிப் பார்த்தேன். எனக்கு அவங்ககிட்டே எந்த ஒரு தப்பும் இருந்த மாதிரித் தெரியலை. ஒரு அம்மாவும் மகனும் எப்படிப் பேசிக்குவாங்களோ அது மாதிரிதான் பேசிக்கிட்டாங்க...!”

சாரங்கிட்டே இதைச் சொன்னபோது அவர் நம்பலை. ‘நீ சரியா ஸ்மெல் பண்ணலை’ன்னு என்னைக் கடிந்து கொண்டார். ஃப்ளைட்ல அவங்க கூட ஒண்ணா ‘ட்ராவல்’ பண்ணும்போது ‘உன்னிப்பாய் அப்ஸர்வ் பண்ணு. நிச்சயமாய் அவங்ககிட்டே ஏதோ ஒரு தப்பு இருக்கு’ன்னு சொன்னார். நானும் அவங்க கூட

ட்ராவல் பண்ணினேன். வலியப் போய்ப் பேசி ஒரு நட்பை டெவலப் பண்ணிக்க முயறசி செஞ்சேன். நித்தீஷ் விலகி விலகிப் போனார். மற்றபடி அவர் ஒரு தப்பான நபராவே மனசுக்குப் படலை. அதுக்குக் காரணம் நித்தீஷோட முகஜாடை என் அண்ணனோட முகஜாடையோடு ஒத்துப் போனதுதான்னு நான் நினைக்கிறேன்.''

சில விநாடிகள் மௌனமாய் இருந்த குருதேவ் பிறகு தொண்டையை மெல்ல கனைத்தபடி பேச ஆரம்பித்தார்.

''சரி... அந்த மலேசிய இளைஞன் யாரு?''

இன்சொல்லின் புருவங்கள் நெற்றியின் மையத்தில் முடிச்சிட்டுக் கொண்டன.

''நீங்க யாரைக் கேட்கறீங்க?''

''பத்து நாளைக்கு முன்னால சிங்கப்பூரில் பிரபல இரவு விடுதியான சில்வர் ஸ்ட்ரீம் ஹோட்டலுக்கு நடுநிசி ரெண்டு மணியளவில் ஒரு மலேசிய இளைஞனோடு போயிருக்கே! யார் அந்த மலேசிய இளைஞன்...?''

இன்சொல்லின் விழிகளில் ஒரு மினி கலவரம் மைக்ரோ விநாடி நேரத்தில் நடந்து முடிந்து, முகம் இயல்பான நிலைமைக்குத் திரும்பியது.

''இது... உங்களுக்கு எப்படி...?''

''தெரியும்ன்னு கேட்கறியா? இரவுக்கு ஆயிரம் கண்கள்..... இப்ப சொல்லு... யார் அந்த இளைஞன்...?''

''அவர் ஒரு சிங்கப்பூர் போலீஸ் அதிகாரி. பேரு உபைத். சாரங்கின் நண்பர்... அன்றைக்கு ராத்திரி ஒரு மணியளவில் சாரங் எனக்கு போன் பண்ணி, 'சில்வர் ஸ்ட்ரீம்' ஹோட்டலில் ஒரு தமிழ்ப் பெண் சந்தேகவட்டத்துக்குள்ளே சிக்கியிருக்கிறாள். அவளிடம் பேச்சுக் கொடுத்து உண்மைகளை வாங்க வேண்டும். இன்னும் சிறிது நேரத்தில் சிங்கப்பூர் போலீஸ் அதிகாரி ஒருவர் மஃப்டி உடையில் உன்னுடைய இருப்பிடத்துக்கு வருவார். நீ அவரோடு பயணப்பட்டு அந்த ஹோட்டலுக்குப் போக வேண்டியிருக்கும்'னு சொன்னார். முதலில் நான் மாட்டேன்னு சொன்னேன். அவர் என்னை விடாப்பிடியாய் வற்புறுத்தவும் வேற வழியில்லாமே போக வேண்டியதாயிடுச்சு.''

''அப்படியா...! சரி... போனே...! அந்தத் தமிழ்ப் பெண்ணைப் பார்த்தியா... பேசினியா...?''

''பார்த்தேன்... பேச முடியலை.''

''ஏன்...?''

“நாங்க ரெண்டு பேரும் போனபோது பேசக்கூடிய நிலைமையில் அந்தப் பெண் இல்லை. ‘ஸ்நேக் பைட்’ என்கிற போதை மருந்து சாப்ட்டுட்டு சுயஉணர்வு இல்லாமல் மேஜை மேல் கவிழ்ந்து கிடந்தா. அவ சுயஉணர்வோடு இருந்தபோது செல்போன்ல யார் கிட்டேயோ காணாமல் போன மலேசிய விமானத்தைப் பத்தி பேசியிருக்கா. பக்கத்தில் இருந்த ஒரு நபர் போலீஸுக்குத் தகவல் குடுத்துட்டார். அந்தப் பொண்ணை சந்தேகத்தின் பேரில் அரெஸ்ட் பண்ணி போலீஸ் செல்லுக்குக் கொண்டு போய் போதையை தெளிய வெச்சு விசாரணை செய்தோம். எந்தப் பிரயோஜனமும் இல்லை. காணாமல் போன விமானத்தைப் பற்றிய காஸிஃப் நியூஸ் ஒண்ணைத்தான் அந்தப் பெண் அவளுடைய ப்ரெண்ட் ஒருத்திக்கு செல்போன்ல சொல்லிட்டிருந்தாளாம். விசாரணையில் அது உண்மைதான்னு தெரிஞ்சதும் அந்தப் பெண்ணை விடுதலை பண்ணிட்டாங்க.”

குருதேவ் நெற்றியைப் பிடித்துக் கொண்டார். இன்சொல் கவலை நிரம்பிய குரலோடு கேட்டாள்.

“என்ன... ஸார்... நான் சொன்னதுல உங்களுக்கு நம்பிக்கையில்லையா?”

“அ... அது வந்து...” சொல்லிக் கொண்டிருககும்போதே அவருடைய செல்போன் வைப்ரேஷனில் அதிர்ந்தது. எடுத்து அழைப்பது யார் என்று பார்ததார்.

மஞ்சுளா நாயர் லைனில் காத்திருந்தாள்.

“சொல்லுங்க மேடம்...”

“இப்ப எங்கே இருக்கீங்க...?”

“ரெட் செல்லுக்குள்ளே...”

“கொஞ்சம் வெளியே வந்து பேச முடியுமா?”

“இதோ வர்றேன் மேடம்...” செல்போனோடு வெளியே வந்த குருதேவ் காவலுக்கு நின்றிருந்த அந்த இரண்டு ஜிம் லேடிகளை ஏறிட்டார்.

“அந்த இன்சொல்கிட்டே இன்னமும் கொஞ்சம் பேச வேண்டியிருக்கு. ஒரு அவசர போன். பேசிட்டு வந்துடறேன்...” சொன்னவர் ரெட் செல்லுக்குப் பக்கத்தில் இருந்த காரிடாரில் நடந்து ஒரு பாதுகாப்பான தூரத்துக்கு வந்ததும் செல்போனை காதுக்கு ஏற்றினார்.

“சொல்லுங்க மேடம்...”

“இன்சொல்கிட்டே விசாரணை முடிஞ்சுதா...?”

“இன்னும் கொஞ்சம் பாக்கியிருக்கு. பட்... அவ சொல்றது எதுவுமே நம்பற மாதிரியில்லை. அவ சம்பந்தப்பட்ட எந்த ஒரு கேள்வியைக் கேட்டாலும் ரெடிமேடா ஒரு பதில் வெச்சிருக்கா. அந்த பதிலை நம்ப வைக்க ஒரு வீடியோ ஆதாரமும் தயாராய் இருக்கு...! அங்கே நிலைமை எப்படி...?”

“உல்டா...”

“உல்டான்னா...?”

“வில்லன்கள் ஹீரோக்களா மாறிட்டாங்க.”

“புரியலை.”

“நித்தீஷ், சைதன்யா, ஈஸ்வர், அமிர்தவல்லி எல்லோருமே சி.பி.ஐ. ஜாதி. காணாமல் போன மலேசிய விமானம் சம்பந்தமாய் சிங்கப்பூரில் இருக்கிற இந்தியத் தூதர் ஷ்யாம் வர்மா மூலமாய் தகவல் கிடைக்கப் போய் அது பற்றிய ஒரு விஞ்ஞான விஷயத்தை ‘கடல் கழுகு’ என்கிற பெயரில் சாமர்த்தியமாய் கொண்டு வந்துட்டாங்க. இந்திய வெளியுறவுத்துறை அமைச்சகம் இதுக்கு அனுமதியையும் ஆசீர்வாதத்தையும் வழங்கியிருக்கு.”

“இதை நான் எதிர்பார்க்கலை மேடம்.”

“மீ... டூ... இந்த ‘கடல் கழுகு’ விவகாரம் சி.பி.ஐ.யோடு சம்பந்தப்பட்டிருப்பதால் நாம் இனி இதிலிருந்து விலகிவிட வேண்டியதுதான்.”

“இன்சொல்லை என்ன பண்றது மேடம்...?”

“அவகிட்டே கொஞ்சம் தப்பிருக்கு...”

“எப்படிச் சொல்றீங்க மேடம்?”

“நேர்ல வந்து காரணத்தைச் சொல்றேன். இன்னும் ஒரு மணி நேரத்துக்குள்ளே அங்கே இருப்பேன்.”

“வாங்க மேடம்... வெயிட் பண்றேன்!” செல்போனை அணைத்து பாக்கெட்டுக்குள் போட்டுக்கொண்ட குருதேவ் கனத்த பெருமூச்சொன்றை வெளியேற்றிவிட்டு ரெட் செல்லை நோக்கி நடந்தார். நிசப்தமான காரிடாரில் இரண்டு நிமிட நடை.

ரெட் செல்லுக்கு முன்பாய் வந்து நின்றார்.

பார்வை உறைந்தது.

செல்லின் கதவு திறந்திருக்க, இரண்டு ஜிம் லேடிகளும் வயிற்றில் வழியும் ரத்தக் கோடுகளோடு மல்லாந்து தெரிந்தார்கள்.

சலனமற்ற உடல்கள். நிலைத்த விழிகள்.

செல்லுக்குள் இன்சொல் இல்லை.

14

குருதேவ் அதிர்ந்து போனவராய் ரெட் செல்லுக்குள் நுழைந்து பார்வையைப் பரபரவென்று சுழற்றினார்.

இன்சொல் அந்த அறையில் இல்லை என்பது தீர்மானமாய் தெரிந்து போயிற்று. ரத்த வெள்ளத்தில் கிடந்த இரண்டு ஜிம் லேடிகளிடமும் குனிந்தார். சில நிமிடங்களுக்கு முன்பு வரை இரும்புத் தூண்களைப் போல் தோற்றம் காட்டிய இருவரும் நிலைத்த விழிகளோடு சரிந்து கிடப்பதைப் பார்த்த குருதேவ்வின் அடிவயிறு கலங்கிப் போயிற்று. செல்லைவிட்டு வெளியே வந்து காரிடாரில் ஓடி வெளிப்பக்கமாய் இருந்த செண்ட்ரிகளிடம் வந்தார்.

சுவரோரமாய் பக்கம் பக்கமாய் நின்று ஏதோ சிரித்துப் பேசிக் கொண்டிருந்த ஆர்ம்ட் செக்யூரிட்டிகள் இருவரும் குருதேவ்வைப் பார்த்ததும் 'சுள்'ளென்று விறைப்புக்கு வந்து இரண்டு நேர்க்கோடுகளாய் மாறி சல்யூட் அடித்தார்கள். குருதேவ் பதற்றமாய் கேட்டார்.

"யாரும் இங்கிருந்து வெளியே போகலையே?"

"போகலை ஸார்."

"ரெட் செல்லில் இருந்த அந்தப் பெண் இன்சொல்லைக் காணோம்!"

இருவரும் முகம் மாறினார்கள்.

"எ... எ... எப்படி ஸார்?"

"தெரியலை. இட் ஈஸ் அன்பிலீவபிள்! நான் ரெட் செல்லில் இருந்து வெளியே வந்து செல்போன்ல பேசிட்டு மறுபடியும் உள்ளே போறதுக்குள்ள அந்தப் பெண் இன்சொல் ரெண்டு ஜிம் லேடீஸையும் தீர்த்துக் கட்டிட்டு தப்பிச்சுப் போயிருக்கா."

"இம்பாஸிபிள் ஸார்... வீ... ஆர்... ஹியர்..."

"என்ன இம்பாஸிபிள்...?"

"நீங்க ரெண்டு பேரும் உங்க செண்ட்ரி வேலையை எப்படிப் பார்த்துட்டு இருந்தீங்கன்னு இப்ப கொஞ்ச நேரத்துக்கு முந்திதான் பார்த்துட்டு இருந்தேனே...! ரெண்டு பேரும் பக்கத்துல நின்னு அரட்டையடிக்கிறதுதான் செண்ட்ரி வேலை பார்க்கிற லட்சணமா...?"

"ஸாரி... ஸார்..."

"இப்படி ஸாரி சொல்லத்தான் சம்பளம் வாங்கறீங்களா?" என்று எரிந்து விழுந்தவர் தன் செல்போனை எடுத்து 'எமர்ஜென்ஸி'

சேவையைத் தொடர்பு கொண்டார்.

"நான் குருதேவ் இன்ஸ்பெக்டர் ஆஃப் கஸ்டம்ஸ் விங். உடனே ஆம்புலன்ஸ் வரணும். ரெண்டு ஜிம் லேடீஸை ஹாஸ்பிடலைஸ் பண்ணணும். மேபி தே... ஆர்... டெட்... ஸ்பீக்கிங் ஃப்ரம் ரெட் செல்... எவ்ரிபடி அண்ட் எவ்ரிதிங் ஷுட் பி அலர்ட்!" செல்போனில் தொண்டை நரம்புகள் புடைக்க கத்திய குருதேவ் செண்ட்ரிகளிடம் திரும்பியவர், "அந்தப் பெண் இன்சொல் ஒரு அஞ்சு நிமிஷ அவகாசத்துக்குள்ள ஒரு பெரிய பிரளயத்தையே உண்டு பண்ணிட்டு எப்படி இங்கிருந்து தப்பிச்சுப் போயிருப்பான்னு தெரியலை. அவ எப்படி தப்பிச்சிருந்தாலும் இந்த இடத்திலிருந்து ரொம்ப தூரத்துக்கு மூவ் பண்ணியிருக்க முடியாது. கோ அண்ட் சர்ச்."

இரண்டு செண்ட்ரிகளும் திசைக்கு ஒருவராய் பிரிந்து இருட்டில் டார்ச் வெளிச்ச வட்டங்களோடு ஓடினார்கள். குருதேவ் அந்த இரவு நேரத்திலும் வியர்வையில் சொதத்துப் போனவராய் செல்போனை எடுத்து மஞ்சுளா நாயரைத் தொடர்பு கொண்டு விஷயத்தைச் சொல்ல, மஞ்சுளா நாயர் மறுமுனையில் ஒரு தீப்பிழம்பாய் மாறினாள்.

"மிஸ்டர் குருதேவ்... வாட் நான்சென்ஸ் யூ ஆர் டாக்கிங்? இன்சொல்லைக் காணோமா?"

"எஸ் மேடம்!"

"ஏதோ பால்பாயிண்ட் பேனா காணாமே போயிட்ட மாதிரி சொல்றீங்க..."

"நான் இதை எதிர்பார்க்கலை மேடம்...!"

"ரெண்டு ஜிம் லேடீஸைத் தீர்த்துக் கட்டிட்டு ரெட் செல்லில் இருந்து ஒரு சாதாரணப் பெண் தப்பித்துப் போக சாத்தியமே இல்லை மிஸ்டர் குருதேவ்."

"அந்த அறையில் ஏதோ விபரீதம் நடந்திருக்கு மேடம்."

"என்ன விபரீதம்?"

"என்னால எதையும் கெஸ் பண்ண முடியலை மேடம். பட்... ஷி ஈஸ் நாட் அன் ஆர்டினரி கேர்ள்."

"மிஸ்டர் குருதேவ். அந்த இன்சொல்லுக்கு பாராட்டுரை வழங்க இது சரியான நேரம் இல்லை. அவளை மொதல்ல மடக்குங்க..."

"எப்படியும் மடக்கிடலாம் மேடம். இந்த ஏரியா அவளுக்குப் புதுசு. ரிமோட் ஏரியா. ரெண்டு கிலோ மீட்டர் தூரம் போனாத்தான் ஒரு ஆட்டோவோ டாக்ஸியோ கண்ணுலபடும். அதுக்குள்ளே

இன்சொல் செண்ட்ரீஸ்கிட்ட மாட்டிக்குவா.''

''ஓ.கே. எல்லா ஃபார்மாலிடீஸையும் முடிச்சுட்டு உடனடியாய் நம்ம 'ஸ்க்வாட் மீட்டிங்'குக்கு வந்துடுங்க. நாம ஒரு ரிப்போர்ட் தயார் பண்ணி டி.ஜி.பிகிட்டே கொடுக்க வேண்டியிருக்கு...'' மஞ்சுளா நாயர் பேசிவிட்டு செல்போனை அணைத்த விநாடி ஆம்புலன்ஸ் வேன் சைரன் அலறலோடும், சுழலும் சிவப்பு விளக்கோடும் காவல் நிலைய வளாகத்துக்குள் நுழைந்து கொண்டிருந்தது.

மறுநாள் காலை பதினோரு மணி. டி.ஜி.பி. அலுவலகம்.

அரைவட்ட மேஜையைச் சுற்றிலும் மஞ்சுளா நாயர், குருதேவ், நூருல்லா, சைதன்யா, நித்தீஷ், ஈஸ்வர் உட்கார்ந்திருக்க, எதிரில் இருந்த எக்ஸிக்யூட்டிவ் நாற்காலியில் டி.ஜி.பி. கங்காதரன் தனக்கு முன்னால் இருந்த சிறிய மைக்கில் பேசிக் கொண்டிருந்தார். முகம் பாறையாய் இறுகியிருக்க. குரலில் அனல் பறக்க ஆங்கிலம் பேசினார்.

''நமது வெளியுறவுத்துறை அமைச்சகம் கோலாலம்பூரிலிருந்து காணாமல் போன மலேசிய விமானம் சம்பந்தமாய் 'கடல் கழுகு' என்கிற ஒரு ஆப்ரேஷனை வெற்றிகரமாய் நடத்தி அது சம்பந்தமான தகவல்களைக் கொண்டு வந்து இருக்கிற இந்த நேரத்தில் நமது உளவுத்துறையும், காவல்துறையும், சுங்கத்துறையும் இணைந்து நடத்திய ஆப்ரேஷன் ஓர் அவமானகரமான தோல்வியில் முடிந்து இருக்கிறது. கஸ்டம்ஸ் ஆபீஸர் குருதேவ்வின் முதுகுக்குப் பின்புறம் சத்தம் இல்லாமல் இரண்டு உயிர்களைப் பறித்துவிட்டு அந்த இன்சொல் ஆர்ம்ட் செண்ட்ரீஸ்களின் கண்களில் மண்ணைத் தூவிவிட்டு மின்னல் வேகத்தில் தப்பித்துப் போயிருக்கிறாள். 'இது எப்படி சாத்தியம்' என்கிற கேள்விக்கு இப்போது நம்மிடம் விடை இல்லை. நல்லவேளையாய் மீடியாக்களுக்கு இந்த செய்தியை பி.டி.ஐ. தரவில்லை. இல்லாவிட்டால்... இந்நேரம் இந்தியா முழுவதும் எல்லா சேனல்களிலும் நம்முடைய காவல்துறையின் மானம் நார்நாராய்க் கிழிபட்டிருக்கும்.''

குருதேவ் கம்மிப்போன குரலோடு குறுக்கிட்டார். ''ஸாரி ஸார்...! அந்த இன்சொல்லை நான் அண்டர்எஸ்டிமேட் செய்துவிட்டேன். அவளிடம் ஏதோ ஒரு அசாதாரணமான சக்தி இருக்கப் போய்த்தான் இரண்டு ஜிம் லேடிகளைச் சத்தம் இல்லாமல் ரத்த வெள்ளத்தில் வீழ்த்தியிருக்கிறாள்.''

''இரண்டு ஜிம் லேடிகளின் 'போஸ்ட் மார்ட்டம்' ரிப்போர்ட்டைப் படித்துப் பார்த்தீர்களா குருதேவ்...!''

“பார்த்தேன் ஸார். இரண்டு பேரும் பாயிண்ட் எய்ட் ஸ்பைரல் துப்பாக்கியால் அடிவயிற்றில் சுட்டுக் கொல்லப்பட்டு இருக்கிறார்கள். அவர்கள் சுட்டுக் கொல்லப்பட்டபோது , நான் ரெட் செல்லுக்கு வெளியே காரிடரில் இருந்து மேடம் மஞ்சுளாநாயரிடம் பேசிக் கொண்டிருந்தேன். பி.எம். ரிப்போர்ட்டில் எனக்கு இருந்த ஒரே குழப்பம் அவர்களின் உடம்புகளில் தோட்டாக்கள் இல்லை என்பதுதான்.”

“துப்பாக்கி வெடிச் சத்தம் உங்களுக்குக் கேட்கவில்லையா?”

“இல்லை...”

“ஜிம் லேடிகளின் அலறல் சத்தம்...?”

“ஒரு சிறிய சத்தம்கூட கேட்கவில்லை ஸார்.”

“காரணம் என்னவாக இருக்கும் என்று நினைக்கிறீர்கள்?”

“இன்சொல் உபயோகப்படுத்திய துப்பாக்கியில் சைலன்ஸர் பொருத்தப்பட்டிருக்கலாம் ஸார்.”

டி.ஜி.பி. கங்காதரன் மஞ்சுளா நாயரிடம் திரும்பினார். “நீங்கள் என்ன நினைக்கிறீர்கள் மிஸஸ் மஞ்சுளா நாயர்?”

“நானும் அந்த பி.எம். ரிப்போர்ட்டைப் பார்த்தேன் ஸார்... ஹி... மே பி... கரெக்ட். மிஸ்டர் குருதேவ்வுக்கு சத்தம் கேட்காத பட்சத்தில் அது சைலன்ஸர் துப்பாக்கியாகத்தான் இருக்க வேண்டும். உடம்பில் தோட்டாக்கள் இல்லை என்பதுதான் வியப்பு.”

“வாட் டு யூ திங்க் மிஸ்டர் ஈஸ்வர். நீங்கள் மூன்று பேருமே சி.பி.ஐ. பீப்பிள். ஷேர் யுவர் வியூஸ் வித் அஸ்.”

ஈஸ்வர் லேசான புன்முறுவலுடன் டி.ஜி.பி.யை ஏறிட்டார். “ஸார்! சுட்டுக் கொல்லப்பட்ட அந்த இரண்டு ஜிம் லேடீஸ் உடல்களை நானும், நித்தீஷ், சைதன்யா மூன்று பேருமே ஒருத்தரையொருத்தர் பார்த்து.... பொருள் பொதிந்த பார்வை ஒன்றைப் பரிமாறிக் கொண்டோம். அந்தப் பார்வைக்கு என்ன அர்த்தம் தெரியுமா ஸார்?”

“வேக்குவம் புல்லட்ஸ்.”

“வாட் டு யூ மீன்...”

“தோட்டாக்கள் இல்லாத துப்பாக்கியைக் கேள்விப்பட்டு இருக்கிறீர்களா?”

“இல்லை...”

“ஈரான் ஈராக்கில் புதிய கண்டுபிடிப்பான இந்த வேக்குவம் புல்லட்ஸ் சிங்கப்பூரில் இப்போது திரைமறைவில் விற்பனையாகிக்

கொண்டிருக்கிறது. இந்த தோட்டாவின் விலை இரண்டு லட்சம்... இந்தத் தோட்டா விற்பனயாளரிடம் நாம் எது மாதிரியான துப்பாக்கியைக் கொடுத்தாலும் சரி, அதில் உள்ள காற்றை வெளியேற்றிவிட்டு ஆறு வேக்குவம் தோட்டாக்களை ஒரு ரசாயன வாயுவின் உதவியால் உருவாக்கித்தருவார்கள். இந்தத் துப்பாக்கியால் சுட்டால் அதில் உள்ள ரசாயனம் சிறிதளவு வெளிப்பட்டு ஒரு மைக்ரோ விநாடியில் வெளிக்காற்றுடன் கலந்து தோட்டாவின் வலிமையோடு எதிராளியின் உடம்பில் பாயும். இந்த உருவம் இல்லாத தோட்டாவின் ரசாயனம் உடம்பின் எந்த இடத்தில்பட்டாலும் அது உடனடியாக நிறுத்துவது மூச்சுக் காற்றைத்தான். நமக்கு என்னாயிற்று என்று எதிராளி உணர்வதற்குள் மரணம் அவர்களைத் தழுவிக் கொள்ளும். இதுபோல் மரணம் அடைந்தவர்களின் உடல்களை போஸ்ட்மார்ட்டம் செய்து பார்த்தால் உடம்புக்குள் தோட்டாக்கள் பாய்ந்த மாதிரியான அடையாளங்கள் இருக்கும். ஆனால் தோட்டாக்கள் இருக்காது!"

டி.ஜி.பி. கங்காதரன் உறைந்தார். குருதேவ்விடம் பார்வை திரும்பியது. "இன்சொல்லை சோதனை போட்டீர்களா?"

"போட்டோம் ஸார்."

"பெண் போலீஸை விட்டு உடம்பை உருவிப் பார்த்திருக்க வேண்டாமா...?"

"அதற்காகத்தான் ஜிம் லேடீஸை உள்ளே விட்டேன். அவர்கள் இன்சொல்லின் உடையை உருவுவதற்கு முன்பு அவள் 'உண்மையைச் சொல்லுகிறேன்' என்று பேச ஆரம்பித்து விட்டாள்" குருதேவ் சொல்ல, நித்தீஷ் இடைமறித்துச் சொன்னான்.

"இன்சொல் திட்டம் போட்டுத்தான் செய்து இருக்கிறாள். சிங்கப்பூர் ஏர்போர்ட்டில் நானும் மேடம் அமிர்தவல்லியும் விமானத்துக்காக காத்துக் கொண்டு இருந்தபோது வலிய வந்து பேசி எங்களோடு ஒட்டும்போதே என்னுடைய மூளைக்குள் ஒரு அலாரம் அடித்தது. ரொம்பவும் ஒதுங்கினால் சந்தேகம் வரும் என்பதால் பட்டும்படாமல் பழகினேன். அவள் தன்னுடைய போன் நம்பரைக் கொடுத்தபோது வாங்கியும் வைத்துக் கொண்டேன். நாங்கள் எந்த நோக்கத்துக்காக சிங்கப்பூர் போனோமோ அந்த நோக்கம் நிறைவேறிவிட்டது. எங்களிடம் இருக்கும் 'கடல் கழுகு' என்கின்ற இந்த மல்டிபிள் பென்டிரைவை வெளியுறவுத்துறை அமைச்சகத்திடம் கொடுத்து விட்டால் எங்கள் கடமை முடிந்துவிடும்."

டி.ஜி.பி. ஒரு சின்ன புயல்காற்றாய் பெருமூச்சுவிட்டார்.

"உங்கள் கடமை இன்னமும் முடியவில்லை மிஸ்டர் நித்தீஷ்."

“என்ன ஸார் சொல்கிறீர்கள்?”

“இந்த லெட்டரைப் படித்துப் பாருங்கள்...” சொன்ன டி.ஜி.பி. தன்னுடைய ஃபைலில் பத்திரப்படுத்தி வைத்து இருந்த ஒரு தாளை எடுத்து நீட்டினார்.

தாளை வாங்கிய நித்தீஷ் தன்னுடைய இரண்டு புருவங்களையும் சில மில்லி மீட்டர் உயரத்துக்கு மேலேற்றினான்.

“என்ன ஸார் இது... வெறும் வெள்ளைப் பேப்பரைத் தருகிறீர்கள்?”

“ஸாரி...! இது ‘இன்ஃப்ரா ரெட்’தான். இந்தக் கண்ணாடியைப் போட்டுக் கொண்டு படியுங்கள். இது சென்னை உளவுத்துறைக்கு வந்த ‘இன்காமிரா’ லெட்டர். பொதுவாய் இது மாதிரியான லெட்டர்களில் வரும் மிரட்டல்கள் பொய்யான மிரட்டல்கள் அல்ல. நடக்கப் போகிற நூறு சதவீத உண்மைகள். இதற்கு முன்பு வந்த இது மாதிரியான கடிதங்களே அதற்கு சாட்சியாக இருந்து இருக்கிறது. நான் இந்த ரகசியக் கூட்டத்தைக் கூட்டினதுக்குக் காரணமே இந்த லெட்டர்தான்!”

எல்லோருடைய கண்களிலும் பயம் ஈஷிக் கொள்ள, நித்தீஷ் ‘இன்ஃப்ரா ரெட்’ கண்ணாடியைப் போட்டுக் கொண்டு தாளைப் பார்த்தான். தாள் டிஜிட்டல் எழுத்துக்களில் ஆங்கிலம் பேசியது .

உளவுத்துறைக்கு ஓர் அன்பான உத்தரவு.

‘கடல் கழுகு’ சென்னை எல்லையைத் தாண்டி பறக்கக் கூடாது. அது எங்களுடைய கைகளில் வந்து உட்கார வேண்டும். கழுகு சென்னை எல்லையைத் தாண்டினால் எது மாதிரியான விபரீதங்கள் நிகழும் என்பதை பட்டியல் போட்டுக் காட்ட எங்களுக்கு விருப்பம்தான். ஆனால் அதை ஒரு சிறிய புத்தகமாகப் போட வேண்டிவரும் என்பதால் ஒரே வார்த்தையில் சொல்லிவிட்டோம். இருந்தாலும் நீங்கள் எங்களை நம்ப வேண்டும் என்பதற்காக இன்று நள்ளிரவு சரியாய் 12.00 மணிக்கு ஒரு விபரீதத்தை உங்களுக்காக ‘டெமோ’ செய்து காட்டப்போகிறோம். அந்த விபரீதம் நடந்த அடுத்த ஐந்தாவது நிமிடம் எல்லா டி.வி. சேனல்களும் ‘முக்கியச் செய்தி’ என்னும் தலைப்பில் செய்தியை ‘பிரேக்கிங் நியூஸ்’ ஆக ஒளிபரப்பும். அன்பு கூர்ந்து கண்டு ரசிக்கவும்.

இப்படிக்கு,

நாங்கள்

15

அறையில் செதுக்கிய மாதிரி உறைந்து போயிருந்த மௌனத்தை டி.ஜி.பி. கங்காதரன் தன் கனத்த குரலில் கலைத்தார்.

"மிஸ்டர் நித்தீஷ்... அந்த எச்சரிக்கை வாசகங்களைப் பற்றி நீங்கள் என்ன நினைக்கிறீர்கள்?"

"இதை ஒரு சாதாரண மிரட்டலாய் எடுத்துக் கொள்ள முடியாது ஸார்! ஏனென்றால் நடைபெற்று முடிந்த எல்லா சம்பவங்களிலும் ஒரு விபரீதமான விஞ்ஞான விஷயம் ஒளிந்து கொண்டு நம்மை பயமுறுத்தியிருக்கிறது. அதில் முக்கியமானது வேக்குவம் புல்லட்ஸ். தோட்டாக்களில் இப்படியொரு ஜாதி இருப்பது இன்றைக்குத்தான் எனக்குத் தெரியும்."

"இட்ஸ் ஓகே...! இப்போது என்ன செய்யலாம் சொல்லுங்கள். எதிரிகள் நீங்கள் அரும்பாடுபட்டு சிங்கப்பூரிலிருந்து கொண்டு வந்து இருக்கும் 'கடல் கழுகு' எனப்படும் 'பென் டிரைவ்'களின் மேல் கண் வைத்துவிட்டார்கள். அது டெல்லியில் இருக்கும் வெளியுறவுத் துறை அமைச்சகத்துக்கு போய்விடக் கூடாது என்பதிலும் குறியாய் இருக்கிறார்கள். உங்களுடைய அடுத்த மூவ் என்ன?"

"எங்கள் சி.பி.ஐ. டைரக்டர் மஹிதான் இது குறித்து முடிவு எடுக்க வேண்டும்."

"அவரிடம் பேசுங்கள்... நடக்கப் போகும் விபரீதங்களுக்கு ஒரு முற்றுப்புள்ளி வைக்கப்பட வேண்டுமானால் நாம் விரைந்து செயல்பட வேண்டிய கட்டாயத்தில் இருக்கிறோம்... ப்ளீஸ் ஹேவ் ஏ கால் வித் ஹிம்..."

"எஸ் ஸார்" தலையாட்டிய நித்தீஷ், தன்னுடைய ஹெட் ஈஸ்வரைப் பார்க்க... அவர் தன்னிடம் இருந்த ஸாட்லைட் செல்போனை எடுத்தார். ஒரு பட்டனை அழுத்திவிட்டு ஹேண்ட் செட்டை காதுக்கு ஏற்றினார். சில விநாடிகளுக்குப் பிறகு மெல்லிய குரலில் பேச ஆரம்பித்தார்.

"ஸார்... அயாம் ஈஸ்வர்."

மறுமுனையில் மஹி, "நானே உங்களைத் தொடர்பு கொள்ளலாமென்று இருந்தேன். ஹௌ ஈஸ் அமிர்தவல்லி?"

"நவ் ஷி ஈஸ் பெட்டர் ஸார். ட்ரீட்மெண்ட் ஈஸ் கோயிங் ஆன். மல்டி ஸ்பெஷலிஸ்ட் டாக்டர்ஸ் இருபத்தி நான்கு மணி நேரமும் மேடம் அமிர்தவல்லியின் ஆரோக்கியத்தைக் கண்காணித்து வருகிறார்கள். நோ ப்ராப்ளம் அட் ஆல்... ஸார்!"

“சரி! நீங்கள், நித்தீஷ், சைதன்யா மூன்று பேரும் கடல் கழுகோடு எப்போது டெல்லி புறப்பட்டு வரப் போகிறீர்கள்?”

“உடனடியாய் புறப்பட்டு வர முடியாது போலிருக்கிறது ஸார்.”

“வாட் டு யூ மீன்...?”

“கடல் கழுகு சம்பந்தமாய் சென்னையில் நடக்கும் சம்பவங்கள் நாம சந்தோஷப்படக்கூடிய அளவில் இல்லை. நம் கண்ணுக்குத் தெரியாத எதிரிகள் நம்மைப் பார்த்துக் கொண்டு இருக்கிறார்கள். நாம் சிரமப்பட்டு சிங்கப்பூரிலிருந்து கொண்டு வந்த ‘கடல் கழுகு’ அவர்களுடைய தோளின் மேல் உட்கார வேண்டுமாம். அது டெல்லிக்குப் பறந்து போகக்கூடாது என்பது அவர்களுடைய கட்டளை.”

“என்ன... மொட்டைக் கடிதமா?” மஹியின் குரலில் கேலி.

“இந்த விஷயத்தை அப்படிச் சாதாரணமா எடுத்துக் கொள்ள முடியாது ஸார். நம்முடைய எதிரிகள் உள்ளூர் தாதாக்கள் கிடையாது. ‘ஸோஃபிஸ்ட்டிகேட்டட் க்ரிமினல்ஸ்’ ஒரு நபரின் உயிரைப் பறிப்பதற்கு விதவிதமாய் யோசித்து செயல்படுத்தி வருகிறார்கள்.”

“மிஸ்டர் ஈஸ்வர்! உங்களோடு நான் நிறையத் தடவை பேசியிருக்கிறேன். ஆனால் இன்றைக்குத் தான் உங்கள் குரலில் ஒருவித பயமும் நடுக்கமும் தெரிகிறது. நாம் பயத்துக்கும் எதிரிகளின் அச்சுறுததல்களுக்கும் அப்பாற்பட்டவர்கள். எதிரிகள் எப்படிபட்டவர்களாய் இருந்தாலும் அவர்களைத் தோற்கடிப்பதுதான் நமது சி.பி.ஐ. துறையின் வாடிக்கை.”

“அது எனக்கும் தெரியும் ஸார்... இருந்தாலும்” என்று குரலை இழுத்த ஈஸ்வர், ‘இன்காமிரா’ மீட்டிங்கில் நடந்த எல்லா விஷயங்களையும் ஒரு நிமிஷ நேரம் எடுத்துக்கொண்டு சுருக்கமாகச் சொல்லி முடித்தார்.

மறுமுனையில் பத்து விநாடிகள் நிசப்தம். அந்த நிசப்தத்தை ஈஸ்வரே கலைத்தார். “ஸார்! இப்போது உங்களுக்கும் நிலைமை புரிந்து இருக்கும் என்று நினைக்கிறேன்! ரெட் செல்லில் இரண்டு ஜிம் லேடிகள் குரூரமான முறையில் கொலை செய்யப்பட்டு இருக்கிறார்கள். பாதுகாப்பு மிகுந்த அந்த இடத்திலிருந்து இன்சொல் எப்படி தப்பித்துப் போனாள் என்றே தெரியவில்லை. வேக்குவம் புல்லட்ஸ் என்ற புதுவகையான கண்ணுக்குத் தெரியாத தோட்டாக்கள் பயன்படுத்தப்பட்டு இருக்கிறது. கடல் கழுகை அவர்களிடம் ஒப்படைக்காவிட்டால் இன்றைக்கு நள்ளிரவு சரியாய் பன்னிரண்டு மணிக்கு ஒரு பெரிய விபரீதம் நடக்கும் என்று

எச்சரிக்கை விடுத்து இருக்கிறார்கள்.''

"ஸோ... சென்னை போலீஸோடு சேர்ந்து நீங்களும் வியர்த்து வழிந்து கொண்டு இருக்கிறீர்கள்?''

"ஸார்! பயப்படுவதற்கு பயப்பட்டுத்தான் ஆக வேண்டும். இதில் ரிஸ்க் எடுக்க முடியாது!''

"சி.பி.ஐயின் தாரக மந்திரம் எது தெரியுமா மிஸ்டர் ஈஸ்வர். எதையும் சிந்தித்துச் செய்தால், நமக்கு வெற்றி கிடைக்கும். துணிச்சலாய் எதையும் செய்துவிட்டுச் சிந்தித்தால், நமக்கு அனுபவம் கிடைக்கும். ஆனால், நிச்சயமாய் தோல்வி கிடைக்காது. நாளைக்கு நீங்கள் மூன்று பேரும் புறப்பட்டு கடல் கழுகோடு டெல்லி வந்து சேருங்கள். வெளியுறவு பாதுகாப்புத்துறை அமைச்சகம் உங்களுக்காகக் காத்துக் கொண்டு இருக்கிறது.!''

"ஸார்! எதற்கு ஒருமுறை யோசித்து...?''

"நேரத்தைத் தள்ளி வைக்கும் ஒவ்வொரு நிமிடத்திலும் நமது வெற்றி தள்ளி வைக்கப்படுகிறது மிஸ்டர் ஈஸ்வர். கடல் கழுகோடு நாளைக் காலை விமானத்தில் புறப்பட்டு விடுங்கள். இந்த விஷயத்தில் என்னை கன்வின்ஸ் செய்கிற முயற்சி வேண்டாம்!'' மஹி மறுமுனையில் படபடவென்று பேசிவிட்டு செல்போனை அணைத்துவிட ,ஈஸ்வர் இருள் கப்பிய முகத்தோடு எதிரில் உட்கார்ந்திருந்த டி.ஜி.பி. கங்காதரனை ஏறிட்டார்.

"ஸார்! ஹி... ஈஸ் அடமண்ட்! அவர்க்கு எப்பவுமே டியூட்டி கான்ஷியஸ் அதிகம். நாளைக்கு கடல்கழுகோடு எங்கள் மூன்று பேரையும் டெல்லி புறப்பட்டு வரச் சொல்கிறார். அவருடைய வார்த்தையை நாங்கள் மீற முடியாது ஸார்.''

"ஸோ... இந்த இன்ஃப்ராரெட் லெட்டரை உங்கள் சி.பி.ஐ. டைரக்டர் நம்பவில்லை. அப்படித்தானே...?''

"அநேகமாய்... அப்படித்தான்! அவர் மிகவும் துணிச்சலானவர். ஆன்டிடெரரிஸ்ட் ஆக்டிவிட்டிகளில் தீவிரமாய் ஈடுபடுபவர். அவர்கள் ஏதாவது கோரிக்கை வைத்து மிரட்டினால் அந்த கோரிக்கையை தன் தோளின் மீது வந்து உட்காரும் கொசுவுக்குச் சமமாய் நினைப்பவர்.''

டி.ஜி.பி. ஒரு பெருமூச்சோடு தன் தோள்களை ஜெர்க் செய்தார். "நாங்கள் சி.பி.ஐ.யின் அதிகாரங்களில் தலையிட முடியாது. எதிரிகள் இன்று இரவு ஏதோ ஒரு விபரீதத்தை 'டெமோ' செய்து காட்டுவதாக மிரட்டியிருக்கிறார்கள். அதைத் தடுத்து நிறுத்துவதற்கான வழிமுறைகளைத் தான் இனி நாம் மேற்கொள்ள வேண்டும்.''

மஞ்சுளா நாயர் தன்னுடைய உதடுகளில் ஒரு விரக்தியான புன்னகையை நெளிய விட்டாள்.

“எதிரிகள் யார்.. அவர்கள் எந்த திசையில் இருக்கிறார்கள்... என்பதே தெரியாத நிலைமையில் அவர்கள் செய்யப் போகும் விபரீத டெமோவை மட்டும் எப்படி ஸார் தடுத்து நிறுத்தப் போகிறோம்?”

“எதிரிகள் வைத்து இருக்கும் கெடு இன்று ராத்திரி 12 மணி. இன்னும் நிறைய நேரம் இருக்கிறது. உளவுத்துறையை கொஞ்சம் உசுப்பிவிட்டால் போதும். அவர்கள் எப்படியும் கண்டுபிடித்து ஒரு க்ளூ கொடுத்துவிடுவார்கள். நாம் மறுபடியும் மாலை 6 மணிக்கு இதே ‘க்யூப்’பில் சந்தித்து ஃபர்தர் டெவலப்மெண்ட்ஸைப் பற்றிப் பேசுவோம்!” டி.ஜி.பி. சொல்லிவிட்டு ‘க்யூப்’பின் அறைக் கதவைத் திறந்து கொண்டு வெளியே வந்தார். அவருடைய உதவியாளர் உத்தம் காத்திருந்தார்.

“என்ன மிஸ்டர் உத்தம்?”

“ஸார்! உங்களைத் தனிப்பட்ட முறையில் பார்த்துப் பேசறதுக்காக ஒருத்தர் வெயிட் பண்ணிட்டிருக்கார்...”

“யார்ன்னு கேட்டீங்களா?”

“கேட்டேன் ஸார். ஹைலி கான்ஃபிடென்ஷியல்ன்னு சொல்லிட்டார்.”

“ஆள் எப்படி, டீஸண்டா...?”

“வெரி டீஸண்ட் ஸார்... ஸ்கேன் ரிப்போர்ட் பார்த்துட்டேன். க்ளியர்... !”

“சரி... இப்ப அவர் எங்கே?”

“ரிசப்ஷன்ல வெயிட் பண்றார்.”

“என்னோட ரூமுக்கு வரச் சொல்லுங்க. அஞ்சு நிமிஷத்துக்கு மேலே என்கிட்டே பேசக்கூடாதுன்னு சின்னதாய் வார்ன் பண்ணிடுங்க.”

“எஸ்... ஸார்...” உதவியாளர் ஒரு சல்யூட்டைக் கொடுத்துவிட்டு அங்கிருந்து நகர்ந்துவிட, கங்காதரன் யோசனையோடு தன்னுடைய அறையை நோக்கி நடந்தார்.

‘என்னைப் பார்த்துப் பேச வந்திருக்கிற நபர் யார்?’

‘அதுவும்... ஹைலி கான்பிடென்ஷியல்.’

இரண்டு நிமிஷ நடையில் அறைக்குள் நுழைந்து மினரல் வாட்டர் பாட்டிலை எடுத்து ஒரு வாய் விழுங்கிவிட்டு நாற்காலிக்குச்

சாய்ந்தபோது அந்த நடுத்தர வயது நபர் கதவைத் தட்டிவிட்டு உள்ளே நுழைந்தார். பார்த்த விநாடியே அசர வைக்கும் அபார உயரம். அகன்ற தோள்கள். ட்ரிம் செய்யப்பட்ட தலைமுடி அன்றைய ஷேவிங்கில் பளபளத்த முகம். கண்களில் ரிம்லஸ் கண்ணாடி.

“குட்மார்னிங் ஸார்.” சதைப்பிடிப்பு இல்லாத உதடுகள் மெல்ல விரிய, சீரான பல்வரிசை பளிச்சிட்டது.

“ப்ளீஸ் ஸீட்டட்.”

“தேங்க்யூ...” உட்கார்ந்தார். சட்டைப் பைக்குள் இருந்த அடையாள அட்டையை எடுத்து டி.ஜி.பி.யிடம் கொடுத்துவிட்டு சரளமான ஆங்கிலத்தில் பேசினார்.

“அயாம் சாரங். சிங்கப்பூரின் ஸ்பை விங்கில் க்ரேடு ஒன் ஆபீசர். மலேசியா மிஸ்ஸிங் ஃப்ளைட் சம்பந்தமான ஒரு விசாரணைக்காக இரண்டு மணி நேரத்துக்கு முன்னால் சென்னை வந்தேன்.”

டி.ஜி.பி.க்கு பளிச்சென்று பொறி தட்டியது. கையில் வைத்து இருந்த சாரங்கின் அடையாள உடையை உன்னிப்பாய்ப் பார்த்துக் கொண்டே கேட்டார். “இன்சொல் என்கிற பெண்ணை ‘கடல் கழுகு’ இன்வெஸ்டிகேஷனில் பயன்படுத்திக் கொண்டது நீங்கள்தானே?”

“ஆமாம்...! அந்த இன்சொல் இப்போது சென்னை போலீஸின் பார்வைக்கு ஒரு குற்றவாளியாய்த் தெரிவது துரதிர்ஷ்டவசமானது..... அவள் நல்லவள்.”

“ஓ! உங்கள் அகராதியில் இரண்டு கொலைகளைச் செய்துவிட்டுத் தப்பியோடும் பெண்தான் நல்லவளா?”

“ஸார்! உங்களுடைய விசாரணை தப்பான பாதையில் போய்க் கொண்டு இருக்கிறது. இன்சொல் ஒரு கொலையாளியாய் இருக்க வாய்ப்பே இல்லை...”

“இதைச் சொல்லிட்டுப் போகத்தான் சிங்கப்பூரிலிருந்து புறப்பட்டு வந்தீர்களா, மிஸ்டர் சாரங்...?”

“இல்லை... நான் வந்தது வேறு விசாரணைக்காக...”

“என்ன விசாரணை ?”

“இந்த போட்டோவைப் பாருங்கள். இந்த போட்டோவில் இருக்கும் பெண் யாரென்று உங்களுக்குத் தெரிகிறதா?”

டி.ஜி.பி. போட்டோவை வாங்கிப் பார்த்தார்.

ஒரு இளம் பெண் பாப் தலையோடும் லேசான மலேஷிய வாசனையோடும் கேமராவை நேர் பார்வை பார்த்துச் சிரித்து

இருந்தாள். அணிந்திருந்த சிவப்பு பனியனில் 'I am A Bad Girl For Bad Boys' என்ற வாசகம் பளிச்சென்று தெரிந்தது.

டி.ஜி.பி. குழப்பமாய் சாரங்கைப் பார்த்தார்.

"யார் இந்தப் பெண்?"

"இந்தப் பெண்ணை உங்களுக்குத் தெரியாதா?"

"தெரியாது."

"இந்தப் பெண்ணின் பேர் ஜெய்சி. இந்திய வம்சாவளியைச் சேர்ந்த பெண். அமெரிக்காவின் குட்டி விமான நிலையம் ஒன்று இந்தியக் கடலின் நடுவே உள்ளது. அந்த விமான நிலையத்தின் முக்கிய அதிகாரிகளில் இந்த ஜெய்சியும் ஒருத்தி..."

"சரி... இப்போது நீங்கள் என்ன சொல்ல வருகிறீர்கள் சாரங்...?"

"இந்த ஜெய்சி இப்போது உயிரோடு இருக்க வாய்ப்பில்லை."

"ஏ... ஏ... ஏன்?"

"காணாமல் போன மலேசிய விமானத்தில் பயணம் செய்த 127 பெண்களில் இவளும் ஒருத்தி...!"

அதிர்ச்சியில் சில விநாடிகள் மௌனமாய் இருந்த டி.ஜி.பி. பிறகு மெல்லிய குரலில் கேட்டார்.

"இட்ஸ் ஓகே... உங்களுக்கு இப்போது என்ன வேண்டும்?"

'உண்மை!"

"என்ன உண்மை...?"

"இந்தப் பெண் ஜெய்சி, மலேசிய விமானம் காணாமல் போவதற்கு முன்னால் மூன்று மாத காலத்தில் அதாவது 90 நாட்களில் 507 தடவை ஏ.டி.எம். கார்டை உபயோகித்துத் தன் வங்கிக்கணக்கில் போடப்பட்ட வெளிநாட்டுப் பணத்தை லட்சக்கணக்கில் ட்ரா செய்து இருக்கிறாள்."

"ஈஸிட்?"

"அதைவிட இன்னொரு வியப்பான செய்தி, அந்த மூன்று மாத காலத்தில் ஒரு குறிப்பிட்ட நபரின் செல்போனுக்கு 23 தடவை போன் செய்து இருக்கிறாள்."

"யார் அந்த நபர்?"

சாரங் தன் சட்டைப் பையில் வைத்து இருந்த போட்டோவை எடுத்து டி.ஜி.பி.யிடம் நீட்டினார்.

அந்த பாஸ்போர்ட் போட்டோவை வாங்கிப் பார்த்தார்.

போட்டோவில் டி.ஜி.பி. கங்காதரன்!

16

டி.ஜி.பி. கங்காதரன் அதிர்ச்சியோடு தன் முகத்தில் இடம் பிடித்திருந்த கண்ணாடியைக் கழற்றினார். சாரங் தன்னுடைய சிறிய கண்களைச் சிமிட்டி தன் உதட்டில் ஒரு கேலிப் புன்னகையை நெளிய வைத்தார்.

“என்ன டி.ஜி.பி. ஸார்... இது உங்களுடைய போட்டோதானே?”

“போட்டோ என்னுடையதுதான். ஆனால் நீங்கள் சொல்கிற அந்த ஜெய்சியை எனக்குத் தெரியாது.”

“ஜெய்சியைத் தெரியாமலா அவளுடைய செல்போனுக்கு 23 தடவை போன் செய்து இருக்கிறீர்கள்?”

கங்காதரன் வியர்வை மின்னும் தன்னுடைய அகலமான நெற்றியோடு சாரங்கை ஏறிட்டார்.

“நீங்கள் ஒரு தவறான தகவலோடு என்னிடம் வந்து பேசிக்கொண்டு இருக்கிறீர்கள் என்று நினைக்கிறேன்!”

சாரங் தன் சட்டையின் பாக்கெட்டில் இருந்த ஒரு சிறிய துண்டு பேப்பரை எடுத்துக் காட்டியபடி சொன்னார்.

“இந்த செல்போன் எண் உங்களுடையதுதானே...? “

கங்காதரன் அதைப் பார்த்துவிட்டுத் தலையாட்டினார்.

“என்னோடதுதான்! ஆனால் அந்த எண் உள்ள சிம்கார்டை நான் இப்போது உபயோகிப்பது இல்லை...”

“அப்புறம்?”

“என்னுடைய மகள் வாகினி... ஆறு மாதங்களுக்கு முன்பு ஒரு நாள் கவனக்குறைவாய் தன் செல்போனை கல்லூரியில் தொலைத்துவிட்டு வந்து நின்றபோது என்னுடைய செல்போனை அவளுக்குக் கொடுத்துவிட்டேன். போலீஸ் டிபார்ட்மெண்ட் சார்பாக எனக்குக் கொடுக்கப்பட்ட செல்போனைத் தான் நான் இப்பொழுது உபயோகப்படுத்தி வருகிறேன்...!”

“உங்கள் மகள் வாகினி இப்போது எங்கே இருக்கிறாள்?”

“கல்லூரியில் இருப்பாள்.”

“உடனே இங்கு வரச் சொல்லுங்கள்.”

“அவளை இங்கே வரவழைக்க வேண்டாம்.”

“பிறகு...?”

“போன் செய்து நானே அவளை விசாரிக்கிறேன்.”

“ஸாரி... மிஸ்டர் டி.ஜி.பி... இது ஒரு இண்டர்போல் க்ரைம். சந்தேகப்படும் எந்த ஒரு நபரையும் நேருக்குநேர் முகம் பார்த்துத்தான் விசாரணை செய்யவேண்டும் என்கிற விதி இருக்கிறது. நோ செல்போனிக் கான்வர்சேஷன். ப்ளீஸ் கால் ஹர்...!”

டி.ஜி.பி. குழப்பம் அகலாத முகத்தோடு தன் கையில் வைத்து இருந்த செல்போனை உசுப்பி, கல்லூரியில் இருந்த அவருடைய மகள் வாகினியோடு தொடர்புகொண்டு பேசிவிட்டு ஒரு கனத்த பெருமூச்சோடு சாரங்கை ஏறிட்டார். “இன்னும் அரை மணி நேரத்திற்குள் என் மகள் இங்கே இருப்பாள். அவளை நீங்கள் விசாரிக்காதீர்கள். நான் விசாரிக்கிறேன்.”

“நோ... ப்ராப்ளம்! எனக்கு உண்மை வேண்டும். அவ்வளவுதான். வாகினியை நீங்கள் விசாரித்தாலும் சரி, நான் விசாரித்தாலும் சரி!”

“என் மகள் உண்மையைத்தான் பேசுவாள்.”

“தட்ஸ் குட்.! பை... த பை... அந்த ஜெய்சியைப் பற்றி இன்னொரு தகவலையும் சொல்லிவிடுகிறேன்.”

“சொல்லுங்கள்.”

“சிங்கப்பூரில் இருக்கும் இந்தியத் தூதர் ஷ்யாம் வர்மா தன்னுடைய நண்பரான ஆஷிஷ் என்பவரை சில நாட்களுக்கு முன்னால் சிங்கப்பூரின் ‘ஜோவாங்கி’ பகுதியில் இருந்த அபார்ட்மெண்ட்டில் பார்க்கப் போயிருந்தார். அவர் போன அடுத்த சில நிமிஷங்களுக்குள் ஆஷிஷ் ஏழாவது மாடியில் இருந்து குதித்து தற்கொலை செய்துகொண்டார் ஆஷிஷ் சாதாரண நபர் இல்லை. மலேஷிய ஏர்லைன்ஸில் ஒரு முக்கியமான பதவியில் இருந்தவர். இந்தியத் தூதர் ஷ்யாம் வர்மாவிடம் நான் விசாரணை செய்தபோது அவர் சொன்ன பதில் எனக்கு திருப்தியைத் தரவில்லை...!”

“அவர் என்ன சொன்னார்?”

“ஷ்யாம் வர்மா ஆஷிஷைப் பார்க்க அவருடைய அபார்ட்மெண்ட்டுக்குள் நுழையும் முன்பாகவே அவர் தற்கொலை செய்து கொண்டதாகச் சொன்னார். ஆனால் நானோ சிங்கப்பூர் போலீஸோ அதை நம்பவில்லை. ஒரு ஷேடோ என்கொய்ரியை நடத்திப் பார்த்தோம். காணாமல் போன மலேஷிய விமானத்துக்கும் ஆஷிஷுக்கும் ஏதோ ஒரு வகையில் தொடர்பு இருப்பதும், அந்தத் தொடர்பு என்னவென்று ஷ்யாம் வர்மா தெரிந்து கொண்டதால் ஆஷிஷ் போலீஸுக்குப் பயந்து தற்கொலை செய்து கொண்டார் என்பதும் விசாரணையில் தெரிய வந்தது. இந்தியத் தூதர் ஷ்யாம் வர்மாவிடம் ஒரு குறிப்பிட்ட எல்லைக்கு மேல்

விசாரணை நடத்த முடியாது என்பதால் அந்த விசாரணையை வேறு கோணத்தில் கொண்டு சென்றோம். அந்த விசாரணையில் மாட்டிக் கொண்டவள்தான் இந்த ஜெய்சி! தற்கொலை செய்து கொண்டு இறந்துபோன ஆஷிஷும், ஜெய்சியும் நண்பர்களாய் இருந்திருக்கிறார்கள்.''

''எப்படிக் கண்டுபிடித்தீர்கள்?''

சாரங், தன் கையில் வைத்து இருந்த செல்போனை உயிர்ப்புக்குக் கொண்டு வந்து கேலரிக்குப் போய் ஒரு போட்டோவை க்ளிக் செய்து அதை ஜூம் செய்து காட்டினார். அந்த போட்டோ செல்போனின் திரையை அடைத்துக் கொண்டது. ஒரு அறையில் இருந்த ஏ.டி.எம். மெஷினுக்கு முன்னால் நடுத்தர வயதில் ஒரு நபரும், பாப் தலையோடு ஒரு இளம் பெண்ணும் சிரித்தபடி தெரிந்தார்கள். பின், சாரங் வீடியோ ஒன்றை காட்டி 'ப்ளே' பட்டனைத் தட்ட, காட்சி ஓடியது.

அந்த இருவரும் ஏதோ பேசிச் சிரித்தபடி ஏ.டி.எம். மெஷினிலிருந்து பணத்தை எடுத்துக்கொண்டு அந்த அறையினின்றும் வெளியேறிச் செல்லும் காட்சி ஒரு நிமிஷ நேரம் ஓடியது.

சாரங் சொன்னார். ''இந்த வீடியோ காட்சிகள் சிங்கப்பூரில் இருக்கும் ப்ளாஸா ஸ்கொயர் காம்ப்ளக்ஸுக்குள் இருக்கும் ஒரு வங்கியின் ஏ.டி.எம். சென்டரில் பொருத்தப்பட்டு இருந்த 'ஹிடன் கேமரா'வால் பதிவு செய்யப்பட்டவை. இந்த போட்டோவில் இருப்பவர்தான் ஆஷிஷ். அவரோடு இருக்கும் பெண் ஜெய்சி. இரண்டு பேருக்கும் இடையில் எது மாதிரியான நட்பு இருந்தது என்று தெரியவில்லை.

ஆனால், இந்த இருவருமே காணாமல் போன மலேஷிய விமானத்தோடு சம்பந்தப்பட்டு இருக்கிறார்கள் என்பது மட்டும் உறுதியாகிவிட்டது. மலேஷிய விமானம் காணாமல் போவதற்கு முன்பிருந்த ஆறுமாத காலத்தில் ஜெய்சி 507 தடவை ஏ.டி.எம். சென்டர்களில் லட்சக்கணக்கில் பணம் எடுத்து இருக்கிறாள்.

அவளுடைய வங்கி சேமிப்புக் கணக்கில் இந்திய ரூபாய் மதிப்பில் இரண்டு கோடி ரூபாய் அளவுக்குப் பணம் போடப்பட்டுள்ளது. அந்தப் பணத்தை யார் எங்கிருந்து போட்டார்கள் என்பது சம்பந்தப்பட்ட வங்கி அதிகாரிகளுக்கும் சரி, சைபர் க்ரைம் நிபுணர்களுக்கும் சரி, இந்த நிமிஷம் வரை ஒரு மில்லியன் டாலர் கேள்வியாகவே உள்ளது.''

''மிஸ்டர் சாரங்...! நீங்கள் இப்போது சொல்லிக் கொண்டு இருக்கிற எல்லா விஷயங்களுமே விபரீதமானவை. என்னுடைய

மகள் வாகினிக்கும் நீங்கள் சொல்கிற அந்த ஜெய்சிக்கும் எந்த விதத்திலும் தொடர்பு இருக்க வாய்ப்பு இல்லை.!"

"பிறகு எப்படி... ஒரு மாத காலத்தில் 23 தடவை அந்த ஜெய்சி உங்கள் மகளைத் தொடர்பு கொண்டு பேசியிருக்கிறாள்?"

"வேறு யாரோ இடையில் தடுத்து இப்படியொரு விஷமத் தனத்தைச் செய்து இருக்கலாம்!"

"யார்.... அந்த யாரோ?"

"ஜெய்சியின் வங்கிக் கணக்கில் இரண்டு கோடி ரூபாய் அளவுக்கு யார் பணம் போட்டார்களோ... அவர்கள்...!"

சாரங் சிரித்தார். டி.ஜி.பி. எரிச்சலானார்.

"எதற்காக இந்தச் சிரிப்பு?"

"நீங்கள் உங்கள் மகளை இப்போதிருந்தே காப்பாற்ற ஆரம்பித்துவிட்டீர்கள்."

"ஐ நோ வெரி வெல்.....ஷீ ஈஸ் ஹார்ம்லஸ்" டி.ஜி.பி. சொல்லிக் கொண்டிருக்கும்போதே அவருடைய செல்போன் உயிர்ப்பித்துக் கொண்டு ரிங்டோனை வெளியிட்டது. செல்போனின் டிஸ்ப்ளேயில் 'போலீஸ் கண்ட்ரோல் ரூம்' என்னும் வார்த்தைகள் ரத்த நிறத்தில் ஒளிர்ந்தன.

செல்போனை காதுக்குக் கொடுத்தார். "எஸ்."

"ஸார்... திஸ்... ஈஸ்... பிஃபைவ் கண்ட்ரோல் ரூம்."

"என்ன விஷயம்?"

"ஒரு மோசமான செய்தி ஸார்."

"போலீஸ் கண்ட்ரோல் ரூமிலிருந்து கல்யாண நியூஸா வரும்? விஷயம் என்னன்னு சொல்லுய்யா..."

"ஜெமினி ஃப்ளைஓவர்கிட்டே உங்க டாட்டர் வந்த ஸ்கூட்டர் மேல ஒரு லாரி மோதி ஆக்ஸிடெண்ட் ஸார்..."

டி.ஜி.பி.யின் கையில் இருந்த செல்போன் அவரையும் அறியாமல் நழுவி கண்ணாடி மேஜையை முத்தமிட்டுத் தெறித்து வெளியே விழுந்தது.

நந்தனம். 'கெட் வெல்' ஹாஸ்பிடலின் ஐ.ஸி யூனிட்.

சென்ட்ரலைஸ்ட் ஏ.ஸியின் ஜில்லிப்பில் உறைந்து போயிருந்த ஹாஸ்பிடலின் வராந்தாவில் டி.ஜி.பி கங்காதரனும், சாரங்கும் உறைந்த பார்வைகளோடு சுவரோரமாய் போடப்பட்டு இருந்த நாற்காலிகளில் உட்கார்ந்திருந்தார்கள். விஷயத்தைக் கேள்விட்டு

வந்திருந்த போலீஸ் கமிஷனர், இன்ஸ்பெக்டர் மஞ்சுளா நாயர், விமான சுங்கத்துறை அதிகாரிகள் குருதேவ், நூருல்லா எதிர்ப்பக்க சுவரோரமாய் போடப்பட்டு இருந்த வெள்ளை பெயிண்ட் அடித்த நீளமான பெஞ்சில் தலைகளைத் தொங்கப் போட்டபடி உட்கார்ந்திருந்தார்கள்.

சாரங் யாருக்கும் தெரியாமல் மெல்லத் தனக்குப் பக்கத்தில் உட்கார்ந்திருந்த டி.ஜி.பியின் தோளில் கையை வைத்தார். ஹஸ்கி வாய்ஸில் கூப்பிட்டார்.

“ஸார்!”

நீர் நிரம்பிய கண்களோடு நிமிர்ந்தார் டி.ஜி.பி. என்ன என்பதுபோல் பார்த்தார்.

“இப்போதாவது விஷயம் எவ்வளவு விபரீதமாய் போய்க் கொண்டிருக்கிறது என்பது புரிகிறதா? உங்கள் மகள் வாகினியும் இந்த விவகாரத்தில் ஒன் ஆஃப் த கல்ப்ரிட் என்பது உறுதியாகிவிட்டது.”

“அப்படியிருக்க வாய்ப்பில்லை.”

“வாய்ப்பில்லையென்றால் உங்கள் மகள் வாகினியை ‘விபத்து’ என்கிற பெயரில் எதிரிகள் ஏன் கொலை செய்ய முயற்சி செய்ய வேண்டும்?”

“இது விபத்துதான். லாரி டிரைவர் குடித்திருந்தான். எஃப்ஸிக்கு போகாத லாரி என்று போலீஸ் கமிஷனர் என்னிடம் சொன்னார்.”

“விபத்து என்று எதிரிகள் உங்கள் போலீஸ் டிபார்ட்மெண்ட்டை நம்ப வைத்து இருக்கிறார்கள்.”

டி.ஜி.பி. மேற்கொண்டு பேசும் முன்பு ஐ.ஸி. யூனிட்டின் கதவைத் திறந்து கொண்டு சீஃப் டாக்டர் தெய்வநாயகம் வெளியே வந்தார். அவருடைய முகம் ஒரு இறுக்கத்துக்கு உட்பட்டிருந்தது. டி.ஜி.பி. அவரை எதிர்கொண்டார். பதற்றமான குரல் காற்றில் சிதறியது.

“டாக்டர்..! ஹௌ ஈஸ் மை டாட்டர்?”

அவர், தான் அணிந்திருந்த பச்சை கவுனின் நாடாவை அவிழ்த்துக் கொண்டே சொன்னார்.

“ஸாரி... டூ... ஸே... திஸ்...! ஹெட் இன்ஜூரி ரொம்பவுமே சிவியர். ஹெல்மெட் போட்டிருந்தா இந்த காம்ப்ளிகேட்டட் சிச்சுவேஷனை அவாய்ட் பண்ணியிருக்கலாம். லைஃப் சேவிங் ட்ரக் குடுத்து இருக்கோம். ரெஸ்பான்ஸ் எப்படி இருக்குன்னு பார்க்கணும்! பை த... பை... இன்... த மீன்ஒய்ல்... இன்னொரு காஸ்ட்லி லைஃப் சேவிங் ட்ரக் தேவைப்படும். அந்த மருந்து சிங்கப்பூர்லதான்

கிடைக்கும். நாளைக்குக் காலையில பத்து மணிக்குள்ளே அந்த மருந்து கிடைச்சுட்டா பரவாயில்லை. உங்களுக்கு அங்கே யாராவது தெரிஞ்சவங்க இருக்காங்களா?''

பக்கத்தில் நின்றிருந்த விமான சுங்கத்துறை அதிகாரி குருதேவ், "டோண்ட் ஒர்ரி டாக்டர். சிங்கப்பூரிலிருந்து சென்னைக்குக் கிளம்பற அடுத்த ஃப்ளைட்லேயே அந்த எல்.எஸ்.டி. மருந்தைக் கொண்டுவர நான் ஏற்பாடு பண்றேன். ப்ரிஸ்க்ரிப்ஷனை மட்டும் நீங்க எழுதிக் குடுத்தா போதும்... ஐ... வில் அரேன்ஜ் ஃபார் தட்!'' என்றார்.

"தென்... நோ ப்ராப்ளம்'' என்று சொன்ன டாக்டர் தெய்வநாயகம் ப்ரிஸ்க்ரிப்ஷன் தாளில் மருந்தின் பெயரை எழுதி நீட்ட அதை வாங்கிக் கொண்ட குருதேவ் தன் செல்போனை எடுத்துக் கொண்டு சிங்கப்பூர் ஏர்போர்ட்டில் இருந்த அதிகாரி ஒருவரைத் தொடர்பு கொண்டு பேசினார்.

"மிஸ்டர் ஸ்டீபன்! நான் குருதேவ்.''

"ஏதாவது அவசரச் செய்தியா..? உங்களுக்குக் குரலில் பதட்டம் தெரிகிறது.''

"ஆமாம்! ஒரு உயிர் காக்கும் மருந்து உடனடியாய் தேவைப்படுகிறது. டி.ஜி.பி.யின் மகள் சாலை விபத்தொன்றில் சிக்கி படுகாயம். சென்னை 'கெட்வெல்' ஹாஸ்பிடலில் அனுமதிக்கப்பட்டிருக்கிறார்.''

"மருந்தின் பெயரை எனக்கு மெசேஜ் செய்யுங்கள். நான் அடுத்த ஃப்ளைட்டில் அனுப்பி வைக்கிறேன்!''

"நன்றி ஸ்டீபன்.''

"நன்றி... இருக்கட்டும்..! இன்சொல் நூருல்லாவின் வீட்டில் பத்திரமாய் இருக்கிறாளா...? அங்கே உங்கள் இருவர் மீதும் யாருக்கும் எந்த சந்தேகமும் வரவில்லையே...?''

17

குருதேவ் நிலைமையை உடனடியாகப் புரிந்து கொண்டு "மிஸ்டர் ஸ்டீபன்! உங்கள் வாய்ஸ் ப்ரேக் ஆகிறது. நான் வெளியில் வந்து பேசுகிறேன்" என்று சொல்லியபடி ஹாஸ்பிடலின் வராந்தாவில் நடந்து பக்கத்தில் இருந்த லானின் மையத்தில் போய் நின்று சுற்றுமுற்றும் பார்த்தபடி குரலைத் தாழ்த்தினார்.

"ஸ்டீபன்! எந்த நேரத்தில் எதைப் பேசுவது என்று உங்களுக்குத் தெரிய வேண்டாமா? என்னைச் சுற்றிலும் டி.ஜி.பி., போலீஸ் கமிஷனர், மஞ்சுளா நாயர் என்று போலீஸ் பட்டாளமே இருக்கும்போது 'இன்சொல் நூருல்லா வீட்டில் பத்திரமாய் இருக்கிறாளா?' என்கிற கேள்வி தேவைதானா...?"

"ஸாரி... ஒரு ஆர்வமிகுதியால் கேட்டுவிட்டேன். இப்போது நீங்கள் அந்த போலீஸ் கும்பலைவிட்டு வெளியே வந்துவிட்டீர்களா?"

"வந்துவிட்டேன்."

"இனி பேசலாமா?"

"பேசலாம்."

"எல்.எஸ்.டி. கொடுக்கிற அளவுக்கு டி.ஜி.பி. மகளுக்கு என்ன பிரச்னை?"

"ஒரு ஆக்ஸிடெண்டில் சிவியர் ஹெட் இன்ஜூரி. அடுத்த 24 மணி நேரத்திற்குள் இன்னொரு எல்.எஸ்.டி. கொடுக்க வேண்டிய கட்டாயம். மருந்து சிங்கப்பூரில் மட்டுமே கிடைக்கும் என்பதால் உங்களைத் தொடர்பு கொள்ள வேண்டிய கட்டாயம்! டி.ஜி.பி. கங்காதரன் நல்ல மனிதர். அவர்க்கு உதவி செய்வதில் எந்தத் தவறும் இல்லை!"

"சரி! இன்சொல் வாயைத் திறந்து ஏதாவது சொன்னாளா?"

"ஒன்றும் சொல்லவில்லை. அதே பழைய பாட்டு தான். நான் ரெட் செல்லில் வைத்து அவளை விசாரணை செய்தபோது என்ன சொன்னாளோ அதையே தான் இப்போதும் சொல்கிறாள்."

"அவள் சொல்வது உண்மையா? பொய்யா?"

"அனுமானிக்க முடியவில்லை...!"

"அவள் சொல்வது உண்மையா பொய்யாவென்று எப்படித் தெரிந்து கொள்ளப் போகிறீர்கள்?"

"மிட் ப்ரெய்ன் நியூரோ ஆக்டிவேட் ட்ரீட்மெண்டை இன்சொல்லின் மேல் பிரயோகித்துப் பார்த்துவிடலாம் என்பது நூருல்லாவின்

திட்டம்.''

''யோசித்துச் செயல்படுங்கள். அது அபாயகரமான ட்ரீட்மெண்ட் ஒரு நூலிழை தவறினாலும் இன்சொல் ஒரு மனநோயாளியாய் மாறி, நமக்கு எதற்குமே உபயோகமில்லாமல் போய்விடுவாள்.''

''அந்த பயம் உங்களுக்கு வேண்டாம் ஸ்டீபன். நியூரோ சர்ஜன் ஓம்கார் மிட் ப்ரெய்ன் ந்யூரோ ஆக்டிவேட் ட்ரீட்மெண்ட்டை இதற்கு முன்பு நான்கு தடவை துல்லியமாய் பிசிறில்லாமல் செய்து இருக்கிறார். அப்பறம் கால் பண்றேன், இன்ஸ்பெக்டர் மஞ்சுளா நாயர் என்னைப் பார்த்தபடி வந்து கொண்டிருக்கிறாள். பிறகு நாம் பேசுவோம்!'' சொல்லிவிட்டு செல்போனை அணைத்த குருதேவ் தன்னை நெருங்கிய மஞ்சுளா நாயரை ஒரு புன்னகையோடு ஏறிட்டார்.

''முப்பதாயிரம் ரூபாய் போட்டு ஸ்மார்ட் செல்போன் வாங்கினாலும் வாய்ஸ் ப்ரேக். டவர் ப்ராப்ளம். வரவர செல்போன் எல்லாம் பிளாஸ்டிக் டப்பா மாதிரி மாறிட்டு வருது. ஒரு வாக்கியம் ஒழுங்காய் பேச முடியலை.''

''மிஸ்டர் குருதேவ்.''

''சொல்லுங்க மேடம். ரொம்பவும் குழப்பத்துல இருக்கீங்க போலிருக்கு?''

''கரையை நோக்கி அலைகள் வர்ற மாதிரி ஒவ்வொரு பிரச்னையாய் வந்தால் நம்மால என்ன பண்ண முடியும்...? அதுவும் இல்லாமே நமக்கு கொடுக்கப்பட்ட கடல் கழுகு ஆப்ரேஷன் விஷயத்தில் நமக்கு சின்னதாய் ஒரு வெற்றிகூட கிடைக்கலை. நம்ம சந்தேக லிஸ்டில் இருந்த நித்தீஷ், சைதன்யா, அமிர்தவல்லி, ஈஸ்வர் நாலுபேருமே 'சி.பி.ஐ. மென்'ங்கிறது நமக்கு கிடைத்த முதல் மெகா ஷாக். அதைவிட மிகப் பெரிய ரெண்டாவது ஷாக் ஜிம் லேடீஸ் ரெண்டு பேரையும் அதிநவீன துப்பாக்கியால சுட்டுத் தள்ளிட்டு இன்சொல் அந்த ரெட் செல்லில் இருந்து தப்பித்துப் போனது. இந்த கேஸ் நம்மைவிட்டு விலகி நமக்கு எதிரான திசையில் வேகவேகமாய்ப் போயிட்டிருக்கு. கூடிய சீக்கிரத்துல அது மறைஞ்சுடும் போலிருக்கு.''

''மேடம்... இது நமக்கு தற்காலிகத் தோல்விதான். அந்த இன்சொல்லை எப்படியும் கண்டுபிடிச்சுடலாம்ங்கிற நம்பிக்கை எனக்கு நிறையவே இருக்கு. நீட் நாட் வொர்ரி மேடம்.''

''குருதேவ்..!'' குரலைத் தாழ்த்தினாள் மஞ்சுளா நாயர்.

''சொல்லுங்க மேடம்!''

“ரெட் செல்லில் இன்சொல் கொடுத்த ஸ்டேட்மெண்ட்டும், சிங்கப்பூர் ‘ஸ்பை விங்’கிலிருந்து வந்து இருக்கிற சாரங் சொல்கிற விஷயங்களும் ஒண்ணோடு ஒண்ணு ஒத்துப் போகுது. அதாவது இன்சொல் தப்பான பெண் கிடையாது. சிங்கப்பூர் ஸ்பை விங் போலீஸுக்கு அவள் உதவுகிற எண்ணத்துலதான் செயல்பட்டதாய் சாரங் சொல்கிறார். சாரங்கிட்டே நான் ஒரு பத்து நிமிஷம் பேசிப் பார்த்தேன். காணாமல் போன மலேஷிய விமானம் சம்பந்தமாய் பல விஷயங்களை தொழில்நுட்ப ரீதியாய் சொல்றார். முந்நூற்று சொச்ச பயணிகளோடு ஆகாயத்தில் காணாமல் போன அந்த விமானம் விபத்துக்குள்ளாக வாய்ப்பே இல்லைன்னு சொல்றார். அது இந்த உலக உருண்டையின் ஏதோ ஒரு மூலையில் பத்திரமாய் இருக்குன்னு அவர் உறுதியாய் நம்பறார். அதுக்கான காரணத்தையும் சொன்னார்.”

“என்ன காரணம்?”

“பொதுவாய் ஒரு கடலில் பத்துப் பேர் பயணம் செய்யும் படகு கவிழ்ந்து விபத்துக்குள்ளானாலே இரண்டு அல்லது மூன்று நாட்களுக்குள்ளாகவே இறந்துபோன நபர்களின் உடல்களோ அவர்களின் உடமைகளோ கடலில் மிதந்து கரையோரமாய் ஒதுங்கும். ஆனால் போயிங் ரகத்தைச் சேர்ந்த மலேஷிய விமானம் முந்நூறுக்கும் மேற்பட்ட பயணிகளோடு கடலில் விழுந்து நொறுங்கியிருந்தால் ஒரு சில உடல்களாவது மிதந்து கரை ஒதுங்கி இருக்க வேண்டும். அல்லது விமானத்தின் ஒரு சிதைவாவது ரெஸ்க்யூ ஆப்ரேஷன் குழுவின் பார்வைக்கு தட்டுப்பட்டிருக்க வேண்டும். இப்படி எந்த ஒரு ஆதாரமும் கிடைக்காதபோது விமானம் கடலில் விழுந்து விபத்துக்கு உள்ளாகிவிட்டது என்று எப்படிச் சொல்ல முடியும்ங்கிறது சாரங்கோட கேள்வி..!”

“நியாயமான கேள்விதான்...!”

“அவர் இன்னொரு விஷயத்தையும் ஆணித்தரமாய் சொல்றார்.”

“என்ன?”

“இன்சொல் அந்த ரெண்டு ஜிம் லேடீஸையும் சுட்டுத் தள்ளிட்டு தப்பிப் போக வாய்ப்பே கிடையாது. வேற யாரோதான் அந்தக் காரியத்தைப் பண்ணிட்டு இன்சொல்லையும் கடத்திட்டுப் போயிருக்கணும்னு சொல்றார்.”

குருதேவ்வின் இருதய மையத்தில் சின்னதாய் ஒரு பிரளயம் நடந்தாலும் அதைக் காட்டிக் கொள்ளாமல் கேட்டார்.

“இன்சொல்லைக் கடத்திட்டுப் போறதால யார்க்கு என்ன நன்மை?”

“நமக்கு விடை தெரியாத கேள்விகளில் இந்தக் கேள்வியும் ஒண்ணு” என்று மஞ்சுளா நாயர், ஏகப்பட்ட கலோரி உஷ்ணத்தோடு பெருமூச்சொன்றை வெளியிட்டாள்.

அறை நிசப்தத்தில் இருக்க நித்தீஷ் தனக்கு எதிரில் உட்கார்ந்திருந்த ஈஸ்வரை தயக்கத்தோடு பார்த்தான். “ஸார்! கடல் கழுகை கம்ப்யூட்டர்க்குக் கொடுத்து அது என்ன சொல்லுதுன்னு பார்த்துடலாமா...?”

“தாராளமாய் பார்த்துடலாம். வெளியுறவுத்துறை அமைச்சகம் தான் போட்டுப் பாருங்கன்னு சொல்லி க்ரீன் சிக்னல் குடுத்துட்டாங்களே... அப்புறமும் ஏன் தயங்கறே நித்தீஷ்...?”

அருகில் இருந்த சைதன்யா, “கொஞ்சம் பயமா இருக்கு ஸார்” என்று சொல்ல ஈஸ்வர் தன் தாடையைத் தேய்த்தபடி கேட்டார்.

“என்ன பயம்?”

“கடல் கழுகு சென்னையைவிட்டுப் பறக்கக்கூடாதுன்னு எதிரிகள் வார்ன் பண்ணியிருக்காங்க. கடல்கழுகு ‘பென்டிரைவ்’ல எது மாதிரியான விஷயம் இருக்குன்னு நமக்குத் தெரியாது. ஏதாவது ஒரு முக்கியமான விஷயமாய் இருந்தா அதை நாம வெளியுறவுத்துறை அமைச்சகத்துக்கு தெரியப்படுத்தத்தானே வேணும்?”

“ஆமா... !”

“அப்படீன்னா அந்த விஷயம் சென்னையைவிட்டுத் தாண்டிப் போன மாதிரிதானே...?

“ஆமா..”

“அதை எதிரிகள் ஸ்மெல் பண்ணிட்டா...?”

“அது எப்படி சாத்தியம்?”

“வெளியுறவுத்துறை அமைச்சகத்திலேயே எந்த ஒரு அதிகாரியாவது டாலர் மழையில நனைய ஆசைப்பட்டு ஒரு கறுப்பு ஆடாய் மாறியிருக்க வாய்ப்பு இருக்கே?”

“இதோ பார்... சைதன்யா! கிரிக்கெட்டில் ஒரு இக்கட்டான நிலைமை வரும்போது அடித்து ஆட வேண்டிய கட்டாயம் ஏற்படும். இப்போ நாம அது மாதிரியான சூழ்நிலையில்தான் இருக்கோம். மொதல்ல ‘கடல் கழுகு’ பென்டிரைவை போட்டுப் பார்ப்போம். அதில் இருக்கிற தகவல்கள் எந்த அளவுக்கு முக்கியத்துவம் வாய்ந்ததுன்னு பார்ப்போம். அதுக்கப்புறம் அதை வெளியுறவுத்துறை அமைச்சகத்துக்கு தெரியப்படுத்தறதா வேண்டாமான்னு முடிவு

பண்ணுவோம்'' ஈஸ்வர் சொல்லிவிட்டு நித்தீஷை பார்க்க, அவன் தன் கையில் வைத்து இருந்த பென்டிரைவை கம்ப்யூட்டர்க்குக் கொடுத்து ஓப்பன் ஆப்ஷனுக்குப் போய் 'க்ளிக்' செய்தான்.

கம்ப்யூட்டர் திரை 'பெப்பர் சால்ட்' புள்ளிகளை உற்பத்தி செய்துவிட்டு பரந்த ரன்வேயின் மையத்தில் இருந்த அந்த போயிங் ரக மலேஷிய விமானத்தைக் காட்டியது. அதன் வயிற்றில் மலேஷியன் ஏர்லைன்ஸ் AL-17 என்ற எழுத்துக்கள் அடர் சிவப்பில் மினுமினுத்தன.

நித்தீஷ் திகைத்த பார்வையோடு ஈஸ்வரிடம் திரும்பினான்.

"ஸார்! காணாமல் போன ஃப்ளைட் இதுதானே?''

"ஆமா...! கீழே பொடிப் பொடியாய் ஏதோ எழுத்துக்கள் தெரியுது. அதைக் கொஞ்சம் பிக் ஸ்க்ரீன் பண்ணு!''

நித்தீஷ் ஜூம் செய்தான்.

SALIENT FEATURES OF AL-17

AUTOPILOT SYSTEM FOR 12 HOURS.

SAFE AT ANY HEIGHT.

UNSAFE HEIGHT 70K

STARVATION OF OXYGEN

ஈஸ்வர், நித்தீஷ், சைதன்யா உறைந்த பார்வைகளோடு திரையில் உன்னிப்பாய் இருக்க எழுத்துக்கள் மறைந்து காட்சி மாறியது.

SURVEILLANCE OF EXCLUSIVE ZONE

நித்தீஸ் ஈஸ்வரிடம் திரும்பினான். "ஸார்! உங்களுக்கு ஏதாவது புரியுதா?''

"புரியற மாதிரி இருக்கு. ஆனா எதுவும் பிடிபடலை!'' சைதன்யா சொன்னாள். "என்னோட யூகம். இந்த மலேஷிய விமானத்தைக் கடத்துவதற்கு முன்னால் அந்த விமானத்தின் ப்ளஸ் அண்ட் மைனஸ் பாயிண்ட்களை அலசிப் பார்த்து ஒரு சதித்திட்டத்தை தீட்டியிருக்காங்க...! இப்போ கம்ப்யூட்டர் திரையைப் பாருங்க... விமானம் எப்படி பறக்கணும்ங்கிறதை க்ராபிக்ஸ் பண்ணியிருக்காங்க...!''

இப்போது மூன்று பேரின் பார்வையும் கம்ப்யூட்டர் திரையில் பதிந்தது.

கோலாலம்பூர் ஏர்போர்ட்டிலிருந்து AL-17 விமானம் வானம் நோக்கி எம்பிப் பறக்க, கீழே சீனாவின் ஷாங்காய் மொழியில் வார்த்தைகள் சிவப்பு வண்ணத்திலும் அதற்குக் கீழே

ஆங்கிலத்திலும் பரபரவென்று ஓடியது.

‘கோலாலம்பூரிலிருந்து பீஜிங் 5 மணி நேரப் பயணம். இந்த 5 மணி நேரப் பயணம் முழுமை அடையக்கூடாது.’

‘அமெரிக்காவின் குட்டி விமானதளம் ஒன்று இந்தியக் கடலின் நடுவில் பவளப்பாறைக்கு இடையே உள்ளது. இந்த விமானதளத்தின் பெயர் கார்சியா டிகோ.’

‘வடக்கு நோக்கிப் பயணமாகும் AL-17 விமானம் ஒரு மணி நேரம் பறந்த பின் மேற்கு நோக்கித் திரும்ப உண்டும். பத்து நிமிட பயணத்துக்குப் பிறகு தெற்கு நோக்கித் திரும்ப வேண்டும்.’

‘ராடாரில் AL-17 விமானம் தெரியாதபடி பார்த்துக் கொள்ள வேண்டும். அதற்காக கொடுக்கப்பட்ட கருவிகளை முறையாய் துல்லியமாய் பயன்படுத்த வேண்டும். தெற்கு நோக்கித் திரும்பிய விமானம் நேர்கோட்டில் ஒருமணி நேரம் பறந்தால் ‘கார்சியா டிகோ’ குட்டி விமானதளம் பார்வைக்குக் கிடைக்கும். அங்கே விமானம் தரையிறங்க வேண்டும்.’

‘விமானம் தரையிறங்கியதும் PIT மற்றும் விமானத்தில் கறுப்புப் பெட்டி போன்றவை எடுத்துக் கொள்ள வேண்டும். இந்தக் காரியங்கள் வெற்றிகரமாய் முடிந்த பிறகு விமானம் மறுபடியும் கிளம்பி எரிபொருள் தீரும் வரைக்கும் ஆட்டோபைலட் உதவியால் பறந்து ஒட்டுமொத்த பயணிகளோடு கடலில் விழுந்து நொறுங்க வேண்டும்.’

ஈஸ்வர், நித்தீஷ், சைதன்யா மூன்று பேரும் கம்ப்யூட்டர் திரையைப் பார்த்துக் கொண்டிருக்கும்போதே அதே கிராபிக்ஸில் உருவாக்கப்பட்ட மலேஷிய விமானம் வடக்கு நோக்கிப் பறந்து பிறகு மேற்கு நோக்கித் திரும்பி, தெற்காகப் பயணித்து கடலில் விழுந்து நொறுங்கி ஒரு தீப்பிழம்பாய் மாறியது.

18

கம்ப்யூட்டர் திரையில் உற்பத்தியாகி மறைந்து கொண்டிருந்த காட்சிகளைப் பார்த்து நித்தீஷ், சைதன்யா மூன்று பேரும் முகங்கள் இருண்டு போனவர்களாய் ஒருவரையொருவர் பார்த்துக் கொண்டார்கள்.

"நித்தீஷ்...!" ஈஸ்வர் தொண்டை உலர்ந்து போனவராய் கூப்பிட்டார்.

"ஸார்!"

"நாம பார்த்துட்டிருக்கிற வீடியோ காட்சிகளும் சரி, கண்ணில் படுகிற வாசகங்களும் சரி, எல்லாமே விபரீதமாய் இருக்கு.

கோலாலம்பூரிலிருந்து புறப்பட்ட மலேஷிய விமானம் காணாமல் போனது எப்படி என்கிற கேள்விக்கு இந்த பென்டிரைவில்தான் விடையிருக்கு. விமானம் முதலில் வடக்குத் திசை நோக்கிப் பயணப்பட்டு பிறகு திசைமாறி மேற்குப் பக்கமாய் பறந்து தெற்கில் திரும்பி அதற்கு அப்புறம் கடலில் விழவேண்டும் என்று தீர்மானித்து அதற்கு ஏற்றபடி வீடியோ க்ரா∴பிக் காட்சியை உருவாக்கியிருக்காங்க. அதன்படியே நடத்தியும் காட்டியிருக்காங்க.."

சைதன்யா கேட்டாள். "அது என்ன ஸார். ஸ்டார்வேஷன் ஆ∴ப் ஆக்ஸிஜன்?"

"விமானப் பயணத்தின்போது விமானத்துக்குள் போதுமான அளவு ஆக்சிஜன் நிரம்பியிருந்தாத்தான் பயணிகளுக்கு மூச்சுத் திணறல் இருக்காது. ஆனா இந்த விமானத்துக்குள்ளே ஆக்சிஜன் அளவைக் குறைத்து பயணிகளை மயக்க நிலைக்குக் கொண்டு போகணும்ங்கிறது எதிரிகளோட திட்டமாய் இருந்து இருக்கணும்!"

"ஸார்! கம்ப்யூட்டர் ஸ்கிரீனைப் பாருங்க...! ஏதோ புதிய வார்த்தைகள் 'ஸ்க்ராலிங்'ல போயிட்டிருக்கு!"

மூன்று பேர்களின் பார்வையும் ஸ்க்ரீனில் நிலைத்தன.

அந்த ஆங்கில வார்த்தைகள் மெதுவாய் ஊர்ந்தன.

INTRAVENOUS BARBITURATES FOR INTERROGATION.

"ஏதாவது புரியுதா ஸார்?"

"கண்ணை இருட்டுது."

"சைதன்யா உனக்கு...?"

"சுத்தம்."

"இது ஏதோ மெடிக்கல் சயின்ஸ் வார்த்தைகள் மாதிரி தெரியுது.

அண்டர்லைன் பண்ணி ஒரு வார்த்தை மூவ் ஆகுது. அது என்னான்னு நோட் பண்ணு.''

சைதன்யா உற்றுப் பார்த்தாள். வாய்விட்டுப் படித்தாள்.

''மைடா ஜோலம்'' (MAIDAZOLAM).

''இந்த ஒரு வார்த்தை எனக்கு என்னன்னு புரியுது!'' ஈஸ்வர் சொல்ல, நித்தீஷும் சைதன்யாவும் அவரிடம் திரும்பினார்கள்.

''இது என்ன ஸார்.?''

''இது ஒரு... ட்ரூத் ஸீரம்'' (TRUTH SERUM).

''ஸார்... யூ... மீன்?''

''எஸ்...! போலீஸ் கையில் மாட்டிகிட்ட தீவிரவாதிகள் உண்மையைச் சொல்லாதபோது இந்த 'மைடா ஜோலம்' ட்ரூத் ஸீரத்தை அவங்க உடம்புல இன்ஜெக்ட் பண்ணி உண்மைகளைச் சொல்ல வைப்பாங்க. இது கிட்டத்தட்ட ஒரு போதை மருந்து மாதிரிதான்...''

''காணாமல் போன ஒரு விமானத்தின் பின்னணியில் இது மாதிரியான விஷயங்களுக்கெல்லாம் என்ன அவசியம் வந்தது ஸார்?''

''நித்தீஷ்! மொதல்ல பென்டிரைவில் இருக்கிற எல்லா விஷயங்களும் வெளியே வரட்டும். அதையெல்லாம் படிச்சுப் பார்த்த பிறகுதான் எது மாதிரியான சதி.... யாராலே உருவாகி எப்படி நடந்திருக்கும் என்கிற ஒரு தீர்க்கமான முடிவுக்கு வர முடியும்! சைதன்யா...''

''ஸார்...''

''பேப்பரையும் பேனாவையும் எடுத்துக்க..! கம்ப்யூட்டர் ஸ்கிரீனைப் பார்த்து உன்னோட பார்வைக்கு எந்தெந்த வாக்கியம் முக்கியமாபடுதோ, அதையெல்லாம் எழுது!''

''எஸ்... ஸார்...'' தலையாட்டிய சைதன்யா கம்ப்யூட்டர் திரையைத் தன்னுடைய லேசர் பார்வைக்கு உட்படுத்தினாள். ஸ்க்ரீனில் காட்சிகள் நிதானமாய் உற்பத்தியாகி மறைந்தது. சில புரிகிற மாதிரி சில புரியாத மாதிரி வார்த்தைகள், படங்கள், க்ராபிக்ஸ் காட்சிகள்.

'வல்லரசு நாடுகளின் விஞ்ஞானப் போட்டிகளும், அதன் விபரீதங்களும்' என்கிற தலைப்பில் ஒரு 'அமெரிக்கன் போஸ்ட்' பத்திரிகையின் கட்டுரை சிவப்பு அடிக்கோடுகளோடு தெரிந்தது. தொடர்ந்து அதற்குக் கீழே உபதலைப்புகள்.

50 கிரேடுகள் இன் செக்யூர் க்யூப்ஸ்.

புரோன் விமானங்கள்.

அல்ட்ரா ஹைடெக் மினி கண்டெய்னர்கள்.

ஐ.என்.எல். கலிக்ராஃபிக் க்ரூப்.

ஜே.ஏ.சி.சி.

கிட்டத்தட்ட முப்பது நிமிஷ நேரம் உயிரோடு இருந்து எல்லாவற்றையும் வெளியிட்ட பென்டிரைவ் பிறகு தன்னிடம் இனி ஒன்றுமில்லை என்பது போல் கம்ப்யூட்டர் திரையை வெறுமையாய்க் காட்டியது. நித்தீஷ் கைகளைத் தூக்கி நெட்டி முறித்தான்.

"ஸார்... கேம் ஓவர்! என் மூளையோட கண்டிஷன் இப்ப எந்த நிலைமையில் இருக்கு தெரியுமா...? திருநெல்வேலி இருட்டுக்கடை அல்வா பதத்துல சூடாய் இருக்கு. இன்னும் கொஞ்ச நேரம் பென்டிரைவ் ஓடியிருந்தா அந்த அல்வாவும் காணாமே போயிருக்கும்!"

ஈஸ்வர் சிரித்தார். "ஒரே ஒரு விஷயம் மட்டும் கன்ஃபர்ம் நித்தீஷ்."

"என்ன ஸார்?"

"விமானம் விபத்துக்குள்ளாகலை."

"காட்டினானே ஸார்."

"அது க்ராஃபிக்ஸ்! விமானம் இப்படித்தான் பறந்து விபத்துக்கு உள்ளாகணும்ன்னு சதிகாரர்கள் போட்ட ப்ளான் அது."

"அப்படீன்னா விமானம் கடத்தப்பட்டிருக்கு!"

"அதுதான் நிஜம். முன்னூற்றி சொச்ச பயணிகளும் 12 விமான ஊழியர்களும் பயணப்பட்ட AL17 மலேஷிய ஏர்லைன்ஸ் விமானம் கடந்த மாதம் ஏழாம் தேதி நள்ளிரவு 12.41 மணிக்கு கோலாலம்பூரிலிருந்து புறப்பட்ட இரண்டு மணி நேரத்துக்குள்ளே இந்தியப் பெருங்கடலின் தென்பகுதியில் ரேடார் தொடர்பை இழந்து மாயமாயிருக்கு. மாயமான விமானம் இந்தியப் பெருங்கடலின் தென்பகுதியில் விழுந்து நொறுங்கி இருக்கக்கூடும்ன்னு அமெரிக்க கடற்படையின் பெருங்கடல் பொறியியல் பிரிவின் துணை இயக்குநர் ஹேஸ்டிங்ஸ் அவசர அவசரமாய் ஒரு அறிக்கைவிட்டிருக்கார். இந்த அறிக்கைக்கு ஆஸ்திரேலியாவும், கனடாவும் ஆதரவு தெரிவிச்சது, மலேஷியாவுக்கும் சிங்கப்பூர்க்கும் பிடிக்கலை. விமானம் கடத்தப்பட்டு இருக்கலாம் என்கிற கோணத்துலதான் அந்த இரண்டு நாடுகளும் தங்கள் நாட்டின் உளவுத்துறையை முடுக்கிவிட்டிருக்கு. அதனோட எதிரொலிதான் சென்னைக்கு சாரங்கோட விசிட்."

"நாம இப்போ என்ன பண்ணலாம் ஸார்..? இந்த பென்

டிரைவுக்குள்ளே இருந்த க்ரா∴பிக்ஸ் காட்சிகளையும், கோட் வேர்ட்ஸ்களையும் டெல்லியில் உள்ள நம்முடைய வெளியுறவுத்துறை அமைச்சகத்துக்கு அனுப்பிடலாமா?"

"வேண்டாம்."

"அப்புறம்."

"மொதல்ல பானிபூரி சாப்பிடுவோம்."

நித்தீஷும் சைதன்யாவும் ஒருவரையொருவர் வியப்போடு பார்த்துக் கொண்டார்கள். "என்ன ஸார் சொல்றீங்க... பானிபூரி சாப்பிடப் போறோமா? இப்போ மணி ராத்திரி பத்து."

"தெரியும். கோட்டூர்புரம் டி∴பென்ஸ் காலனிக்கு எதிரே இருக்கிற ஆட்டோ ஸ்டாண்ட்டுக்குப் பக்கத்துல லால் பானிபூரி ஸ்டால் ரொம்பவும் ∴பேமஸ். இப்ப அங்கே போறோம். பேல்பூரி, மசாலாபூரி, கச்சோடின்னு ஒரு பிடி பிடிக்கப் போறோம்! பனிரெண்டு மணி வரைக்கும் கடை இருக்கும்."

"ஸார்! நாம ஒரு சீரியஸான மேட்டரைப் பத்திப் பேசிட்டிருக்கோம். ஆனா நீங்க இந்த மேட்டர்க்கு சம்பந்தப்படாத ஒரு விஷயத்தைப் பத்திப் பேசிட்டு இருக்கீங்க?"

"நாம இப்ப சாப்பிடப் போற பானிபூரிக்கும் காணாமல் போன மலேஷிய விமானத்துக்கும் ஒரு தொடர்பு இருக்கலாம்ன்னு நான் சந்தேகப்படறேன்."

"எப்படி ஸார்..?"

"லால் பானி பூரி ஸ்டாலுக்குப் போனால் தெரியும்!" ஈஸ்வர் சொல்ல, குழப்பத்தோடு தலையாட்டினான் நித்தீஷ். வீட்டைப் பூட்டிக் கொண்டு வெளியே வந்தார்கள். காரை நித்தீஷ் ஓட்ட, பின்சீட்டில் ஈஸ்வரும் சைதன்யாவும் உட்கார்ந்திருந்தார்கள். கார் பிரதான சாலையில் வேகம் எடுக்க ஈஸ்வர் நித்தீஷின் தோளைத் தொட்டார்.

"நித்தீஷ்!"

"ஸார்!"

"வேளச்சேரி விஜயநகரம் பஸ் டெர்மினலுக்குப் பக்கத்தில் பாட்ஷா பிரியாணிக் கடை தெரியுமா?"

"தெரியும் ஸார்!"

"மொதல்ல அந்தக் கடைக்குப் போய் பிரியாணியைக் கொஞ்சம் டேஸ்ட் பார்த்துட்டு அப்புறமாய் கோட்டூர்புரம் போய் பானிபூரியை ஒரு கை பார்ப்போம்.!"

நித்தீஷ் ஒரு விநாடி நேரம் டிரைவிங்கை மறந்துவிட்டு அவரிடம் திரும்பினான். "ஸார்! இன்னிக்கு உங்களுக்கு என்னாச்சுன்னு

எனக்குத் தெரியலை. பாட்ஷா பிரியாணிக் கடை, லால் பானிபூரிக் கடை, காணாமல் போன மலேஷிய விமானம். இது என்ன காம்பினேஷன்?"

"போகப் போகத் தெரியும்!"

நித்தீஷ் எரிச்சலாய் மறுபடியும் டிரைவிங்குக்கு திரும்பி சாலையின் போக்குவரத்தில் கவனமானான். அவனுக்குள் மைண்ட் வாய்ஸ் ஓடியது.

'இந்தப் பெரிசு எப்பவும் இப்படித்தான். ஏதோ ராணுவ ரகசியத்தைக் கட்டிக் காக்கிற மாதிரி பெரிய பில்டப் கொடுத்து தன்னை ஸ்காட்லாண்ட் யார்ட் போலீஸ் லெவலுக்கு...!'

"என்ன நித்தீஷ்! என்னைத் திட்டற போலிருக்கு?"

"நோ... நோ... நாட் அட்... ஆல் ஸார்... இந்த லாலும் பாட்ஷாவும் நம்ம இன்வெஸ்டிகேஷன் பயணத்துல எந்த இடத்துல ஏறிக்கிட்டாங்கன்னு யோசனை பண்ணிட்ருக்கேன்."

"எந்த இடத்துலேன்னு கண்டுபிடிச்சியா?"

"இல்ல... ஸார்."

"சைதன்யா! உன்னோட வ்யூ என்ன?"

"நோ... ஐடியா ஸார்."

"தட்ஸ் குட் ரெண்டு பேரும் பேசாம வாங்க. நடக்கிறதை மட்டும் வேடிக்கை பாருங்க...!"

கார் பெருங்குடியின் பிரதான பாதையில் வேளச்சேரி நோக்கி சீறிப் பாய்ந்து கொண்டிருந்தது. சில நிமிஷ நேரப் பயணத்திலேயே வேளச்சேரியில் விஜயநகர பஸ் டெர்மினலும், அந்த பாட்ஷா பிரியாணிக் கடையும் பார்வைக்குக் கிடைத்தன.

"நித்தீஷ்! காரை அந்த பிரியாணிக் கடைக்கு முன்னாடி இருக்கிற பார்க்கிங்ல போடு...!"

ஒரு சிவப்பு நிற ஸ்விப்ட்டுக்கும், ஒரு நீல நிற அமேஸ் கார்க்கும் நடுவில் இருந்த பத்தடி இடைவெளியில் காரைக் கச்சிதமாய் சொருகி நிறுத்தினான் நித்தீஷ். மூவரும் இறங்கி உள்ளே போனார்கள்.

பாட்ஷா பிரியாணிக் கடை அந்த முன்னிரவு வேளையில் களைகட்டி இருந்தது. காற்றில் க்ரில் சிக்கன் மசாலா வாசனையோடு மணத்தது. ஈஸ்வர், பேரரை மடக்கினார்.

"இங்கே டாய்லெட் எங்கேயிருக்கு?"

"பின்னாடி போகணும் ஸார்!"

ஈஸ்வர் தனக்குப் பின்னால் நின்றிருந்த நித்தீஷையும் சைதன் யாவையும் பார்த்தார். மெல்லிய குரலில் "ஃபாலோ மீ" என்று

சொல்லிவிட்டு வேகமாய் நடக்க ஆரம்பித்தார். நித்தீஷ் குழப்பம் நிறைந்த முகத்தோடு சைதன்யாவிடம், "இன்னிக்கு நம்ம பாஸுக்கு என்னாச்சு? டாய்லெட்டுக்குப் போகணும்ன்னா அவர் போக வேண்டியதுதானே? உன்னையும் என்னையும் எதுக்கு வரச் சொல்றார்?" என்றான்.

"பாஸ் ஏதோ திட்டத்தோட இருக்கார்."

"அதை நம்மகிட்டே சொல்லித் தொலைக்கலாம் இல்லையா?"

"கத்தாதே.. அவர் திரும்பிப் பார்க்கிறார்."

இருவரும் ஈஸ்வரைப் பின் தொடர்ந்தார்கள். ஹோட்டல் கிச்சனில் நீளமான தொப்பிகள் அணிந்த 'செஃப்'கள் நான்வெஜ் அயிட்டங்களை விதவிதமாய் வதக்கிக் கொண்டிருந்தார்கள். கேஸ் ஸ்டவ்கள் இரைந்தன. மூன்று பேரும் ஹோட்டலின் வெளிச்சமான முன்புறப் பகுதியைக் கடந்து அரையிருட்டான பின்புறத்துக்கு வந்தார்கள். டாய்லெட் போகும் வழியை அம்புக்குறி காட்ட, ஈஸ்வர் அதை உதாசீனப்படுத்திவிட்டு நேராய் நடந்தார். காலியான கேஸ் சிலிண்டர்கள் ஒரு பக்கம் வரிசையாய் குவித்து வைக்கப்பட்டிருந்தன. அதற்கப்பால் ஹோட்டலின் பின்பக்கக் கதவு. கதவை நெருங்கிய ஈஸ்வர் அதன் தாழ்ப்பாளைத் திறந்துகொண்டு வெளியேற நித்தீஷும், சைதன்யாவும் அதிர்ச்சியோடு பின் தொடர்ந்து வெளியே வந்தார்கள்.

அது ஒரு சிறிய சந்து. ஹோட்டல் கழிவுகளின் நாற்றம் வயிற்றைப் புரட்டியது. நித்தீஷ் பொறுக்க முடியாமல் கேட்டான்.

"ஸார்! நாம இப்ப எங்கே போறோம்?"

"பேசாமே வா."

ஈஸ்வர் இருட்டுச் சந்தில் வேகமாய் நடந்து, இரண்டு நிமிஷ நடைக்குப் பின் ஹோட்டலின் பின்பக்கம் இருந்த மெயின் ரோட்டுக்கு வந்தார்.

ஒரு மரத்துக்குக் கீழே கார் ஒன்று இருட்டில் காத்திருக்க டிரைவிங் சீட்டில் ஒரு நபர் நேர்பார்வை பார்த்தபடி உட்கார்ந்திருந்தார்.

ஈஸ்வர் வேகவேகமாய்ப் போய் காரின் முன்பக்க சீட்டில் ஏறிக்கொண்டு நித்தீஷையும், சைதன்யாவையும் திரும்பிப் பார்த்து "கெட் இன்" என்றார். இருவரும் குழப்பம் விலகாத முகங்களோடு ஏறிக் கொண்டார்கள்.

கார் விரைந்தது.

"இப்ப எங்கே ஸார் போறோம்?"

"லால் பானிபூரி கடைக்கு...!"

19

கார் அந்த முன்னிரவு நேரத்தில், போக்குவரத்து சோர்ந்து போயிருந்த அந்த சாலையில் செலுத்தப்பட்ட அம்பாய்ப் போய்க் கொண்டிருக்க, நித்தீஷ் ஈஸ்வரிடம் நிஜமாகவே கோபப்பட்டான்.

"ஸார்... இது உலக மகா அக்கிரமம்...!"

"எது?" என்றார் ஈஸ்வர்.

"பாட்ஷா பிரியாணி கடைக்கு முன்னாடி நம்ம காரை நிறுத்திட்டு கடைக்குள்ளே பூந்து டாய்லட் எங்கேன்னு கேட்டு ஹோட்டலின் பின்பக்க வழியாய் திருட்டுத்தனமாய் வெளியே வந்து கோழிக்கழிவுகள் நாற்றமடிக்கிற சந்துக்குள்ளே நாலு நிமிஷம் நடந்து இப்போ கார்க்குள்ளே உட்கார்ந்து லால் பானிபூரி கடைக்குப் போயிட்டு இருக்கோம். அங்கே போய் பானிபூரியாவது சாப்பிடுவோமா?"

"கண்டிப்பாய்."

"பானிபூரி சாப்பிடறதுதான் நம்ம நோக்கமாய் இருந்தால் பாட்ஷா பிரியாணி கடைக்கு ஏன் போகணும்? காரை அந்த கடைக்கு முன்னாடி பார்க் பண்ணிட்டு திருட்டுத்தனமாய் ஏன் பின்பக்கம்?" நித்தீஷ் கேட்டுக் கொண்டு இருக்கும்போதே ஈஸ்வர் ஒரு புன்னகையோடு குறுக்கிட்டார்.

"அது திருட்டுத்தனம் இல்லை. புத்திசாலித்தனம்!"

"புரியலை ஸார்."

"நாம மூணு பேரும் பானிபூரி சாப்பிடறது யார்க்கும் தெரியக்கூடாது...!"

"ஏன் ஸார்?"

"காணாமல் போன மலேஷியா விமானத்துக்கு என்னாச்சுன்னு இந்த உலகத்துக்குத் தெரிய வேண்டாமா?"

"நாம சாப்பிடப்போற பானிபூரிக்கும் காணாமல் போன விமானத்துக்கும் என்ன ஸார் சம்பந்தம்?"

"அது லால் பானிபூரிக் கடையில் உட்கார்ந்து சாப்பிடும்போது தெரியும்...!"

நித்தீஷ் தனக்குப் பக்கத்தில் உட்கார்ந்திருந்த சைதன்யாவின் பக்கமாய் சாய்ந்து அவளுடைய காதருகே கிசுகிசுத்தான்.

“பாஸ் என்ன ப்ளானிங்கில் இருக்கார்ன்னு உன்னால ஏதாவது கெஸ் பண்ண முடியுதா?”

“காணாமல் போன இந்த விமான விளையாட்டில் பாஸ் இன்னிக்கு ஒரு முக்கியமான காயை நகர்த்தப் போறார். அநேகமாய் இன்னிக்கு ராத்திரி ‘கேட் - மவுஸ்’ சேஸிங்தான்...!”

“யார் பூனை... யார் எலி?”

“என்னிக்குமே போலீஸ்தான் பூனை.!”

“சைதன்யா! உனக்கு ஒரு விஷயம் தெரியுமா?”

“என்ன...?”

“பூனைகளுக்கு மத்தியில் எலிகளும் பேரன் பேத்தி எடுத்து வாழ்ந்துட்டிருக்கு. இந்த ‘கேட் - மவுஸ்’ சேஸிங்கில் ஜெயிக்கப் போறது எது தெரியுமா?”

“எது?

“எலி”

“எப்படிச் சொல்றே?”

“பூனை தன்னோட ஒருவேளை உணவுக்காக எலியைத் துரத்துது. ஆனா எலியோ தன்னோட உயிரைக் காப்பாத்திக்க ஓடுது. அப்படீன்னா இந்த ரெண்டுல எது வேகமாய் ஓடும்...?”

“எலிதான்.”

“அப்படீன்னா ஜெயிக்கப் போறது எலிதானே?”

“நித்தீஷ்! வாயைப் பொத்திட்டு வா...! நீ பேசினது பாஸ் காதுல விழுந்துடப் போவுது!”

ஈஸ்வர் முன்சீட்டிலிருந்து குரல் கொடுத்தார்.

“நித்தீஷ் பேசினது என்னோட காதுல விழுந்தாச்சு. நாளைக்குக் காலையில் பத்து மணிக்குள்ளே நம்ம சி.பி.ஐ. ஹெட்க்வார்ட்டர்ஸிலிருந்து நித்தீஷுக்கு ஒரு மெமோ வரும்.”

“ஸாரி பாஸ்...!”

“சரி! இப்ப சொல்லு. ஜெயிக்கப் போறது பூனையா. எலியா?”

“பூனை பாஸ்...!”

• • •

கோட்டூர்புரம் லால் பானிபூரி கடை அந்த ராத்திரி பத்தரை

மணி வேளையிலும் சிறிது கலகலப்பாய் இருந்தது. கடைக்கு வெளியே பத்துக்கும் மேற்பட்ட பைக்குகள், நான்கைந்து கார்கள் நின்றிருக்க உள்ளே இளைஞர்களின் சிரிப்பும் சத்தமும் தெறித்து சாலையில் விழுந்து கொண்டிருந்தது.

ஈஸ்வர் முன்னால் போக, அவரைப் பின்தொடர்ந்து நித்தீஷ் சைதன்யா இருவரும் கடைக்குள் நுழைந்தார்கள். ஒரு ரெஸ்டாரெண்ட் மாதிரியான தோற்றம். வட்ட மேஜைகளைச் சுற்றி இளைஞர்கள். காற்றில் மசாலா பூரியின் மணம். சுவரில் பொருத்தப்பட்டு இருந்த ஆடியோ ஸ்பீக்கரில் கானாபாட்டு. சுற்றிலும் ‘சளசள’வென்ற பேச்சொலி. ஒரு மேஜையைக் கடக்கும்போது, ஒரு இளைஞன் இன்னொரு இளைஞனிடம் சொல்லிக் கொண்டிருந்தான். மூச்சுக்காற்றில் விஸ்கி வாசனை.

“வாழ்க்கையில் எல்லோரையும் நம்பிடாதே....ஆனா சில பேரை மட்டும் நம்பு. ஏன்னா நன்றி கெட்ட உலகம் இது. இது கீதையில் சொன்னது இல்லை. நான் நல்ல போதையில் இருக்கும்போது என்னோட அப்பா சொன்னது. இப்ப அதை நான் உனக்கும் சொல்றேன். லைஃப்ல ஒழுங்கா ஃபாலோ பண்ணு. நாளைக்கு நீயும் ஒரு பில்கேட்ஸா வரலாம்.”

“பாஸ்!” ஈஸ்வரின் காதருகே நித்தீஷின் குரல்.

“என்ன?”

“ஏதோ டாஸ்மாக் கடை ‘பார்’க்குள்ளே வந்துட்ட மாதிரி இருக்கு.”

“பேசாமே வா. கடையைப் பார்க்க அப்படித்தான் இருக்கும். பானிபூரியைச் சாப்பிட்டுப் பாரு. அசந்து போவே...!”

ஈஸ்வர் காலியான ஒரு மேஜைக்கு முன் போய் உட்கார்ந்தார். எதிரில் நித்தீஷ், சைதன்யா சுற்றுமுற்றும் பார்த்தபடி வேண்டா வெறுப்பாய் உட்கார்ந்தார்கள். அழுக்கான லுங்கியும் அணிந்த இளைஞன் பின்னந்தலையைச் சொறிந்தபடி மெனு கார்டோடு பக்கத்தில் வந்து நின்றான்.

“என்ன ஸார் சாப்பிடறீங்க?”

“மூணு ப்ளேட் மசாலா பூரி.”

“அப்புறம்..?”

“தயிர் பேல் பூரி!” சொன்ன ஈஸ்வர் சட்டென்று குரலைத் தாழ்த்திக் கொண்டு “மிஸ்டர் வாசுதேவன்” என்றார்.

லுங்கி பனியன் அணிந்த அந்த நபர் மேஜையைச் சுத்தப்படுத்துவது போல் பாவ்லா செய்து கொண்டே "எஸ்... ஸார்" என்று சொல்ல, ஈஸ்வர் இன்னமும் தன் வாய்ஸின் டெஸிபிலைக் குறைத்தார்.

"நீங்க இங்கே வேலைக்குச் சேர்ந்ததுல யார்க்கும் எந்த சந்தேகமும் வரலையே...?"

"வரலை ஸார். கடை ஓனர் லால்சந்த் மட்டும் 'பார்த்தா படிச்சவன் மாதிரி தெரியறே. உடம்பை வளச்சு ஒழுங்கா வேலை செய்வியா'ன்னு கேட்டார். மற்றபடி யார்க்கும் சந்தேகம் வரலை ஸார்."

"தட்ஸ் குட். ஏதாவது செய்தி உண்டா?"

"உண்டு ஸார். எல்லாத்தையும் பேப்பர்ல எழுதி வெச்சிருக்கேன்."

"அந்த செய்தி நான் யூகம் பண்ணி சொன்னது மாதிரி தானா. இல்லை. நாம எதிர்பார்க்காத ஒண்ணா...?"

"நீங்க சொன்னதுதான் ஸார்... கரெக்ட் ."

"சரி... பானிபூரியோடு சேர்த்து அந்த பேப்பரையும் கொண்டாங்க."

"எஸ்... ஸார்..." அந்த வாசுதேவன் அழுக்கு லுங்கியைத் தூக்கிக் கட்டிக் கொண்டு உள்ளேயிருந்த கிச்சன் போர்ஷனை நோக்கிப் போக நித்தீஷும், சைதன்யாவும் பிரமிப்பாய் ஈஸ்வரைப் பார்த்தார்கள்.

"ஸார்... யூ ஆர் க்ரேட்! பானிபூரி கடைக்குள்ளே நம்ம டிபார்ட்மெண்ட் ஆளா?"

"வாயைப் பொளக்காதே... நித்தீஷ்...!"

"எங்க ரெண்டு பேர்கிட்டேயும் முன்கூட்டியே உண்மையைச் சொல்லியிருக்கலாமே ஸார்!"

"ஸாரி நித்தீஷ்... அண்ட் சைதன்யா! சில விஷயங்கள் உங்க ரெண்டு பேர்க்கும்கூட முன்கூட்டியே தெரியக்கூடாதுன்னு எனக்கு சி.பி.ஐ. டைரக்டர் மூலமாய் ஓரல் ஆர்டர். கடைசி நிமிஷம் வரை சில ரகசியங்களைக் கட்டிக்காத்தால்தான் காணாமல் போன மலேஷிய விமானத்தைக் கண்டு பிடிக்கமுடியும்ங்கிறது டிபார்ட்மெண்ட்டோட எண்ணம்."

வியப்பில் உறைந்துபோன சைதன்யா தன் அழகான பெரிய கரிய விழிகளை விரித்தாள்.

“ஸார்...! எனக்குள்ளே இருக்கிற ஒரு மகா மெகா ஆச்சர்யத்தை உங்ககிட்டே ஷேர் பண்ணிக்கலாமா...?”

“தாராளமாய்.”

“உண்மையில் இந்த மிஸ்ஸிங் மலேஷிய ஃப்ளைட் விவகாரம் ஒரு சர்வதேசப் பிரச்னை. காணாமல் போன அந்த விமானத்தைக் கண்டு பிடிக்கிறதுக்காக வல்லரசு நாடுகள் எல்லாமே முயற்சி செஞ்சு தோற்றுப்போன நிலைமையில் நாம இன்னமும் இதைக் கிளறிப் பார்த்துட்டிருக்கோம். இந்த முயற்சியில் நமக்கு வெற்றி கிடைக்கும்ன்னு நினைக்கறீங்களா?”

“வெற்றி கிடைக்கும் என்கிற நம்பிக்கையில்தான் நம்ம சி.பி.ஐ. டீம் இறங்கியிருக்கு.” ஈஸ்வர் சொல்லிக் கொண்டிருக்கும்போதே வாசுதேவன் தன் இரண்டு கைகளிலும் பானிபூரி தட்டுகளோடு வந்து அவைகளை மேஜையின் மீது பரப்பினார். ஈஸ்வரின் தட்டுக்குக் கீழே நான்காய் மடிக்கப்பட்ட அதே பேப்பர் எட்டிப் பார்த்தது.

பேப்பரை மெதுவாய் எடுத்துப் பிரித்தார்.

தமிழ் வார்த்தைகள் வாக்கியங்களாக ஓடியிருந்தன.

“ஒருவர்க்குப் பிடித்தவராக மாறும்போது இன்னொருவர்க்குப் பிடிக்காதவராக மாறுகிறோம்.”

ஈஸ்வர் சில விநாடிகள் யோசித்துவிட்டு, அடுத்த படியாய் எழுதப்பட்டு இருந்த வாசகங்களைப் படித்தார்.

“பாதுகாப்பான கூண்டை விட

சவால்கள் நிறைந்த

வானத்தைத்தான்

பறவை

விரும்புகிறது.”

ஈஸ்வர் தன் கையில் இருந்த தாளை நித்தீஷ், சைதன்யாவிடம் நீட்டினார். “ரெண்டு பேரும் இதை மொதல்ல படிங்க. படிச்சுப் பார்த்துட்டு என்ன புரியதுன்னு சொல்லுங்க.”

இரண்டு பேரும் தாளில் இருந்த வாசகங்களப் படித்துவிட்டு ஈஸ்வரை ஏறிட்டார்கள்.

“ஏதோ கவிதை மாதிரி தெரியுது ஸார்.”

“முதல் தடவை படிச்சுப் பார்த்தா அப்படித்தான் தெரியும். இன்னொரு தடவை படிச்சுப் பாரு... லேசாப் புரியும்.”

இருவரும் இரண்டாவது முறையாகப் படித்தார்கள். அவர்களையே உன்னிப்பாய்ப் பார்த்துக் கொண்டிருந்த ஈஸ்வர் கேட்டார்.

"என்ன புரியுதா?"

"புரிஞ்சும் புரியாத மாதிரி இருக்கு ஸார்."

"இந்த ரெண்டும்கெட்டான் பதில் எனக்கு வேண்டாம். புரியுதா இல்ல புரியலையா?"

"புரியலை ஸார்."

"ரெண்டு பேரோட மூளையிலும் கொஞ்சம் ஒட்டடை இருக்கு. இது மாதிரியான கவிதை வரிகளில் என்ன மாதிரியான உண்மை ஒளிஞ் சிருக்குன்னு கவிதையை ரெண்டாவது தடவை படிக்கும்போதே புரிஞ்சுடனும். 'கோட் வேர்ட்ஸ்' க்ளாஸிஃபிகேஷன் சப்ஜெக்ட்டை மறுபடியும் ஒரு தடவை நீங்க படிச்சு எக்ஸாம் எழுதிடறது பெட்டர்."

"எஸ் ஸார்.." நித்தீஷ் வெளிறிப் போன முகத்தோடு தலையாட்டிக் கொண்டு இருக்கும்போதே வாசுதேவன் பக்கத்தில் வந்து நின்றார். ஈஸ்வர் சுற்று முற்றும் பார்த்துவிட்டுக் குரலைத் தாழ்த்தினார்.

"நீங்க குடுத்த தகவல் 24 காரட்தானே?"

"ஆமா ஸார்."

"இப்பவே போய் உரசிப் பார்த்துடலாமா?"

"பார்த்துடுங்க ஸார். இனிமே நாம லேட் பண்ற ஒவ்வொரு நிமிஷமும் எதிரிகளுக்கு லாபகரமான போனஸ் புள்ளிகளாய் மாறிடும். இப்ப மணி பத்தே முக்கால். டிஃபென்ஸ் காலனியில் இருக்கிற எழுபது சதவீத குடும்பங்கள் பெட்ரூமுக்குப் போயிருக்கும். நீங்க மூணு பேரும் இப்போ உள்ளே நுழையறதுதான் சரி."

வாசுதேவன் சொல்லிக் கொண்டிருக்கும்போதே பானிபூரி கடை ஓனர் லால்சந்த் அந்தப் பக்கமாய் வந்தவர் நின்றார்.

"என்ன ஸார்... ஏதாவது பிரச்னையா?"

"ஒண்ணுமில்லையே!"

"பின்னே.. ஆர்டர் குடுத்ததைச் சாப்பிடாமே வெச்சிருக்கீங்க? இவன் வேலைக்குப் புதுசு. கொஞ்சம் சர்வீஸ் முன்னே பின்னேதான் இருக்கும்.. நான் வேணும்ன்னா சர்வீஸுக்கு வேற ஆளை அனுப்பட்டுமா?"

"வேண்டாம்... வேண்டாம்... இவர் மேல எந்தத் தப்பும் இல்லை. நாங்கதான் சாப்பிடாமே பேசிட்டு இருந்தோம்." சொன்ன ஈஸ்வர்

ஃபோர்க்கால் மசாலாபூரியைக் குத்தித் தன் வாய்க்குள் திணித்தார்.

● ● ●

நேரம் சரியாய் பதினோரு மணி.

பானிபூரி ஸ்டாலை விட்டு ஈஸ்வர், நித்தீஷ், சைதன்யா மூன்று பேரும் வெளியே வந்தார்கள். ரோட்டின் எதிர்ப்புறம் இருந்த டிஃபென்ஸ் காலனி மரங்களுக்கு நடுவில் வெளிச்சப் புள்ளிகளோடு தெரிந்தது. போக்குவரத்து அறவே இறந்து போயிருந்த ரோட்டைக் கடந்து காலனியின் பிரதான கேட்டுக்கு முன்பாய் காரை நிறுத்தினார் ஈஸ்வர். கேட்டில் இருந்த செண்ட்ரி குனிந்தான்.

“யாரைப் பார்க்கணும்?”

ஈஸ்வர் அவனுக்கு பதில் சொல்லாமல் தன்னுடைய உத்யோக அட்டையை எடுத்துக் காட்டினார். அதைப் பார்த்து மிரண்ட செண்ட்ரியிடம் ஈஸ்வர் சொன்னார்.

“நாங்க ஒரு நபரைப் பார்க்கிறதுக்காக உள்ளே போயிட்டிருக்கோம், நாங்க வந்திருக்கிற விஷயம் உள்ளே இருக்கிற யார்க்கும் தெரியக்கூடாது. நான் சொன்னதையும் மீறி நீ உள்ளே இருக்கிற நபர்களுக்கோ, வெளியே இருக்கிற நபர்களுக்கோ தெரியப்படுத்தினால் போலீஸ் நடவடிக்கைகள் உன் மீது பாயும்.”

“நான் யார்க்கும் சொல்லமாட்டேன் ஸார்.”

“கேட்டை ஓப்பன் பண்ணு.”

செண்ட்ரி கேட்டைத் திறந்து விட, கார் டிஃபென்ஸ் காலனியின் இருட்டுக்குள் நுழைந்தது.

20

டிஃபென்ஸ் காலனி ஏதோ ஒரு காட்டுப் பகுதியைப் போல மரங்கள் அடர்ந்து தெரிய, கார் உள்ளே போயிற்று. மரங்களுக்கு நடுவில் தனித்தனி வீடுகள். காலனியின் எட்டுத் திசைகளிலும் நிசப்தம். இருட்டை விரட்ட முயன்று ஃப்ளோரஸண்ட் விளக்குகள் தோற்றுப் போயிருந்தன. கார் ஒரு வீட்டைக் கடக்கும்போது மட்டும் "ரேஸஸ்... நோ ப்ராப்ளம்" என்ற விளம்பர வாசகம் டி.வியிலிருந்து கேட்க, பக்கத்து வீட்டிலிருந்து ஒரு குழந்தை அழும் சத்தம் காற்றில் கலந்து செவிகளை உரசிவிட்டு உடனே காணாமல் போயிற்று.

ஈஸ்வர் கார் டிரைவரிடம் சொன்னார். "நேரா போயிட்டே இரு. 'ஹெச்' ப்ளாக் வரும். வந்ததும் காரை ரோட்டோரமாய் ஒரு இருட்டான பகுதிக்குள் நிறுத்திக்க...."

"எஸ்... ஸார்...!" காரின் பின் சீட்டில் உட்கார்ந்திருந்த நித்தீஷ், சைதன்யா இரண்டு பேரும் கலக்கமான பார்வைகளை பரஸ்பரம் பரிமாறிக் கொண்டார்கள். கண்களால் பேசிக் கொண்டார்கள். "பெரிசு யாரைப் பார்க்கப் போகுதுன்னு தெரியலையே?"

"ஏதோ புலி வேட்டை!"

"மாட்டிக்கப் போறோம்."

"பேசாம இரு... என்ன நடக்குதுன்னு பார்க்கலாம்!"

காரின் வேகம் சட்டென்று குறைந்தது. "ஸார்! 'ஹெச்' ப்ளாக் வந்துட்டோம்!"

"சரி காரை அப்படி ஓரமாய் அந்த மேஃப்ளவர் மரத்துக்குக் கீழே நிறுத்திக்க."

கார் போய் நின்றது. ஈஸ்வர் மெல்லக் குரல் கொடுத்தார்.

"நித்தீஷ்! சைதன்யா...!"

"ஸார்..."

"ரெண்டு பேரும் இறங்குங்க. உங்களோட ஆறாவது விரல்கள் இந்த விநாடியிலிருந்து அலர்ட்ல இருக்கட்டும்!"

"எஸ்... ஸார்..."

"எம்பின்னாடி வாங்க...!"

சொல்லிவிட்டு பரவியிருந்த இருட்டில் வேகமாய் நடந்தார். நித்தீஷும், சைதன்யாவும் தத்தம் இடுப்புகளில் பத்திரமாய் இடம் பிடித்து இருந்த ரிவால்வர்களைத் தொட்டுப் பார்த்துக் கொண்டு

ஈஸ்வரைப் பின் தொடர்ந்தார்கள்.

ஒரு நிமிஷ பூனை நடை.

37 என்று எண்ணிட்ட வீட்டின் காம்பௌண்ட் கேட்டைத் திறந்து கொண்டு, குரோட்டன்ஸ் தொட்டிகளுக்கு நடுவில் கவனமாய் நடந்து போர்டிகோவில் கான்வாஸ் படுதாவுக்குள் தூங்கிக் கொண்டிருந்த காரைச் சுற்றிக் கொண்டு படிகளில் ஏறிய ஈஸ்வர், கதவு வலது பக்க சுவரில் பட்டாணி சைஸில் ஒட்டியிருந்த காலிங் பெல் பட்டனைத் தேய்த்தார். வீட்டுக்குள்ளே பத்து விநாடி பியானோ இசை.

கதவு திறக்கப்பட காத்திருந்தார் ஈஸ்வர்.

முப்பது விநாடி இடைவெளிக்குப் பிறகு...

கதவு தயங்கித் தயங்கி திறக்கப்பட, ஒரு அழகான பெண்ணின் முகம் எட்டிப் பார்த்தது. பாதரச பளபளப்போடு பெரிய விழிகள் தன் சதைப்பிடிப்பான உதடுகளை அசைத்தாள்.

“யார் வேணும்?”

“மிஸ்டர் குருதேவ்.!”

“அவர் வீட்ல இல்லையே...! நீங்க யாரு...?”

“அவரோட ப்ரெண்ட் ஈஸ்வர்.”

“என்ன விஷயம்?”

“டிபார்ட்மெண்ட் விஷயமாய் அவர்கிட்டே கொஞ்சம் பேசணும்.”

“காலையில் ட்யூட்டிக்குப் போனவர் இன்னமும் திரும்பலை.”

“அப்படியா சரி. நீங்க யாரு?”

“அவரோட மனைவி.”

“தப்பாய் சொல்றீங்களே மேடம். நீங்க அவரோட மிஸஸ் கிடையாது.”

“பின்னே?”

“அவரோட மிஸ்ட்ரெஸ்.”

“என்ன...?”

“நான் சொன்னது உங்களுக்குப் புரியலயா? வீட்ல டிக்சனரி இருந்தா பாருங்க. ‘MISTRESS’ என்கிற வார்த்தைக்கு நேராய் இப்படிப் போட்டு இருப்பாங்க. ஓர் ஆண் (பொதுவாக திருமணமான ஆண்) வாடிக்கையாக பாலியல் உறவு கொண்டுள்ள மனைவியல்லாத பெண். காமக்கிழத்தி. வைப்பாட்டி...!”

“வாட் நான்சென்ஸ்... யூ ஆர் டாக்கிங்...!”

ஈஸ்வர் சட்டென்று தனது வலதுகையை உயர்த்தினார்.

இருட்டில் பளபளத்த ரிவால்வர் கண்ணிமைக்கும் நேரத்திற்குள் அந்தப் பெண்ணின் நெற்றி மையத்தை முத்தமிட்டது. "நாங்க சி.பி.ஐ. மென்! குருதேவ்க்கு பத்து வருஷத்துக்கு முன்னாடி அரியானாவில் ஒரு கிராமத்தில் கல்யாணம் நடந்தது. அதுக்கப்புறம் ரெண்டு வருஷத்துல டைவோர்ஸ். குருதேவ் சென்னைக்கு வந்த பிறகு ஒரு ஹோட்டலில் ரிசப்ஷனிஸ்டாய் பணிபுரிந்த நீ அவருக்கு பழக்கமானே. உன்னோட பேரு பூனம். நான் சொன்ன ஜாதகம் சரியா... தப்பா...?"

அதிர்ந்து போய் இருட்டடித்த முகத்தோடு வியர்த்து வழிந்த பூனத்தைத் தள்ளிக்கொண்டு ஈஸ்வர் உள்ளே நுழைந்தார். நித்தீஷும், சைதன்யாவும் பிரமிப்போடு பின் தொடர்ந்தார்கள்.

"இது குருதேவ் வீடா... இங்கே நமக்கு என்ன வேலை?" நித்தீஷ் தாழ்ந்த குரலில் சைதன்யாவிடம் கேட்க அவள் முறைத்தாள்.

"இதோ பார்! இந்த விஷயத்தில் நீயும் எல்.கே.ஜி. நானும் எல்.கே.ஜி. என்னதான் நடக்குதுன்னு பார்ப்போம்!"

ஈஸ்வர் இப்போது பூனத்தை சோபாவின் முனையில் மடக்கியிருந்தார். ரிவால்வர் அவளுடைய நெற்றிப்பொட்டுக்கு இடம் பெயர்ந்து இருந்தது.

"குருதேவ்.. வழக்கமாய் எத்தனை மணிக்கு வீட்டுக்கு வருவார்?"

"ப.. ப.. பனிரெண்டு மணிக்கு!"

"ஏன் அவ்வளவு நேரம். சாயந்தரம் அஞ்சு மணிக்கெல்லாம் அவர்க்கு ட்யூட்டி முடிஞ்சுடுமே...?"

"தினசரி அவர் ஏதாவது ஒரு பார்க்குக்குப் போயிட்டுதான் வருவார்."

"சரி.. இன்சொல் எங்கே?"

"இ.. இ.. இன்சொல்லா?"

"ம்."

"அது யாரு...?"

ஈஸ்வரின் இடதுகை மின்னல் வேகத்தில் சுழன்று பூனத்தின் இடது கன்னத்தில் இடியாய் இறங்க... பூனத்தின் உதட்டோரம் ஒரு ரத்த இழை எட்டிப் பார்த்தது.

"வேண்டாம்! நீ இப்போ பேசிய பொய்யே கடைசி பொய்யாய் இருக்கணும். இனிமேல் உன்னோட வாயிலிருந்து ஒரு சின்னப் பொய் வந்தாலும் உன்னை போலீஸ் லாக்கப்புக்குக் கொண்டு போயிடுவோம். அங்கே போயிட்டா உனக்குத் தர்ற மரியாதையே

வேற விதமாய் இருக்கும்.''

பூனத்தின் கண்களில் இப்போது நிறைய பயம் தெரிந்தது.

“ஸார்! என்னை போலீஸ் லாக்கப்புக்கெல்லாம் கொண்டு போயிடாதீங்க. நான் எனக்குத் தெரிஞ்ச உண்மைகளைச் சொல்லிடறேன்!''

“சொல்லு...!''

“எனக்குக் குடிக்கக் கொஞ்சம் தண்ணி வேணும்!''

“நீ உண்மையைச் சொல்லி முடிக்கிற வரைக்கும் உனக்கு ஒரு சொட்டுத் தண்ணீர் கூட கிடையாது.''

பூனம் உலர்ந்துபோன தன்னுடைய உதடுகளை ஈரப்படுத்திக் கொண்டு நிதானமான குரலில் பேச ஆரம்பித்தாள்.

“குருதேவ் கொஞ்ச நாளாவே சரியில்லை.''

“கொஞ்ச நாள்ன்னா?''

“ஒரு மூணு மாசமாய்.''

“என்ன சரியில்லை..?''

“சிங்கப்பூர்க்கும் மலேசியாவுக்கும் அடிக்கடி போன் பேசினார். அவரோட பேச்சில் நிறைய சங்கேத வார்த்தைகள் இருந்தது.''

“நீ அதைப்பத்தி ஒண்ணும் கேட்கலையா?''

“கேட்டேன்.''

“குருதேவ் என்ன சொன்னார்?''

“உன்னோட வேலை சாப்பிடணும், தூங்கணும். நான் சந்தோஷப்படற மாதிரி நடந்துக்கணும். அது தான் உன்னோட வேலை. தாலி கட்டின பெண்டாட்டி மாதிரி க்ராஸ் கொஸ்டின் எல்லாம் கேட்கக்கூடாது. இன்னொரு தடவை இப்படியெல்லாம் கேள்வி கேட்டா பழையபடி நீ ஹோட்டலுக்குப் போய் ரிசப்ஷனிஸ்ட் வேலை பார்க்க வேண்டியதுதான்னு சொல்லிட்டார். அதுக்கப்புறம் அவரோட நடவடிக்கைகளில் நான் ஆர்வம் காட்டலை. இந்த காலனியைப் பொறுத்தவரை நானும் அவரும் கணவன் மனைவியாய் வாழ்ந்துட்டிருக்கோம். அந்த உறவை நான் கெடுத்துக்க விரும்பலை!''

“சரி! இன்சொல்லைப் பத்தி உனக்கு என்ன தெரியும்?''

“நாலைஞ்சு நாளைக்கு முன்னாடிதான் எனக்கு இன்சொல் என்ற ஒரு பெண் இருக்கிற விஷயமே தெரியும் ஸார்.''

“எப்படித் தெரியும்?''

“போன்ல யார்கிட்டேயோ... பேசிட்டிருந்தார். நம்ம கஸ்டடியில் இருக்கிற இன்சொல்கிட்டேயிருந்து எப்படியாவது உண்மையை வாங்கிடணும். அந்த வேலையை நூருல்லா பார்த்துக்குவார்ன்னு சொல்லிட்டிருந்தார்!”

“போன்ல அவர் யாரோடு பேசிட்டிருந்தார்ன்னு உன்னால கண்டுபிடிக்க முடியலையா?”

“முடியலை ஸார்!”

“நூருல்லா இங்கே அடிக்கடி வருவாரா?”

“எப்படியும் வாரத்துல ஒரு தடவை வந்துடுவார். ரெண்டு பேரும் அந்த பெட்ரூமுக்குள்ளே போய் உட்கார்ந்துட்டு ஃபாரீன் விஸ்கி சாப்பிட்டுவிட்டு மணிக்கணக்குல பேசிட்டிருப்பாங்க.”

“என்ன பேசுவாங்க?”

“பொதுவாய் அவங்க வேலை செய்யற விமான நிலைய கஸ்டம்ஸ் டிபார்ட்மெண்டில் நடக்கிற ஊழல்களைப் பத்திப் பேசுவாங்க.”

“கடந்த ஒரு மாச காலத்துல அவங்க என்னிக்காவது காணாமல் போன மலேசிய விமானத்தைப் பத்திப் பேசியிருக்காங்களா?”

“ஒரு தடவை பேசிட்டு இருந்தாங்க. நான் சரியாய் கவனிக்கலை...!”

“பொய் சொல்லாதே.”

“ஸார்! குருதேவ் நல்ல வேலையில் இருந்தாலும் அவர் ஒரு தப்பான நபர், சட்டத்துக்கும் நீதிக்கும் எதிரான ஒரு நபர். எல்லாத்துக்கும் மேலாய் பெண்களைப் போகப் பொருளாய் நினைக்கிற ஒரு கேவலமான மனிதர். இவ்வளவு குறைபாடுகள் அவர்கிட்டே இருந்தாலும் எனக்கு வேற போக்கிடம் இல்லாததால அவர்கூட வாழ்ந்துட்டிருக்கேன். என்னிக்காவது ஒருநாள் இப்படிப்பட்ட ஒரு நிலைமை வரும்ன்னு நான் கணிச்சு வெச்சிருந்தேன். ஆனா அது இவ்வளவு சீக்கிரம் வரும்ன்னு தெரியலை. நான் இப்போ உங்ககிட்டே சொல்லிகிட்டு இருக்கிற எல்லாமே கொஞ்சமும் பொய் கலக்காத உண்மைகள்.”

“சரி! இந்த போட்டோவைப் பாரு...!” சொன்ன ஈஸ்வர் தன்னுடைய செல்போனை உயிர்ப்பித்துப் போட்டோ ஆப்ஷனுக்குப் போய் ஒரு போட்டோவை ‘வ்யூ’ செய்து காட்டினார்.

ஆடம்பரமான ஹால் ஒன்றில் விருந்து நிகழ்ச்சி ஒன்று நடைபெற்றுக் கொண்டிருக்க வட்டமான மேஜையைச் சுற்றி குருதேவ், நூருல்லா தவிர வேறு ஒரு நபரும் பார்வைக்குக்

கிடைத்தார்.

“இந்த நபர் யார்ன்னு உனக்குத் தெரியுதா?”

போட்டோவை பூனம் பார்த்தாள். ‘தெரியலை’ என்பது போல் தலையை ஆட்டினாள்.

“நல்லாப் பார்த்துச் சொல்லு... இவங்க மூணு பேரும் வெரி க்ளோஸ் ப்ரெண்ட்ஸ். இவன் பேர் ஆஷிஷ். மலேசிய ஏர்லைன்ஸில் நல்ல வேலை. இப்போ இவன் உயிரோடு இல்லை. தற்கொலை பண்ணிக்கிட்டான். காணாமல் போன மலேசிய விமானத்துக்கும் இந்த ஆஷிஷூக்கும் ஏதோ ஒரு வகையில் தொடர்பு இருந்த விஷயத்தைச் சிங்கப்பூர் ஸ்பை விங் போலீஸார் இப்போ கண்டுபிடிச்சு உறுதிப்படுத்தியிருக்காங்க. ஸோ, இந்த காணாமல் போன விமான விஷயத்தில் மூணு பேருமே பார்ட்னர்ஸாய் இருந்து செயல்படுத்தி இருக்கணும்!”

பூனம் முகம் முழுவதும் பெரிய அளவில் கலவரம் பரவியது.

“ஸ்... ஸார்! இப்ப நீங்க சொல்லிட்டிருக்கிறதெல்லாம் மிகப் பெரிய விஷயங்கள். எனக்கும் இதுக்கும் எந்த ஒரு சம்பந்தமும் இல்லை ஸார்.”

“நான் உன்னை நம்பணும்ன்னா நீ எங்களுக்கு ஒரு உதவி பண்ணனும்.”

“சொல்லுங்க ஸார்.”

ஈஸ்வர் தன் மணிக்கட்டில் இருந்த வாட்ச்சைப் பார்த்தார்.

“இப்போ மணி பதினொன்று பத்து குருதேவ் எத்தனை மணிக்கு வீட்டுக்கு வருவார்ன்னு சொன்னே?”

“பனிரெண்டு மணிக்கு.”

“குருதேவ் வர்ற வரைக்கும் நாங்க இந்த வீட்டுக்குள்ளேதான் இருப்போம். அவர் வந்ததுமே மொதல்ல எந்த ரூமுக்குப் போவார்?”

“பெட்ரூமுக்குப் போய் டிரெஸ் சேஞ்ச் பண்ணிக்குவார். ஃபேஸ் வாஷ் பண்ணிக்கப் போவார். பெரும்பாலும் டின்னர் சாப்பிடமாட்டார். வெளியே எல்லாத்தையும் முடிச்சுகிட்டு வந்துடுவார்.”

“அவர்கிட்டே எத்தனை செல்போன்கள் இருக்கு..?”

“மூணு.”

“அந்த மூணு செல்போனும் எங்களுக்கு வேணும். அவர் ஃபேஸ் வாஷ் பண்ணிக்கப் போனதும் எடுத்து என்கிட்டே குடுத்துடணும்.”

“எ... எ... எனக்கு பயமாயிருக்கு ஸார்.”

“இனிமே குருதேவைப் பார்த்துப் பயப்பட வேண்டிய அவசியமே

இல்லை. ஏன்னா நீ நாளையிலிருந்து அவர்கூட ஒண்ணாச் சேர்ந்து வாழப் போறது இல்லை.”

ஈஸ்வர் சொல்லிக் கொண்டிருக்கும்போதே...

வீட்டுக்குள் காலிங் பெல் ஒலித்தது. ஈஸ்வர் லேசாய் திடுக்கிட்டுப் போனவராய் ‘அது யார்?’ என்பது போல் பூனத்தைப் பார்த்தார்.

அவள் திகிலடித்துப் போய் ‘தெரியாது’ என்பது போல் தலையை ஆட்டினாள். ஈஸ்வர் குரலைத் தாழ்த்தினார்.

“யார்ன்னு போய்ப் பார்...! நாங்க மூணு பேரும் மறைவாய் கிச்சன் பக்கம் போயிடறோம்.”

பூனம் உடம்பு உதறிக்கொள்ள, வாசல் கதவை நோக்கிப் போனாள். கதவின் தாழ்ப்பாள் மேல் கையை வைத்து மெல்ல விலக்கினாள்.

கதவு தயங்கி பின்வாங்கியது.

சமையலறைக்குள் இருந்து ஈஸ்வர், நித்தீஷ், சைதன்யா மூன்று பேரும் பத்து சதவீதம் தலைகளை நீட்டி எட்டிப் பார்த்தார்கள்.

வாசலில்...

இன்சொல்.

21

வாசலில் நின்றிருந்த இன்சொல்லைப் பார்த்ததும் சமையலறையிலிருந்து எட்டிப் பார்த்துக் கொண்டிருந்த நித்தீஷ், சைதன்யா, ஈஸ்வர் மூன்று பேரும் வியப்பில் மூச்சுத்திணறி ஒருவரையொருவர் அதிர்ச்சிப் பார்வைகளால் நனைத்துக் கொண்டார்கள். நித்தீஷ் சைதன்யாவின் காது மடலில் மூச்சுக் காற்று படும்படியாய் கிசுகிசுத்தான்.

“சைதன்யா!”

“ம்.”

“என்ன இவ வந்து நிக்கிறா...?”

“அதானே...! இன்சொல்லை எனக்குத் தெரியவே தெரியாது. பார்த்ததே இல்லன்னு இப்பத்தான் இந்த பூனம் சொன்னா...?”

“யாரைத்தான் நம்புவதோ பேதை நெஞ்சம் இந்த பூமியிலே யாவையுமே வஞ்சம் வஞ்சம்ன்னு பாடணும் போல இருக்கு...!”

“அவசரப்பட்டுப் பாடிடாதே. அங்கே என்ன நடக்குதுன்னு பாரு!”

நித்தீஷ் தன் பார்வையை மறுபடியும் வாசலுக்குக் கொண்டு போக, அவனுக்குள் சின்னதாய் ஒரு பிரளயம் நிகழ்ந்தது.

இன்சொல்லுக்குப் பின்னால் முதலில் குருதேவும், பிறகு நூருல்லாவும் உற்பத்தியானார்கள். ஈஸ்வர் அவனுடைய தோளின்மீது கையை வைத்தார். “நித்தீஷ்!”

“ஸார்!”

“நாம இங்கே இருக்கிற விஷயம் தெரியாமே குருதேவும், நூருல்லாவும் இன்சொல்லை இந்த இடத்துக்குக் கொண்டு வந்துட்டாங்கன்னு நினைக்கிறேன்.”

“அப்படீன்னா பழம் நழுவிப் பாலில் விழுந்த கதைதான். எல்லாரையும் ஒட்டுமொத்தமாய் அமுக்கி நம்ம கஸ்டடிக்குக் கொண்டு போயிட வேண்டியது தான்!”

“அவசரப்பட்டு சந்தோஷப்படாதே. குருதேவ் முகத்தையும், நூருல்லாவோட முகத்தையும் உன்னிப்பாய் பாரு.”

நித்தீஷ் பார்த்துவிட்டு “ரெண்டு பேரும் ஏதோ ஒரு அவஸ்தையில் இருக்கிற மாதிரி தெரியுது சார்...” என்றான்.

“அந்த அவஸ்தைக்கு என்ன காரணம் தெரியுமா?”

"தெரியலை சார்."

"இப்படி தள்ளி வந்து இங்கே நின்னு பாரு."

நித்தீஷ் இரண்டடி தள்ளிப்போய் நின்று தன் பார்வையின் கோணத்தை மாற்றினான். அவனுடைய கண்ணின் பாவைகள் உறைந்தன.

"என்ன ஸார்! குருதேவ், நூருல்லாவுக்குப் பின்னாடி அந்த சிங்கப்பூர் ஸ்பை விங் ஆபீஸர் சாரங்கும் டி.ஜி.பி. கங்காதரனும் கையில் 'கன்'னோடு நிக்கறாங்க."

"நாம ஒரு ரூட்ல குருதேவை ஸ்மெல் பண்ணி வந்தோம். அவங்க ஒரு ரூட்ல வந்து இருக்காங்க."

"இப்ப என்ன ஸார் பண்றது?"

"என்ன நடக்குதுன்னு பார்ப்போம்...! இருமல், தும்மல் எது வந்தாலும் ஒரு அஞ்சு நிமிஷத்துக்குக் கண்ட்ரோல் பண்ணிக்க."

குருதேவையும் நூருல்லாவையும் துப்பாக்கி முனைகளில் தள்ளிக் கொண்டு சாரங்கும், கங்காதரனும் வீட்டுக்குள் நுழைந்தார்கள். சோபாவில் இரண்டு பேரையும் உட்கார வைத்த சாரங், திகிலடித்துப் போய் நின்றிருந்த பூனத்திடம் திரும்பினார்.

ஆங்கிலம் பேசினார். "உன்னுடைய பெயர் பூனம்தானே?"

"ஆ... ஆமாம்."

"நீ குருதேவுக்கு மனைவி மாதிரி... இல்லையா?"

பூனம் 'ஆமாம்' என்பது போல தலையசைத்தாள். சாரங் தொடர்ந்தார்.

"குருதேவும் நூருல்லாவும் சென்ற ஒரு மணி நேரத்துக்கு முன்பு வரை பொறுப்பான அரசாங்க சுங்கத்துறை அதிகாரிகள். இப்போது ஒரு சதி வேலையில் ஈடுபட்ட குற்றத்துக்காக கைது செய்யப்பட்டுள்ள குற்றவாளிகள். சதிவேலை என்றால் சாதாரண சதிவேலை கிடையாது. சென்ற மாதம் முந்நூற்று சொச்சப் பயணிகளோடு காணாமல் போன மலேஷிய விமானத்துக்கும் இவர்களுக்கும் ஒரு தொடர்பு இருக்கிறது. அது எது மாதிரியான தொடர்பு. அந்தத் தொடர்பில் யாரெல்லாம் இருக்கிறார்கள் என்பது இந்த இரண்டு கறுப்பு ஆடுகளுக்கும் தெரியும். ஆனால் அவர்கள் வாயைத் திறக்க மறுக்கிறார்கள். இந்த சதி பற்றி உனக்கு ஏதாவது தெரியுமா?"

பூனத்தின் விழிகளில் நீர் நிரம்பியிருக்க மெல்லத் தலையாட்டினாள்.

“தெரியாது!”

சாரங் அவளுக்கு அருகே வந்தார். “குருதேவ் கூடவே இருக்கிற... அவருடைய நடவடிக்கைகள் பற்றி உனக்குத் தெரிந்திருக்கணுமே!”

“அவர்கிட்ட ஏதோ தப்பு இருக்கிறது என்று என்னால் யூகிக்க முடிந்தது. ஆனால் அது எது மாதிரியான தப்பு என்று எனக்குத் தெரியாது!”

சாரங் குரலைத் தாழ்த்தினார். ஹாலின் தென் கிழக்கு மூலையில் இருந்த அறையைச் சுட்டிக்காட்டி கேட்டார்.

“அது கிச்சனா... பெட்ரூமா?”

“கி... கி... கிச்சன்.”

“அங்கே யார் இருக்கிறார்கள்?”

“யா... யா... யாரும் இல்லையே...!”

“பின்னே ஏன் உன்னுடைய பார்வை ஐந்து விநாடிகளுக்கு ஒரு முறை அந்த அறையின் பக்கமாய் போய் வருகிறது?”

“அது... அது... வந்து!” பூனம் திணறிக் கொண்டு இருக்கும்போதே டி.ஜி.பி. கங்காதரன், சாரங்கிடம் “நீங்கள் இவளை விசாரித்துக் கொண்டு இருங்கள். நான் அந்த சமையலறைக்குள் யார் இருக்கிறார்கள் என்று பார்த்துவிட்டு வருகிறேன்” என்று சொல்லிக் கொண்டே நகர முயன்ற விநாடி, ஈஸ்வர் வெளிப்பட்டார். சைதன்யா, நித்தீஷ் இருவரும் அவரைப் பின் தொடர்ந்து வந்தார்கள்.

டி.ஜி.பி. கங்காதரனின் கையைப் பற்றிக் குலுக்கினார் ஈஸ்வர். “அன்எக்ஸ்பெக்டட் மீட்... பட் வீ ஆர் இன் த ஸேம் போட்...!” ஒரு புன்முறுவலோடு மேலும் தொடர்ந்தார்.

“குருதேவையும் நூருல்லாவையும் மடக்க நாங்கள் கிழக்குத் திசையில் இருந்து புறப்பட்டோம். நீங்கள் மேற்குத் திசையிலிருந்து புறப்பட்டு வந்திருக்கிறீர்கள். பூனத்தை நாங்கள் ஏற்கனவே விசாரித்துவிட்டோம். அவளுக்கு எதுவும் தெரியவில்லை. ஷி ஈஸ் ஹார்ம்லஸ். பை... த... பை... இன்சொல்லை எப்படி நூருல்லாவிடம் இருந்து மீட்டீர்கள்...?”

“நிரம்பவும் சுலபம்” சொன்ன சாரங், ஈஸ்வர்க்குப் பக்கத்தில் வந்து தன் இடதுகை மணிக்கட்டில் இருந்த வாட்சைக் காட்டினார்.

“இது வாட்ச் கிடையாது. ஜி.பி.ஆர்.எஸ். இன்ஸ்ட்ரூமெண்ட். இன்சொல் தன் காதுகளில் அணிந்திருக்கும் இரண்டு ‘ஸ்டட்’ களில் ஒன்று என்னுடைய கையில் இருக்கும் ஜி.பி.ஆர்.எஸ். இன்ஸ்ட்ரூமெண்ட்டுக்குக் கட்டுப்பட்டது. இன்சொல், இந்த உலகத்தின் எந்த மூலையில் இருந்தாலும் அவள் எங்கே

இருக்கிறாள் என்பதை இது காட்டிக் கொடுத்துவிடும். இன்சொல்லை நூருல்லாவின் வீட்டில் கண்டுபிடித்த அடுத்த பத்தாவது நிமிடம் குருதேவும் கைது செய்யப்பட்டார். நூருல்லாவின் வீட்டைச் சோதனை போட்டபோது கடத்தப்பட்ட விமானம் சம்பந்தமாய் ஒரு சிறிய தடயம்கூட கிடைக்கவில்லை. குருதேவ் வீட்டில் தடயம் ஏதாவது கிடைக்கலாம் என்ற எண்ணத்தில்தான் இங்கே புறப்பட்டு வந்தோம். உங்களுக்கு இங்கே ஏதாவது தடயங்கள் கிடைத்ததா?"

"இன்னமும் இந்த வீட்டை அலசிப் பார்க்கவில்லை. இப்போது டெல்லி சி.பி.ஐ. சென்னை போலீஸ், சிங்கப்பூர் ஸ்பைவிங் மூன்று பேரும் ஒரே நேர்க்கோட்டில் இணைந்துவிட்டோம். இனி குருதேவ், நூருல்லாவிடமிருந்து உண்மைகளை வரவழைத்து விடலாம்" சொன்ன ஈஸ்வர், தனக்குப் பக்கத்தில் நின்றிருந்த நித்தீஷையும் சைதன்யாவையும் பார்த்தார்.

"இந்த வீட்டை ஒரு அங்குலம் விடாம செக் பண்ணிப் பார்த்துடுங்க. சந்தேகத்துக்கிடமாய் எந்த ஒரு சின்னப் பொருள் கண்ணுல பட்டாலும் சீஸ் பண்ணுங்க...!"

நித்தீஷும் சைதன்யாவும் நகர முயன்ற விநாடி...

சோபாவில் சாய்ந்து இருந்த குருதேவ் தன்னுடைய இரண்டு கைகளையும் தலைக்கு மேல் உயர்த்தி சோம்பல் முறித்தபடி சிரித்தார்.

"இந்த வீட்ல மொத்தம் மூணு டாய்லெட் இருக்கு. அதை மிஸ் பண்ணிடாதீங்க."

சாரங், கோபத்தோடு திரும்பினார்.

"இப்போது நீ என்ன சொன்னாய்?"

"ஓ! உனக்கு தமிழ் தெரியாது இல்லையா?" என்று கிண்டலாகச் சிரித்த குருதேவ், ஈஸ்வரிடம் திரும்பினார்.

"நான் என்ன சொன்னேன்னு இந்த சிங்கப்பூர்காரனுக்கு சொல்லுங்க மிஸ்டர் ஈஸ்வர்."

"வேண்டாம் குருதேவ்... திஸ் ஈஸ் டு மச். போலீஸ் விசாரணை எப்படியிருக்கும்னு உங்களுக்கு நல்லாவே தெரியும். இந்த கேலியெல்லாம் வேண்டாம்...!"

"இதோ பாருங்க ஈஸ்வர். உங்களோட சி.பி.ஐ. விசாரணையும் சரி, இந்த சிங்கப்பூர்காரனின் விசாரணையும் சரி, எங்கள ஒண்ணும் பண்ணாது. காணாமல் போன விமானம் சம்பந்தமாய் எங்களுக்கு பல தகவல்கள் தெரியும். ஆனா ஒண்ணு கூட வெளியே வராது. அதாவது நாங்க உங்களுக்கு உபயோகப்படமாட்டோம்"

சொல்லிவிட்டு குருதேவ் சிரிக்க அந்த சிரிப்பில் இப்போது நூருல்லாவும் கலந்து கொண்டார்.

சாரங்கின் முகம் சிவந்தது.

"மிஸ்டர் ஈஸ்வர்! இவர்கள் ஏன் சிரித்துக் கொண்டு இருக்கிறார்கள்?" குருதேவ் பேசினதை ஈஸ்வர் மொழி பெயர்த்துச் சொன்னார்.

சாரங்கின் கண்களில் இப்போது கனல்.

"இன்சொல்!?"

"ஸார்"

"இந்த காய்னை டாஸ் செய்!"

இன்சொல், சாரங் நீட்டிய ஒரு ரூபாய் நாணயத்தை வாங்கி மேலே சுண்டி 'டாஸ்' செய்தாள். அது சுழன்று கீழே விழுந்து மல்லாந்தது.

சாரங் கேட்டார்.

"பூவா... தலையா?"

"பூ"

சாரங் சட்டென்று தன் கையில் வைத்து இருந்த பிஸ்டலை உயர்த்தி கண்ணிமைக்கும் நேரத்தில் நூருல்லாவின் மார்பை நோக்கி சுட்டார்.

நொடிப்பொழுதில் மார்பு முழுவதும் ரத்தம் பரவ நூருல்லா சோபாவினின்றும் சரிந்து இரண்டு கைகளையும் பரப்பியபடி மல்லாந்தார். குருதேவ் முகம் இருண்டு போனவராய் எழ முயல, சாரங்கின் கையில் இருந்த பிஸ்டல் இப்போது அவரை அளவெடுத்தது.

"என்ன குருதேவ்...! உனக்கும் ஒரு தோட்டாவைக் கொடுக்கட்டுமா..?"

"யூ.. யூ.."

"இப்போது சிரி பார்க்கலாம்! உன்னுடைய சட்ட விரோத காரியங்களுக்கெல்லாம் உறுதுணையாய் இருந்த உன் ஆருயிர் நண்பன் நூருல்லா இப்போது உயிரோடு இல்லை. போலீஸுக்கு உபயோகப்படாதவர்கள் உயிரோடு இருக்கக்கூடாது! 'காணாமல் போன விமானம் சம்பந்தமாய் எங்களுக்கு பல தகவல்கள் தெரியும். ஆனால் அதில் ஒன்றுகூட வெளியே வராது. அதாவது நாங்கள் உங்களுக்கு உபயோகப்பட மாட்டோம்' என்று சொன்னாய். நீ எங்களுக்கு எதையும் சொல்ல வேண்டாம். அந்த உண்மைகளைக்

கண்டுபிடிக்க எங்களுக்கு வேறு பல வழிகள் இருக்கிறது. ஸோ. நீயும் போய்ச் சேர்!"

சாரங் பிஸ்டலை உயர்த்த "நோ!" என்றபடி வாய் குழறி முகம் வியர்த்துப் பின் வாங்கினார் குருதேவ்.

"இன்சொல்" என்றார் சாரங்.

"ஸார்!"

"டாஸ் பண்ணு."

இன்சொல் ஒரு ரூபாய் நாணயத்தை மேல் நோக்கிச் சுண்டினாள். அது சுழன்று கீழே விழுந்து உருண்டு மல்லாந்தது.

சாரங் கேட்டார்.

"பூவா தலையா?"

"தலை."

"உன் தலை தப்பியது குருதேவ்! பூ விழுந்தால் உன்னைச் சுடுவதாக இருந்தேன். நீ இன்னும் இந்த உலகத்தில் உயிர் வாழ வேண்டும் என்பது அந்த இறைவனின் விருப்பம். ஆனால் நீ போலீஸுக்கு உதவி செய்யாத பட்சத்தில் அந்த இறைவனின் விருப்பமும் மாறலாம். போலீஸ் நினைத்தால் ஒருவனைக் கொல்லவும் முடியும். இறந்து கிடக்கும் ஒருவனை உயிர்ப்பிக்கவும் முடியும்."

குருதேவ் சாரங்கையே மிரண்டு போய்ப் பார்க்க, அவர் ஒரு புன்சிரிப்போடு தொடர்ந்தார்.

"என்ன குருதேவ்! நான் சொன்ன வார்த்தைகளில் உனக்கு நம்பிக்கையில்லையா...? சில நிமிஷங்களுக்கு முன்னால் தோட்டாவை வாங்கிக் கொண்டு ரத்தக்களரியில் இறந்து கிடக்கும் உன்னுடைய நண்பன் நூருல்லாவை இப்போது உயிர்ப்பித்துக் காட்டட்டுமா?" சொன்ன சாரங் மெல்ல நடந்து சென்று கீழே ரத்தச் சகதியில் மல்லாந்திருந்த நூருல்லாவிடம் குனிந்தார். தன்னுடைய கோட் பாக்கெட்டில் இருந்த 'ஸ்பிரேயர்' மாதிரி இருந்த ஒரு கருவியை எடுத்து நூருல்லாவின் நாசியருகே வைத்து 'பஃப்' செய்தார். பனிப்புகை மாதிரி ஏதோ ஒன்று வெளிப்பட, நூருல்லாவின் உடம்பு ஒரு துள்ளலுக்கு உட்பட்டது வலது காலும், இடது கையும் ஒரு தடவை மடங்கி மறுபடியும் நீண்டது.

குருதேவ் உள்பட எல்லோருமே ஸ்தம்பித்துப் போயிருக்க, சாரங் எழுந்தார். "இது ஒருவகையான சிங்கப்பூர் போலீஸ் விளையாட்டு. நூருல்லாவை நான் சுட்டது உண்மை. நான் சுடுவதற்குப் பயன்படுத்திய பிஸ்டல் இதுதான். இந்த பிஸ்டலின்

பெயர் ‘நாட்டி பாய்’. இது ஒரு டம்மி டைப் பிஸ்டல். உள்ளே இருக்கும் தோட்டாக்கள் எல்லாமே பலூன் ப்ளட்டட் புல்லட்ஸ். கோலிக்குண்டு அளவு உள்ள இந்தத் தோட்டாக்கள் ஒருவரின் உடம்பின் மீது பாய்ந்த மறுவிநாடியே வெடித்து உள்ளே இருக்கும் செயற்கை ரத்தத்தைத் தெளிக்கும். அந்த ரத்தத்தில் கலந்து இருக்கும் நைட்ராக்ஸின் வாயு விநாடிக்கும் குறைவான நேரத்தில் காற்றில் பரவி தோட்டா பாய்ந்த நபரை மயக்கத்துக்குக் கொண்டு போகும். அந்த நபர் மறுபடியும் அந்த மயக்க நிலையில் இருந்து மீள வேண்டுமென்றால் இந்த ‘ப்ரீத் ஆக்டிவேட்டர்’ என்கிற ஸ்ப்ரேயர் வேண்டும். இதைத்தான் இப்போது நூருல்லாவுக்கு பயன்படுத்தியிருக்கிறேன். இது ஒரு அதிர்ச்சி வைத்தியம்தான். இதற்கு மேலும் குற்றவாளிகள் உண்மை பேசவில்லையென்றால் என்னுடைய உண்மையான துப்பாக்கிதான் பேசும்!”

“ஸாரி... மிஸ்டர் சாரங்!”

பின்பக்கமிருந்து சற்றே அதட்டலாய் எழுந்த குரல் கேட்டு சாரங், ஈஸ்வர், நித்தீஷ், சைதன்யா, டி.ஜி.பி. கங்காதரன், குருதேவ் எல்லோரும் ஸ்லோமோஷனில் திரும்பிப் பார்த்தார்கள்.

பூனம் இருபதடி தூரத்தில் தெரிந்தாள். இறுகிய முகத்தின் இரு கண்களிலும் தீ ஜுவாலை! கையிலிருந்த ஈராக்கில் பிறந்த நவீன துப்பாக்கி எல்லோரையும் குரோதத்தோடு குறி பார்த்தது!

22

அறையில் இப்போது கனத்த நிசப்தம். பூனத்தின் கையிலிருந்த அந்த எல்.எம்.ஜி. துப்பாக்கி அறையில் இருந்த எல்லோரையும் விநாடிக்கு ஒரு தடவை என்று முறை வைத்துக் கொண்டு குறி பார்த்தது.

ஈஸ்வர், சைதன்யா, நித்தீஷ் ஒருபுறமும், சாரங், இன்சொல், டி.ஜி.பி. இன்னொரு புறமும், இவர்களுக்கு அந்நியமாக குருதேவ், நூருல்லா சுவரோரமாகவும் மிரண்டு போனவர்களாய் ஸ்தம்பித்து இருந்தார்கள்.

சில நிமிஷங்களுக்கு முன்னால் அழுது அரற்றிய பூனமா இவள்...? கையில் எல்.எம்.ஜி. துப்பாக்கியைப் பிடித்திருந்த நேர்த்தி ஈஸ்வரை வியக்க வைத்தது. இவளை ஒரு சராசரிப் பெண்ணாய் நினைத்தது எவ்வளவு பெரிய இமாலயத் தவறு.

பூனத்தின் மேலிருந்த வியப்பையும், பயத்தையும் முதன் முதலில் ஜீரணித்துக் கொண்டது சாரங்தான். தான் நின்றிருந்த இடத்தைவிட்டு ஓரடி முன்னால் வர முயல பூனத்தின் கையில் இருந்த எல்.எம்.ஜி. ஒரு பாம்பின் வேகத்தோடு தன் உடம்பை உயர்த்தியது. பூனத்தின் குரல் அவளுடைய அடித்தொண்டையிலிருந்து வெளிப்பட்டது.

“டோண்ட் மூவ் மிஸ்டர் சாரங்! நீங்கள் மட்டுமில்லை. இங்கே இருக்கின்ற யாருமே என்னுடைய உத்தரவு இல்லாமல் ஒரு மில்லிமீட்டர் கூட நின்ற இடத்தைவிட்டு அசையக்கூடாது.”

சாரங் சில விநாடிகள் அவளையே பார்த்துக் கொண்டிருந்துவிட்டு கேட்டார். “சரி! எங்கள் எல்லோரையும் இப்போது துப்பாக்கியின் முனையில் நிறுத்தி விட்டாய். உனக்கு என்ன வேண்டும்... உன்னுடைய தேவை என்ன?”

சுவரோரமாய் ஒரு நாற்காலியை இழுத்துப் போட்டுக் கொண்டு உட்கார்ந்த பூனம், துப்பாக்கியை மேலும் கீழும் அசைத்தாள்.

“எல்லோரும் அந்தந்த இடத்திலேயே மண்டிபோட்டு உட்காருங்கள். எனக்கு உங்களுடைய முகங்கள் தெரியக்கூடாது. முதுகுகள் தெரியும்படியாய் உட்கார வேண்டும் ம்... க்விக்...!”

எல்லோரும் அவளுடைய கட்டளைக்கு உடனே பணிந்து முதுகுகளைக் காட்டிக் கொண்டு மண்டிபோட்டு உட்கார, குருதேவ் மட்டும் தயங்கி நின்றார். “பூனம்” என்று சொல்லி ஏதோ பேச முற்பட அவளுடைய குரல் கோபத்தில் உயர்ந்தது.

"என்ன... உனக்குத் தனியாய் சொல்லணுமா?"

"பூனம்! நான் உன்னோட புருஷன்...!"

"தாலி கட்டாத புருஷன்னு சொல்லு."

"இருந்தாலும்... நீயும்... நானும்..."

"இதோ பார். நீயும் எனக்கு புருஷன் மாதிரி இருந்தே. நானும் உனக்குப் பெண்டாட்டி மாதிரி இருந்தேன். அந்த சாக்கடைத்தனமான உறவெல்லாம் சில நிமிஷங்களுக்கு முன்னாடியே முடிஞ்சு போச்சு. நான் இப்போ புது பூனம். நீ உள்பட இங்கே இருக்கிற யாருமே எனக்கு நண்பர்கள் கிடையாது. உன்னோட முதுகை எனக்குக் காட்டிகிட்டே மண்டிபோட்டு உட்கார். இன்னும் பத்து செகண்ட்டுக்குள்ளே நீ உட்காரணும். இல்லேன்னா உன்னோட ரத்தத்துக்கு நடுவுல நீ படுக்க வேண்டியிருக்கும்."

குருதேவ் பூனத்தின் குரலில் தெறித்த கடுமையை உணர்ந்து சட்டென்று மண்டியிட்டு, அவளுக்குத் தன்னுடைய முதுகைக் காட்டிக் கொண்டு உட்கார்ந்தார்.

"இனி என்னோட அடுத்த கட்டளை. யார் யார்கிட்டே ரிவால்வர் இருக்கோ. அது எல்லாமே வெளியே வரணும். அதே மாதிரி செல்போன்...! ரெண்டையும் எடுத்து அவங்கவங்க முதுகுக்குப் பின்னாடி வைக்கணும்... சரியாய் முப்பது விநாடி அவகாசம்! யாரும் எதையும் மறைக்க முயற்சி பண்ண வேண்டாம். யார் யார்கிட்டே என்னென்ன இருக்குன்னு எனக்கு நல்லாவே தெரியும். டோன்ட் ஹைட் எனி திங்க்...!"

இன்சொல், குருதேவ், நூருல்லா தவிர மற்ற எல்லோரும் ரிவால்வர்களை எடுத்து வைத்தனர். செல்போன்களும் வெளியே வந்தன. பூனம் செல்போன்களையும் ரிவால்வர்களையும் காலால் தள்ளி எல்லாம் ஒன்று சேர்த்து சோபாவுக்கு அடியில் தள்ளினாள். பிறகு மெல்ல நடந்து ஈஸ்வரின் அருகே வந்து அவருடைய பிடரியில் எல்.எம்.ஜி. துப்பாக்கியின் முனையை வைத்தாள். "மிஸ்டர் ஈஸ்வர்! நான் இப்போ உங்ககிட்டே சில கேள்விகளை கேட்கப் போறேன். எனக்கு உண்மையான பதில்கள் வேணும்.!"

"கேளு" என்றார் ஈஸ்வர்.

"கடல் கழுகு இப்போ உங்ககிட்டேதானே இருக்கு?"

"கடல் கழுகா...?"

"ம்..."

"புறா, கழுகு, கிளி, குருவி இது மாதிரியான பறவைகளையெல்லாம்

வளர்க்கிற 'ஹாபி' எனக்குக் கிடையாதே.!"

"வேண்டாம் ஈஸ்வர். இது மாதிரியான கிண்டல் கேலியெல்லாம் எனக்குப் பிடிக்கும். ஆனா என்னோட கையில் இருக்கிற எல்.எம்.ஜிக்குப் பிடிக்காது. ஒரு தடவை ட்ரிக்கரை அழுத்தினா பத்து தோட்டாக்கள் வெளியே வந்து உங்க உடம்பைப் பதம் பார்க்கும்."

"ஏய்ய்ய்..." ஈஸ்வர் கோபமாய்த் திரும்பின பூனத்திடம் ஏதோ பேச முயன்ற விநாடி எல்.எம்.ஜியின் கடினமான பகுதி அவருடைய மோவாயைத் தாக்க. வாயிலிருந்து ரத்தம் தெறித்தது.

நித்தீஷ் பதட்டமாய் குறுக்கிட்டான்.

"ஸார்! வேண்டாம்... ரொம்ப நேரத்துக்கு நாம பொய் பேசிட்டிருக்க முடியாது. உண்மையைச் சொல்லிடுவோம்!"

பூனம் இப்போது நித்தீஷுக்குப் பின்புறமாய் வந்து நின்றாள். "உன்னோட பாஸைவிட நீதான் புத்திசாலி. மேற்கொண்டு உன்கிட்டே பேச்சுவார்த்தை நடத்தறதுதான் உபயோகமுள்ளதாய் இருக்கும்ன்னு நினைக்கிறேன். நீ சொல்லு. கடல் கழுகு இப்போ உங்ககிட்டேதானே இருக்கு?

"ஆமா...!"

"அது ஒரு காம்போசிட் அண்ட் க்ளஸ்டர் பென்டிரைவ் தானே?"

"ஆமா...!"

"பென்டிரைவைப் போட்டுப் பார்த்தீங்களா?" நித்தீஷ் மௌனம் சாதித்தான்.

"போட்டுப் பார்த்தீங்களா இல்லையா?" பூனம் தன் கையில் இருந்த எல்.எம்.ஜியால் நித்தீஷின் பின் தலையைத் தட்ட முயன்ற விநாடி, சைதன்யா அவசரம் கலந்த பயத்தோடு குறுக்கிட்டாள்.

"போட்டுப் பார்த்தோம்."

"அதுல என்ன இருந்தது...?"

"மலேசிய விமானம் எப்படி கடத்தப்படணும்... தென் இந்திய கடல் பகுதியில் எந்த இடத்துல விழுந்து விபத்துக்குள்ளாகணும் என்கிற ஒரு ரிகர்சல் வீடியோ கிராஃபிக்ஸ் அந்த பென்டிரைவில் பதிவு பண்ணப்பட்டு இருந்தது."

"வேற என்ன இருந்தது?"

"அந்த வீடியோ காட்சிகள் ஓடும்போது கம்ப்யூட்டர் ஸ்கிரீனின்

கீழே சில சங்கேத வார்த்தைகள் ஸ்காரலிங் ஆயிட்டிருந்தது. அந்த வார்த்தைகள் என்னன்னு எங்களுக்குப் புரியலை...''

''விமானக் கடத்தலில் ஈடுபடப் போகும் நபர்கள் இவர்கள்தான்னு அறிவிக்கிற மாதிரி யாருடைய போட்டோக்களாவது அதுல இடம் பெற்றிருந்ததா...?''

''இல்லை.!''

''பொய் சொல்லாதே.''

''இதுவரைக்கும் நான் பொய் சொல்லலை. இனிமேலும் சொல்லப்போவது இல்லை. காரணம், நாங்க இப்போ இருக்கிற நிலைமை சரியில்லை.''

''சரி! அந்த பென்டிரைவ் யார்கிட்டே இருக்கு?''

''எங்ககிட்டேதான் இருக்கு வீட்ல ஒரு ஃபைபர் கண்டெய்னர்ல வெச்சு பத்திரப்படுத்தியிருக்கோம்.''

''அது எனக்கு வேணும்.''

சைதன்யா ஈஸ்வரைப் பார்த்தாள். அவர் ரத்தம் வழியும் வாயோடு சொன்னார். ''இதோ பார்... நீ யாரு... எதுக்காக எங்களை இப்படித் துப்பாக்கி முனையில் உட்கார்த்தி வெச்சிருக்கேன்னு தெரியாது. நாங்க சி.பி.ஐ. பீப்பிள். இந்திய வெளியுறவுத்துறை அமைச்சகம் எங்களுக்கு இட்ட கட்டளைப்படி நாங்க எங்க கடமையைப் பண்ணி முடிச்சிருக்கோம். காணாமல் போன மலேசிய விமானத்தைக் கண்டுபிடிக்கிறது எங்க வேலை கிடையாது. உனக்கு அந்த பென்டிரைவ் வேணும்ன்னா குடுத்துடறோம். ஆனா எங்க மூணு பேர்ல யாராவது ஒருத்தர் வீட்டுக்குப் போய்த்தான் அதைக் கொண்டு வரணும்!''

ஈஸ்வர் சொன்னதைக் கேட்டு சில விநாடிகள் யோசித்த பூனம், தன் இடுப்பில் பத்திரப்படுத்தி வைத்து இருந்த சாட்டிலைட் போனை எடுத்தாள். அதை உயிர்ப்பித்து தன் இடது காதுக்கு ஒற்றினாள்.

''ஸார், பூனம் பேசறேன்!'' மறுமுனையில் ஒரு ஆணின் குரல்.

''சொல்லு!'' என்றது.

''நமக்கு எதிராய் செயல்பட்ட எல்லாருமே இப்போ எனக்கு முன்னாடி முதுகைக் காட்டிக்கிட்டு மண்டி போட்டு உட்கார்ந்திருக்காங்க... ஸார்.''

''கடல் கழுகு?''

''வீட்ல இருக்குன்னு சி.பி.ஐ. டைரக்டர் சொல்றார். மூணு பேர்ல

யாராவது ஒருவரை வெளியே விட்டால் வீட்டுக்குப் போய் கடல் கழுகைக் கொண்டு வந்துடுவாங்களாம். யாரை அனுப்பறதுன்னு தெரியாமதான் உங்களுக்கு போன் பண்ணினேன்.''

"மூணு பேர்ல யாரை அனுப்பலாம்ன்னு நீயே முடிவு பண்ணு!''

"எஸ்... ஸார்'' சொன்ன பூனம் செல்போனை அணைத்துவிட்டு ஈஸ்வரின் பின்னந்தலையை எல்.எம்.ஜியால் தட்டினாள்.

"உங்க மூணு பேரில் யார் போறீங்க?''

"நானே போறேன்...!'' என்றார் ஈஸ்வர்.

"வேண்டாம்... என்னோட சாய்ஸ் சைதன்யா! என்ன சைதன்யா... நீ போறியா?''

"போறேன்...!'' பயமாய் தலையாட்டினாள்.

"இப்படி வா...''

சைதன்யா அந்த இரவு நேரத்திலும் வியர்த்து வழியும் முகத்தோடு எழுந்து வந்தாள். ஐந்தடி தூரத்தில் அவளை நிறுத்தி வைத்துக் கொண்ட பூனம் மெல்ல பேச்சை ஆரம்பித்தாள்.

"இப்ப உன்னை வெளியே அனுப்பறேன். நீ வீட்டுக்குப் போய் கடல் கழுகைக் கொண்டுவர எவ்வளவு நேரமாகும்?''

"எப்படியும் ரெண்டு மணி நேரமாயிடும்.''

"எதுல போவே...?''

"வெளியே நாங்க வந்த கார் வெயிட்டிங்கில் இருக்கு.''

"கார் மட்டும்தான் இருக்கு. உங்க கூட வந்த டிரைவர்.... இப்போ வேற ஒரு இடத்துல என்னோட ஆட்களின் கஸ்டடியில் இருக்கார். உனக்கு கார் டிரைவிங் தெரியுமா?''

"தெரியும்.''

"தென் நோ ப்ராப்ளம். நீ கிளம்பு. போயிட்டு ரெண்டு மணி நேரத்துல கடல் கழுகோடு திரும்பணும்.''

"சரி!'' தலையாட்டிவிட்டு வேகமாய் கதவை நோக்கி நடந்தாள் சைதன்யா.

"நில்லு!'' பூனத்தின் குரல் சைதன்யாவின் முதுகில் அறைந்தது. திரும்பி நின்று என்ன என்பது போல் பார்த்தாள். பூனத்தின் இதழ்க் கோடியில் புன்னகை ஒன்று அரும்பியது.

"என்ன... நீ பாட்டுக்குக் கிளம்பிட்டே?''

"நீ... நீதானே போகச் சொன்னே?"

"சொன்னேன்! ஆனா நீ கடல்கழுகை கொண்டு வர வீட்டுக்குத் தான் போவேங்கிறது என்ன நிச்சயம்...? நேரா போலீஸுக்குப் போயிட்டா...?"

"இவங்க எல்லோரும் ஆபத்துல இருக்கும்போது நான் எப்படி போலீஸுக்குப் போவேன்...?"

"எதுக்கும் நான் முன்ஜாக்கிரதையோடு இருக்க வேண்டாமா? நீங்க மூணு பேரும் சி.பி.ஐயில் ஸ்பெஷல் விங் ஆபீஸர்ஸ். மூளையும் ஸ்பெஷலாய் வேலை செய்யுமே!"

"சரி! உன்னோட ஆள் யாரையாவது என் கூட அனுப்பு!"

"இப்ப நீ சொன்னியே. இது சரியான யோசனை." என்று சொல்லி மெலிதாய்ச் சிரித்த பூனம் வீட்டின் உள்ளே திரும்பிப் பார்த்துக் குரல் கொடுத்தாள்.

"வாசுதேவன்...!"

வீட்டின் உள்ளேயிருந்த ஒரு அறையினின்றும் பிஸ்கெட் நிற சபாரி அணிந்த வாசுதேவன் வெளி வரவும்... ஈஸ்வர், நித்தீஷ், சைதன்யா மூன்று பேரும் உடைந்து போனவர்களாய் ஒருவரையொருவர் பார்த்துக் கொண்டார்கள்.

பூனம் சிரித்தாள். "என்ன மூணு பேர்க்கும் அதிர்ச்சியாய் இருக்கா...? உங்க டிபார்ட்மெண்ட் ஆபீஸர் வாசுதேவன், லால் பானி பூரிக்கடையில் வேலை பார்த்துக்கிட்டே உங்களுக்கு விசுவாசமாய் இருந்த மாதிரியே எங்களுக்கும் விசுவாசமாய் இருந்தார். இந்த நிமிஷத்திலிருந்து அவரோட விசுவாசம் இனி எங்களுக்கு மட்டும் தான். உங்களுக்கு இல்லை...! வாசுதேவன்..."

"மேடம்...!"

"சைதன்யாவோடு போங்க.. கடல் கழுகை கொண்டு வாங்க. வழியில இவ தன்னோட புத்திசாலித்தனத்தைக் காட்டறதுக்காக ஏதாவது பண்ணனும்ன்னு நினைப்பா. எனக்கு உடனே தகவல் குடுங்க. உங்க செல்போன் ஆன்லயே இருக்கட்டும்."

"எஸ்... மேடம்."

"உங்க ரிவால்வரும் அலர்ட்ல இருக்க வேண்டியது முக்கியம்!"

"யூ... டோண்ட் வொர்ரி மேடம்! இந்த சைதன்யாவை எப்படி ஹேண்டில் பண்றதுன்னு எனக்குத் தெரியும்!"

"ம்... புறப்படுங்க...!"

சைதன்யாவும் வாசுதேவனும் வீட்டை விட்டு வெளியே வந்து, கொஞ்சம்தள்ளி இருட்டில் நின்றிருந்த காருக்குள் வந்தார்கள். வாசுதேவன் கேட்டார்.

"காரை நீ ஓட்றியா. நான் ஓட்டட்டுமா?"

"நானே ஓட்றேன்!"

காருக்குள் ஏறி உட்கார்ந்தாள். ஸ்டீயரிங்கைப் பிடித்தாள். வாசுதேவன் அவளுக்குப் பக்கத்தில் உட்கார்ந்தார்.

கார் கிளம்பியது ரோட்டுக்கு வந்து வேகம் பிடித்துச் சீறியது. வாசுதேவன் தன்னுடைய செல்போனை 'ஆன்' செய்து வைக்க முயற்சித்த விநாடி அவருடைய பிடரியில் எதுவோ நிரடியது. ஊர்ந்தது.

திடுக்கிட்டுப் போனவராய் திரும்பிப் பார்த்தார். காருக்குள் பரவியிருந்த அந்த இருட்டிலும் தன்னுடைய மினுமினுப்பான உலோக நாக்கை நீட்டியபடி கத்தியொன்று தெரிந்தது.

வாசுதேவன் உறைந்தார். பின் சீட்டில் நிழல் உருவமாய் யாரோ புலப்பட்டார்கள்.

'ஆணா.. பெண்ணா...?'

23

வாசுதேவனின் பார்வை ஒரு லேசர் கதிராய் மாறி பின் சீட்டுக்கு சாய்ந்து உட்கார்ந்திருந்த உருவத்தை ஊடுருவியது. விழிகள் திகைத்தது.

பெண்.

மலேசிய முகம். சற்றே மேடிட்ட நெற்றியும், சிறிய கண்களும், பெரிய உதடுகளுமாய் தோற்றம் காட்டி மெலிதாய்ச் சிரித்தாள். காரில் பரவியிருந்த இருட்டில் அவளுடைய பல்வரிசை ஒரு நேரான சாக்பீஸ் கோடு மாதிரி தெரிந்தது. சரளமாய் தமிழ் பேசினாள்.

“என்ன வாசுதேவன்! சைதன்யாவோடு சேர்ந்துகிட்டு எங்கே புறப்பட்டீங்க...?”

வாசுதேவன் தன் குரல்வளைக்கு அருகில் பளபளத்துக் கொண்டிருந்த கத்தியை பயமாய் பார்த்துக் கொண்டே வாய் குழறினார்.

“நீ... நீ... யாரு...!”

“நான் அதிஷா... பிறந்த மண் கோலாலம்பூர். வளர்ந்த மண் சென்னை. தரமணியில் இருக்கிற ஏரோநாட்டிக்கல் இன்ஜினியரிங் கல்லூரியில் ‘ஸ்கை டெக்’ கோர்ஸ் படிச்சிட்டிருக்கேன். இந்த விவரம் போதுமா... இல்லை என்னோட வெயிட், ஹைட், நான் சாப்பிடற டயட், பிடிச்ச ஹாபி இது மாதிரியான தகவல்களும் வேணுமா...?”

வாசுதேவனின் முகம் வியர்வையில் மின்னியது. “இப்போ உனக்கு என்ன வேணும்.?”

“உங்களுக்கு இப்போ என்ன வேணுமோ, அதுதான் எனக்கும் வேணும்.”

வாசுதேவன் மௌனமாய் இருந்தார்.

அதிஷாவின் கையில் இருந்த கத்தி வாசுதேவனின் காதுமடலை லேசாய் உரசியது. “என்ன வாசுதேவன்! பேச்சையே காணோம். மௌனவிரதம் இருக்க இது சரியான நேரம் இல்லையே. நான் எந்தக் கேள்வி, கேட்டாலும் உடனே பதில் வரணும். இல்லேன்னா இந்த கத்தி பேசும். இந்த கத்திக்குப் பேரு என்ன தெரியுமோ? எஸ்.கே.பி. அதாவது ஸ்லோ கில்லிங் பாய். இது பாய்ஸனைஸ்ட் நைஃப். உடம்போட எந்த ஒரு பாகத்தில் கீறல் விழுந்தாலும் சரி, ‘பாய்ண்ட் ஃபைவ் பிக்கோகிராம்’ பாய்ஸன் ரத்தத்துல கலந்துடும்.

அடுத்த பனிரெண்டு மணி நேரத்துக்குள்ளே ரத்த ஓட்டத்தோட வேகம் படிப்படியாய் குறைஞ்சு ஹார்ட்டுக்கு வி.ஆர்.எஸ். கொடுக்க வேண்டிய கட்டாயம் ஏற்படும். என்ன... ஹார்ட்டுக்கு வி.ஆர்.எஸ். கொடுக்க உங்களுக்கு சம்மதம் தானா...?"

வாசுதேவன் மிரண்டு போனவராய் கத்தியினின்றும் சரேலென்று விலகினார். அதிஷா சிரிப்போடு தொடர்ந்தாள்.

"எனக்கு எல்லாம் தெரியும் வாசுதேவன். நேற்று வரைக்கும் சி.பி.ஐயில் நீங்க வெள்ளை ஆடு. இன்னிக்கு கறுப்பு ஆடு. கடல் கழுகை எடுத்துட்டு வர்றதுக்காக சைதன்யாவோடு கிளம்பிட்டீங்க. நானும் உங்ககூட வர்றேன். ரெண்டு பேரும் ஒரு முக்கல் முனகல் இல்லாமே கடல் கழுகை எடுத்து என்கிட்டே குடுத்திட்டீங்கன்னா இந்த எஸ்.கே.பிக்கு ரத்தத்தை ருசி பார்க்கிற வேலை இல்லாமே போயிடும்...!" என்று சொன்ன அதிஷா, சைதன்யாவின் தோளைத் தட்டினாள்.

"நீ காரை வேகமாய் ஓட்டு!"

கார் வேகம் பிடித்து அந்த நள்ளிரவு ஹைவேஸ் சாலையைத் தேய்த்தது. ஒரு நிமிஷ மௌனத்திற்குப் பிறகு அதிஷாவே பேச்சைத் தொடர்ந்தாள். "காணாமல் போனது எங்க நாட்டு விமானம். அதைப் பத்தி கவலைப்பட வேண்டியது மலேசிய மக்கள்தான். உங்க நாட்டு சி.பி.ஐக்கு இதில் என்ன அக்கறை..?"

வாசுதேவன் ஏதோ சொல்ல முயற்சி செய்ததை உடனே தடுத்தாள் அதிஷா. "வேண்டாம் வாசுதேவன். நீங்க எதுவும் சொல்லாதீங்க. ஒரு கறுப்பு ஆடு சொல்றதை நான் கேக்கத் தயாராயில்லை... சைதன்யா... நீ சொல்லு."

சைதன்யா காரை ஒரு பாலத்தின் மேல் ஏற்றிக் கொண்டே சொன்னாள். "எங்க நாட்டின் வெளியுறவுத்துறை அமைச்சகம் எது மாதிரியான வேலையைக் கொடுத்தாலும் அதைச் செய்ய வேண்டியது எங்க கடமை. மலேஷிய விமானம் காணாமல் போன விவகாரத்தில் இந்திய வம்சாவளியைச் சேர்ந்த ஆஷிஷ் என்கிற ஒரு நபர் சம்பந்தப்பட்டு இருப்பதாய் சிங்கப்பூரில் இருக்கும் இந்தியத் தூதர் ஷ்யாம் வர்மா வெளியுறவுத்துறை அமைச்சகத்துக்கு தகவல் கொடுத்தார். அந்தத் தகவலின் அடிப்படையில் சி.பி.ஐயின் சார்பாய் ஒரு குழு அமைக்கப்பட்டது. இந்தியத் தூதர் ஷ்யாம் வர்மாவின் நண்பர் ஆஷிஷ் என்பதாலும், ஆஷிஷ் உண்மையிலேயே குற்றவாளியா, அவர்க்கும் காணாமல் போன மலேசிய விமானத்துக்கும் தொடர்பு இருக்கிறதா என்பதைத் தெரிந்து கொள்ளத்தான் ஈஸ்வர் தலைமையில் அமிர்தவல்லி, நித்தீஷ், நான்.... செயல்பட்டோம். இந்த

செயல்பாடுகள் ரகசியமான முறையில் இருக்க வேண்டும் என்பது வெளியுறவுத் துறை அமைச்சரின் கட்டளை.''

அதிஷா குறுக்கிட்டாள். "இதில் என்ன ரகசியம் வேண்டிக் கிடக்கிறது...? ஆஷிஷிடம் ஏதோ தப்பு இருக்கு. அவரோட பின்னணியை விசாரிக்கும்படி சிங்கப்பூர் ஸ்பை விங்கிடம் சொல்லியிருக்கலாமே?''

"அப்படிச் சொன்னால் பிரச்சனை வேறு மாதிரி திசைமாறிப் போயிருக்கும்..?''

"எது மாதிரி...?''

"ஆஷிஷ் இந்திய வம்சாவளியைச் சேர்ந்தவர் என்பதால் காணாமல் போன மலேசிய விமானத்துக்கும் இந்தியாவுக்கும் ஏதோ ஒரு தொடர்பு இருக்கிற மாதிரியான எண்ணம் உலக நாடுகளின் மத்தியில் ஏற்பட்டுவிடும்.''

"அது உங்க கற்பனை.''

"கற்பனை இல்லை, நிஜம்... இந்தியத் தூதர் ஷ்யாம் வர்மா கொடுத்த தகவல்கள்படி ஆஷிஷின் அறையில் மைக்ரோபீஸ் எனப்படும் குட்டி குட்டி பென் டிரைவ்கள் இருந்ததை நித்தீஷும் அமிர்தவல்லியும் கண்டுபிடித்தார்கள். அயோனைஸிங் செய்யப்பட்ட அந்த பென்டிரைவ்களை சிங்கப்பூரிலிருந்து சென்னைக்குக் கொண்டு வருவதில் பிரச்சனை இருந்தது. பென்டிரைவ்களை எப்படி கொண்டு போனாலும் சிங்கப்பூர் ஏர்போர்ட்டிலும் சென்னை ஏர்போர்ட்டிலும் சக்தி வாய்ந்த டிடெக்டர்களை வைத்து கண்டுபிடித்துவிடுவார்கள் என்பதால் அமிர்தவல்லிக்கு பல்செட்டைப் பொருத்தி சாமர்த்தியமாய் சென்னை கொண்டு வந்தார்கள்.''

"சரி! அந்த பென்டிரைவ்களை இணைச்சு ஒரே பென்டிரைவாய் மாற்றி போட்டுப் பார்த்தீங்களா?''

"போட்டுப் பார்த்தோம்!''

"என்ன முடிவுக்கு வந்தீங்க... ஆஷிஷுக்கு அந்த விமானக் கடத்தலில் தொடர்பு இருக்கா இல்லையா..?

"தெரியலை.!''

"தெரியலையா... இல்ல புரியலையா?''

"புரியலை...! நிறைய சங்கேத வார்த்தைகள். விமானம் எப்படி கடத்தப்படணும்ன்னு வீடியோ கிராஃபிக்ஸ் மூலம் ஒரு டெமோ பண்ணியிருந்தாங்க.''

"ஸோ... அந்த பென்டிரைவ்களில் பதிவாகியிருக்கும் நிகழ்வுகளையும் சங்கேத வார்த்தைகளையும் வெச்சு உங்களால

எந்த ஒரு முடிவுக்கும் வர முடியலை?"

"ஆமா...!"

"எதுவுமே புரியாத ஒண்ண வெச்சுக்கிட்டு நீங்க குழம்பிட்டு இருக்கிறதுக்குப் பதிலா அதை என்கிட்ட குடுத்துடலாமே...?"

சைதன்யா மௌனமாய் காரை ஓட்டிக் கொண்டிருந்தாள். கத்தி இப்போது அவளுடைய கழுத்துக்கு இடம் பெயர்ந்தது. "என்ன பேச்சையே காணோம்...? ஓ... வாசுதேவனும் அதே கடல் கழுகைத்தான் டிமாண்ட் பண்றார்ன்னு பார்க்கறியா? இனிமே இந்தக் கறுப்பு ஆட்டைப்பத்தி நீ கவலைப்படாதே. இதை எங்கே ஓட்டிட்டுப் போய் என்ன பண்ணனும்ன்னு எனக்குத் தெரியும். அந்த கடல் கழுகுக்கு இனிமே நான்தான் சொந்தக்காரி."

கார் இப்போது பெருங்குடி எல்லைக்குள் நுழைந்தது. கார்ப்பரேஷனின் ஃப்ளோரஸண்ட் விளக்குகள் மின்சாரத்தை சாப்பிட்டுக் கொண்டிருக்க எல்லாப் பக்கமும் நள்ளிரவின் நிசப்தம். சைதன்யா காரை ஓட்டிக் கொண்டே சொன்னாள்.

"கடல் கழுகை நான் வாசுதேவன்கிட்டே கொடுக்கலைன்னா ஒரு பெரிய விபரீதம் நடக்க வாய்ப்பு இருக்கு!"

"என்ன விபரீதம்! ஓ... பூனத்துகிட்டே மாட்டியிருக்கிற உன்னோட ஆட்களைப் பத்தி சொல்றியா?"

"ஆமா...!"

"கடல் கழுகு பூனத்தோட கைக்குப் போய்ச் சேரலைன்னா அவ உன்னோட ஆட்களான ஈஸ்வர், நித்தீஷ், அப்புறம் சிங்கப்பூர் ஸ்பைவிங் சாரங், இன்சொல், அப்புறம் அந்த கருங்காலிகள் குருதேவ், நூருல்லா எல்லோரையும் அவ சுட்டுத் தள்ளிடுவா. அதைத்தானே சொல்றே?"

"ஆமா..!"

"இதோ பார்..! யார் செத்தாலும் சரி, யார் உயிரோடு இருந்தாலும் சரி, அதைப் பத்தி எனக்கு கவலை கிடையாது. என்னோட கைக்கு 'கடல் கழுகு' வரணும்..." அதிஷா சொல்லிக் கொண்டிருக்கும்போதே வாசுதேவனின் செல்போன் விழித்து கொண்டு ரிங்டோனை வெளியிட்டது.

"போன்ல யாரு?"

"பூனம்...!"

"ஸ்பீக்கர் போட்டுட்டு பேசு..!"

"மேடம்..!"

"என்ன வாசுதேவன்... அங்கே ஏதாவது பிரச்சனையா?"

"ஒண்ணுமில்லையே?"

"பின்னே ஏன் செல்போனை 'ஆன்'ல வைக்கலை?"

"ஸாரி மேடம்... மறந்துட்டேன்...!"

"இப்போ... ஆன் பண்ணி வையுங்க. ஸ்பாட்டுக்கு போய் சேர்ந்துட்டீங்களா...?"

"இன்னும் ஒரு அஞ்சு நிமிஷத்துல போயிடுவோம்..."

"சைதன்யாகிட்டே போனைக் குடுங்க..." வாசுதேவன் செல்போனை சைதன்யாவிடம் நீட்ட, அவள் மெல்லக் குரல் கொடுத்தாள்.

"நான் சைதன்யா பேசறேன்!"

"மனசுக்குள்ளே பயம் இருக்கட்டும். கடல் கழுகை எடுத்துட்டு வர்றது மட்டும்தான் உன்னோட வேலை புத்திசாலித்தனமாய் ஏதாவது பண்ண நினைச்சா இங்கே எனக்கு முன்னாடி மண்டிபோட்டு உட்கார்ந்திருக்கிற யாருமே உயிரோடு இருக்கமாட்டாங்க...!"

"எனக்கு அது தெரியாதா என்ன?"

"இன்னும் ஒரு மணி நேரத்துக்குள்ளே இங்கே இருக்கணும்."

"இருப்போம்...!"

சைதன்யா சொல்லிக் கொண்டிருக்கும்போதே வீடு இருக்கும் தெரு வந்தது. அதிஷா வாசுதேவனின் செல்போனை சட்டென்று பறித்து அதை அணைத்தாள். வாசுதேவன் பதறினார்.

"ஏய்... என்ன பண்றே..? பூனத்துக்கு செல்போனை ஆன் பண்ணி வைக்கலைன்னா சந்தேகம் வந்துடும்."

"அவ்வளவு சீக்கிரம் சந்தேகம் வராது... போன்ல ஏதாவது பிரச்சனைன்னு நினைச்சுக்குவா..." சொன்ன அதிஷா செல்போனைத் திறந்து அதில் இருந்த சிம்கார்டை எடுத்து வெளியே வீசிட்டு செல்போனை தன்னிடமே வைத்துக் கொண்டாள். வாசுதேவன் கத்தினார். "உனக்கென்ன பைத்தியமா...? அங்கே ஆறு பேரோட உயிரும் அவ கையில்...?"

"அவ்வளவு சீக்கிரத்தில் அவ சுடமாட்டா... புலம்பாமே வா...!"

சைதன்யா வீட்டுக்கு முன்பாய் காரை நிறுத்தினாள். ஹார்ன் கொடுத்தாள். விக்கெட் டோர் வழியாக எட்டிப் பார்த்த வாட்ச்மேன் கதவைத் திறந்துவிட, கார் உள்ளே போயிற்று.

அதிஷா, சைதன்யாவிடம் சொன்னாள். "இதோபார்! வாட்ச்மேனுக்கு எங்க பேர்ல கொஞ்சமும் சந்தேகம் வரக்கூடாது.

நாங்க ரெண்டு பேரும் கார்ல இருப்போம். நீ மட்டும்தான் உள்ளே போய் ஒரு அஞ்சு நிமிஷத்துக்குள்ளே கடல் கழுகோடு வரணும்.''

போர்டிகோவில் போய் கார் நின்றது. சைதன்யா கலைந்த தலையும் வியர்த்த முகமுமாய் கீழே இறங்கினாள். வாட்ச்மேன் எதிர் கொண்டான். காருக்குள் இருந்தவர்களைப் பார்த்துவிட்டு லேசாய் முகம் மாறினான்.

"அம்மா...! அய்யாவும் நித்தீஷ் ஸாரும் வரலையா?''

"அவங்க ஒரு மீட்டிங்ல இருக்காங்க. இவங்க நம்ம கெஸ்ட்! நான் ஒரு ஃபைலை எடுத்துட்டு உடனே கிளம்பணும்.''

"வர்றதுக்கு நேரமாகுமாம்மா?''

"விடிகாலையில்தான் வருவோம். நீ வீட்டைப் பத்திரமாய் பார்த்துக்க...'' சைதன்யா சொல்லிக் கொண்டே போர்டிகோ படிகள் ஏறி உள்ளே போனாள். வாட்ச்மேன் காம்பௌண்ட் கேட்டை நோக்கிப் போய்விட அதிஷாவும் வாசுதேவனும் காரின் இருட்டுக்குள் மௌனம் காத்தார்கள். அதிஷாவின் கையிலிருந்த கத்தி வாசுதேவனின் கழுத்தில் ஊர்ந்தபடி இருந்தது.

திடும்மென்று காருக்குள் செல்போன் சன்னமாய் முணுமுணுத்தது. வாசுதேவன் திடுக்கிட்டுப் போய்த் திரும்பிப் பார்க்க அதிஷா புன்முறுவல் பூத்தாள். "அது என்னோட போன்.''

இடுப்பில் இடம் பிடித்திருந்த செல்போனை எடுத்து காதுக்கு ஒற்றினாள். யாரும் கேட்டுவிடாதபடி மெல்லப் பேசினாள்.

"நான் அதிஷா!''

"என்ன நிலவரம்?''

"இன்னும் சில நிமிடங்களில் கழுகு என் கையில்.''

"பறந்துவிடப் போகிறது.''

"வாய்ப்பேயில்லை...''

"சரி... அங்கே... இப்போ வெய்யிலா இல்லை மழையா?''

"நல்ல வெய்யில்..!''

"இங்கே மழை..!''

"சரி... புத்தர் சிரித்தாரா...?''

"சிரித்தார்..''

"நானும் அந்த சிரிப்பைப் பார்க்க வேண்டும்.''

"கழுகோடு வா...! அனைவரும் சிரிக்கலாம்.''

மறுமுனையில் செல்போன் அணைந்து போக, அதிஷாவும்

செல்போனை அணைத்துவிட்டு சைதன்யாவுக்காக காத்திருக்க ஆரம்பித்தாள்.

விநாடிகள் நிமிஷங்களைத் துரத்த ஆரம்பித்தன.

24

அதிஷாவும் வாசுதேவனும் காரின் இருட்டுக்குள் மௌனமாய் காத்திருக்க, சரியாய் ஐந்து நிமிஷம் முடிவதற்குள் சைதன்யா வீட்டிலிருந்து வெளிப்பட்டாள். கையில் சிறியதாய் ஒரு ஃபைபர் கண்டெய்னர்.

டிரைவிங் இருக்கைக்கு வந்தாள். பின்னால் உட்கார்ந்திருந்த அதிஷாவிடம் அந்த கண்டெய்னரைக் கொடுத்தாள். அவள் வாங்கிக் கொண்டே கேட்டாள்.

“இதுதான் கடல் கழுகு குடியிருக்கிற கூடா?”

“ஆமா...!”

“இதுல எந்தவிதமான ஏமாற்றுத்தனமும் இல்லையே?”

“இனிமே நாங்க யாரையும் ஏமாற்ற முடியாது. எங்க கையில் இருந்த எல்லா ஆயுதங்களையும் கீழே போட்டுட்டோம்.”

“புத்திசாலித்தனமான முடிவு..! சரி... வாட்ச்மேனுக்கு சந்தேகம் வராதபடி உன்னோட நடவடிக்கைகள் இருக்கணும். காரை நகர்த்து...!”

கார் போர்டிகோவைச் சுற்றிக் கொண்டு காம்பௌண்ட் கேட் அருகே வந்தது. வாட்ச்மேன் குனிந்து சல்யூட் வைக்க, கார் சாலைக்கு வந்தது. சைதன்யா சீரான வேகத்தில் காரை விரட்டிக் கொண்டே மெல்லத் திரும்பிப் பார்த்தாள். குரல் நடுங்கக் கூப்பிட்டாள் “அதிஷா...!”

“அங்கே பூனத்துக்கிட்டே ஈஸ்வரும், நித்தீஷம் மாட்டிக்கிட்டிருக்காங்க. அவங்களைக் காப்பாத்த என்ன வழி...?”

“எனக்கு அதையெல்லாம் யோசிச்சுப் பார்க்க நேரமில்லை. உயிர்க்குத் துணிஞ்சுதானே இந்த விவகாரத்துல இறங்கினீங்க...! அப்படீன்னா வர்ற பிரச்சனைகளை ஃபேஸ் பண்ணித்தான் ஆகணும்.”

“எங்களுக்குக் கொடுத்த டியூட்டியை நாங்க பார்த்தோம். யார் இந்த பூனம்ன்னு தெரியலை. நீ ஏதாவது ஹெல்ப் பண்ண முடியுமா...?”

“இதோ பார்.... என்னோட டியூட்டி இந்த கடல் கழுகைக் கொண்டு போய் யார்கிட்டே கொடுக்கணுமோ அவங்ககிட்டே குடுத்துட்டு எனக்குத் தர வேண்டிய பணத்தை வாங்கிக்கிட்டு நான் பாட்டுக்கு போயிடுவேன். அதே மாதிரி நீங்க ரெண்டு பேரும் பூனத்துக்கிட்டே போகாமே எஸ்கேப் ஆயிடுங்க.”

“அது என்னால முடியாது.”

“முடியாதுன்னா பூனத்துகிட்டேயே போ. ‘அதிஷா கடல் கழுகைக் கொண்டு போயிட்டா’ன்னு சொல்லு.”

வாசுதேவன் நடுக்கமாய் குறுக்கிட்டார். “அந்த நிமிஷமே அவ எல்லாரையும் சுட்டுத் தள்ளிடுவா...!”

“செத்துப் போங்க...! எனக்கு என்ன வந்தது? என்னை மட்டும் நான் சொல்ற இடத்துல ட்ராப் பண்ணிட்டு போயிட்டே இருங்க!”

சைதன்யா கேட்டாள். “உன்னை எங்கே ட்ராப் பண்ணனும்.?”

“காரை ஓ.எம்.ஆர்க்கு ஓட்டு. நான் சொல்ற வரைக்கும் அந்த ரோட்ல போயிட்டேயிரு. நான் இறங்க வேண்டிய இடம் வந்ததும் சொல்றேன். அப்ப நிறுத்திக்க.... நான் இறங்கிக்கறேன்.”

வாசுதேவன் பதறினார். “இந்நேரம் பூனத்துக்கு சந்தேகம் வந்துருக்கும். என்னோட செல்போன் வேற ‘ஆன்’ல இல்லை.”

“நீங்க ரெண்டு பேரும் ஒரு காரியம் பண்ணுங்க!”

“என்ன..?”

“என்னை நான் சொல்ற இடத்துல ட்ராப் பண்ணிட்டு.... நீங்க நேரா போலீஸுக்குப் போயிடுங்க. போலீஸ்ல விஷயத்தைச் சொல்லி ஒரு அதிரடி கமாண்டோ படையோடு போனீங்கன்னா எல்லாரையும் காப்பாத்திடலாம்!”

“உனக்கு இரக்கமே இல்லையா?” வாசுதேவன் கொதிக்க, அதிஷா தன் கையிலிருந்த கத்தியால் அவருடைய பிடரியை வருடினாள். “இரக்கத்தைப் பத்தி நீங்க பேசாதீங்க வாசுதேவன். சி.பி.ஐயாய் இருந்துகிட்டு உங்க ஆட்களையே காட்டிக் கொடுத்தவங்கதானே நீங்க...?” அதிஷா குரலை உயர்த்தி சத்தம் போட்டுக் கொண்டிருக்கும் போதே அவளுடைய செல்போன் முணுமுணுத்தது. எடுத்து காதுக்கு ஒற்றினாள்.

“நான் அதிஷா...!”

“என்னாச்சு?”

“நம்ம இடத்துக்கு வந்துட்டிருக்கேன்.”

“கழுகு?”

“இப்போ என் கையில்.”

“அது காகமாய் இருந்துடப் போகுது?”

“இல்லை... கழுகு இருந்த ஃபைபர் கண்டெய்னர் என்னோட கைக்கு வந்ததுமே அதே விநாடி ஹேண்டி ஸ்கேனர்ல செக் பண்ணிப் பார்த்துட்டேன். நம்ம கைக்கு வரணும்ன்னு ஆசைப்பட்ட

அதே கடல் கழுகு தான்...!''

''ரெண்டு பேரும் ஒத்துழைப்புத் தர்றாங்களா?''

''வேற வழி...?''

''அதிஷா, அலட்சியம் அதிக ஆபத்து... பத்திரம்!''

''எனக்குத் தெரியாதா...! அது சரி. இன்னிக்கு சிவப்பு என்ன நிறம்?''

''வெண்மை...!''

''நினைச்சேன்.''

''இன்னும் ஒரு அரைமணி நேரத்துக்குள்ளே வந்துருவியா?''

''சரியாய் இருபது நிமிஷம். அங்கே இருப்பேன்.'' அதிஷா செல்போனை அணைத்தாள். கார் இப்போது வேளச்சேரியை உரசி விட்டு ஓ.எம்.ஆர். போகும் மேம்பாலத்தில் ஏறியது. சைதன்யாவின் இதயத்துடிப்பு தாறுமாறாய் இருக்க, மூளை பரபரவென்று யோசித்தது.

'ஈஸ்வரையும் நித்தீஷையும் காப்பாற்ற என்ன வழி...?'

'அந்த வெறிபிடித்த பூனம் இந்நேரம் ஒரு எரிமலையாய் மாறி இருப்பாள்!'

'இனி அதிஷாவை ஏமாற்றி கடல் கழுகை அவளிடம் இருந்து பறிக்க ஏதாவது சாத்தியம் இருக்கிறதா?'

அதிஷா பின்சீட்டிலிருந்து சிரித்தாள். ''சான்ஸே இல்லை சைதன்யா... இனி இந்த கடல் கழுகை உங்க சி.பி.ஐ. டிபார்ட்மெண்ட் மறந்துட வேண்டியது தான்..! என்னடா... நாம மைண்ட் வாய்ஸஸுக்குள்ளே பேசினதை இவ எப்படி கண்டுபிடிச்சான்னு பார்க்கிறியா...? கார் இப்போ சீரான வேகத்துல போயிட்டிருக்கு. இது மாதிரியான சமயங்களில்தான் மூளை இப்படியெல்லாம் யோசிக்கும். இனிமே யோசிச்சு ஒண்ணுமே ஆகப் போறதில்லை. உங்க சி.பி.ஐ. டிபார்ட்மெண்ட்டோட எல்லா முயற்சிகளும் ஐ.ஸி. யூனிட்டுக்கு போயாச்சு...!''

சைதன்யா இப்போது கொஞ்சம் தைரியத்தை வரவழைத்துக் கொண்டவளாய் கேட்டாள். ''நாங்க கஷ்டப்பட்டு கண்டுபிடிச்ச இந்த கடல் கழுகை நீ யார்க்காக, எதுக்காக கொண்டு போறே? உனக்குப் பின்னாடி இருக்கிறவங்க யாரு?''

''எனக்குப் பின்னாடி இருக்கிறவங்க யாரு. முன்னாடி இருக்கிறவங்க யாரு. இதைப் பத்தின கவலையெல்லாம் உனக்கு அநாவசியம். உன்னோட சி.பி.ஐ. விசாரணையெல்லாம் என்கிட்டே வேண்டாம். இப்போதைக்கு உன்னோட வேலை கார் ஓட்டறது

மட்டுமே.''

சைதன்யா அதற்குப் பிறகு பேசவில்லை. கார் ஓ.எம்.ஆரில் திரும்பியது. நடுநிசிச் சாலை நீண்டதொரு கறுப்பு ரிப்பனாய் தெரிய, கடல்காற்றைச் சீவியது கார்.

இருபது நிமிஷப் பயணம்.

சைதன்யாவின் தோளில் கையை வைத்தாள் அதிஷா.

''இடது பக்கமாய் ஒரு பெரிய ஆலமரம் தெரியுதே... அதையொட்டி ஒரு ரோடு பிரியும். அதுல காரைத் திருப்பு...!''

சைதன்யா காரின் வேகத்தைக் குறைத்து இடது பக்கம் பிரிந்த சாலைக்குள் நுழைந்தாள். சற்றே சிதிலமான சாலை. இருபக்கமும் இருட்டான சவுக்கு மரத் தோப்புகள். எங்கோ தொலைவில் ஒரு வெளிச்சப் பொட்டு தெரிந்து உடனே மறைந்தது. இரண்டு கிலோமீட்டர் தூர பயணத்துக்குப் பிறகு அதிஷா குரல் கொடுத்தாள்.

''காரை அப்படி ஓரமாய் நிறுத்திக்க.''

கார் நின்றது. அதிஷா உடனே காரை விட்டு இறங்காமல் மௌனமாய் உட்கார்ந்திருக்க, சுற்றிலும் கப்பியிருந்த இருட்டில் சில நிழல் உருவங்கள் உற்பத்தியாகி காரை நோக்கி வந்தன. கையில் ஆயுதங்கள். ஒரு உருவம் காரின் கதவைத் திறந்தது. அதிஷா இறங்கிக் கொண்டு சைதன்யாவையும் வாசுதேவனையும் பார்த்தாள்.

''ரெண்டு பேரும் கீழே இறங்குங்க...!''

சைதன்யா திகைத்தாள்.

''எதுக்கு?''

''இந்த ராத்திரி நேரத்துல இவ்வளவு தூரம் வந்து என்னை டிராப் பண்ணியிருக்கே. ஒரு காபி கூட சாப்பிடாமே போனா எப்படி..''

''என்ன விளையாடறியா. நாங்க பூனத்துகிட்டே போக வேண்டாமா...?''

''கடல் கழுகு கைக்கு வர்ற வரைக்கும் அந்த பூனம் யாரோட உயிரையும் எடுத்துடமாட்டா. ரெண்டு பேரும் கீழே இறங்குங்க. உங்க ரெண்டு பேர்கிட்டேயும் கொஞ்சம் பேச வேண்டியிருக்கு... அரை மணி நேரம்தான். அப்புறம் நீங்க யாரோ, நான் யாரோ.''

சைதன்யாவும், வாசுதேவனும் காரினின்றும் இறங்க, நிழல் உருவங்கள் அரைவட்டமாய் சூழ்ந்தார்கள். அதிஷா முன்னால் நடக்க ஆரம்பித்துவிட பின் தொடர்ந்தார்கள். சொற்ப வெளிச்சம் பரவியிருந்த கட்டடத்துக்குள் நுழைந்து, ஹாலின் மையத்திலிருந்து 'S' போட்டுக் கொண்டு போன மாடிப்படிகளில் ஏறினார்கள். அதிஷா

மாடி வராந்தாவில் நடக்கும் பொழுது உயரமான அந்த இளைஞன் பிரெஞ்ச் தாடி மீசையோடு எதிர்ப்பட்டான். அதிஷா கேட்டாள்.

“என்ன ஆல்வின்... எல்லாம் ரெடியா...?”

“ரெடிதான்...!”

“சிவப்பின் நிறம் இப்போ என்ன?”

“அதே வெண்மைதான்.”

“பரவாயில்லையே...!” அதிஷா சிரித்துக் கொண்டே முன்னால் போக, சைதன்யாவும் வாசுதேவனும் தயங்கித் தயங்கி நடந்தார்கள். சைதன்யாவின் மூளையை யோசனைகள் பிறாண்டியது.

‘இது எந்த இடம்...?’

‘யார் இவர்கள்?’

‘என்ன விசாரிக்கப் போகிறார்கள்?’ முன்னால் நடந்து கொண்டிருந்த அதிஷா இப்போது சாத்தியிருந்த ஒரு அறைக்கு முன்பாய் நின்றாள். கதவைத் திறந்து விட்டுச் சொன்னாள்,

“உள்ளே போய் உட்கார்ங்க... நான் ஒரு அஞ்சு நிமிஷத்துல வந்துடறேன்!”

சைதன்யாவும் வாசுதேவனும் அந்த அறைக்குள் நுழைந்தார்கள். ஜீரோவாட்ஸ் வெளிச்சம் அறை பூராவும் பரவியிருக்க, வலது பக்க சுவரோரமாய் வரிசையாய் அவர்கள் உட்கார்ந்திருந்தார்கள்.

பூனம், ஈஸ்வர், நித்தீஷ், இன்சொல், சாரங், குருதேவ், நூருல்லா, டி.ஜி.பி. கங்காதரன். சைதன்யா ஸ்தம்பித்துப் போனவளாய்ப் பார்த்துக் கொண்டிருக்க அதிஷாவின் குரல் பின்பக்கமிருந்து கேட்டது.

“என்ன சைதன்யா...! நீ எங்கே போகணும்ன்னு ஆசைப் பட்டியோ, யார் யாரையெல்லாம் பார்க்க ஆசைப்பட்டியோ அவங்க எல்லாரையுமே இங்கே கொண்டு வந்துட்டோம். எல்லாரும் இருக்காங்களான்னு ஒரு தடவை செக் பண்ணி பார்த்துக்க...”

சைதன்யா நித்தீஷிடம் ஓடினாள். அவன் தலைகுனிந்து உட்கார்ந்திருந்தான். இடது கன்னமும் வலதுபக்க நெற்றியும் வீங்கியிருந்தது. ரத்தக் கோடு ஒன்று கருஞ்சிவப்பு நிறத்துக்கு மாறி உறைந்து போயிருந்தது. ஈஸ்வரின் முகத்தைப் பார்த்தாள் நாசித் துவாரங்களில் ரத்தம் தெரிய, மேல் உதடு வீங்கியிருந்தது.

‘அடித்திருக்கிறார்கள்!’

சற்றுத் தள்ளி நின்றிருந்த அதிஷா சிரித்தாள். “என்ன சைதன்யா... அப்படிப் பார்க்கிறே..? ஒழுங்கு மரியாதையாய்

கூப்பிட்டுப் பார்த்தோம். யாரும் வரலை. அதான் சின்னதாய் ஒரு ரத்தக்களறி."

சைதன்யா சீறினாள். "நீ கேட்ட கடல் கழுகைத் தான் கொடுத்துட்டோமே... அப்புறம் என்ன?"

"போதாது...! இன்னமும் ஒரு முக்கியமான விஷயம் உங்ககிட்டேயிருந்து வரவேண்டியிருக்கு."

அதிஷா சொல்லிக் கொண்டிருக்கும்போதே ஆல்வின் உள்ளே வந்தான். "என்ன அதிஷா! முன்னுரை கொடுத்துட்டியா?"

"கொடுத்துட்டேன்!"

"சரி! அந்த வீடியோவைப் போட்டுக்காட்டு!"

அதிஷா தன் கையில் இருந்த ரிமோட்டை உசுப்ப, எதிர் சுவற்றில் இருந்த பெரிய டி.வி. திரை உயிர் பெற்றது.

கருநீலநிற யூனிஃபார்ம் அணிந்த நடுத்தர வயது நபர் ஒருவரின் முகம் உற்பத்தியாக, அவர் நேர்ப் பார்வை பார்த்துக் கொண்டு நிதானமான குரலில் ஆங்கிலம் பேசினார்.

"நான் ஜகாரி பாரிக். மலேஷிய விமானப்படையின் தளபதி பேசுகிறேன். சென்ற மாதம் ஏழாம் தேதி கோலாலம்பூரிலிருந்து AL-17 என்ற விமானம் கனடா நோக்கிப் புறப்பட்டது. ஆனால் புறப்பட்ட சில மணி நேரத்திலேயே அது காணாமல் போய்விட்டது. விமானம் காணாமல் போக அது என்ன பென்சிலா பேனாவா...? விபத்துக்குள்ளாகிவிட்டது என்று சொன்னார்கள். அதனுடைய சிதைவுகள் தென்சீனக் கடலில் மிதப்பதாய் சொன்னார்கள். அந்த சிதைவுகளை எடுத்து ஆய்வுக்கு உட்படுத்திப் பார்த்தபோது அது விமானத்தின் சிதைவுகள் இல்லை என்று உறுதியானது. அதன் பிறகு அந்த விமானம் என்னதான் ஆயிற்று என்கிற கேள்விக்கு ஐந்து வல்லரசு நாடுகள் உட்பட எல்லா நாடுகளும் அது விபத்துதான் என்று சொல்லி அந்தப் பிரச்சனைக்கு ஒரு முற்றுப்புள்ளி வைத்துவிட்டன.

ஆனால் உண்மையான நிலவரம் என்ன தெரியுமா? அந்த AL-17 விமானம் இப்போது மலேசிய விமானப் படையின் கட்டுப்பாட்டுக்குள் பத்திரமாய் இருக்கிறது. அதில் பயணம் செய்த அத்தனை பயணிகளும் விமான ஊழியர்களும் பாதுகாப்பாய் இருக்கிறார்கள். அதில் நான்கு பேர் மட்டும் உயிரோடு இல்லை. காரணம், அவர்கள் எங்களிடம் பிடிபட்ட அடுத்த விநாடியே கட்டை விரலில் தடவியிருந்த கொடிய விஷத்தைச் சப்பி தற்கொலை செய்து கொண்டார்கள்.

அந்த நான்கு பேரும் தீவிரவாதிகள் அல்ல. அறுபது வயதுக்கு மேற்பட்டவர்கள். அவர்கள் வைத்திருந்த செல்போன்களில் பல விபரீத விஞ்ஞான விஷயங்கள் சங்கேத வார்த்தைகளாய் பதிவு செய்யப்பட்டிருந்தது. இறந்துபோன அந்த நான்கு பேரும் போலி பாஸ்போர்ட்களை வைத்துக் கொண்டு பயணம் செய்ததால் அவர்கள் எந்த நாடுகளைச் சேர்ந்தவர்கள் என்பதை எங்களால் கண்டுபிடிக்க முடியவில்லை. இந்த அந்தரங்கமான விஷயங்களை உங்களிடம் நான் ஏன் சொல்லிக் கொண்டு இருக்கிறேன் என்றால் எங்கள் மலேஷிய நாட்டின் விமானம் காணாமல் போன விஷயத்தில் நீங்கள் பத்து பேரும் எடுத்துக் கொண்ட அக்கறையும், விசாரணைகளும்தான். உங்கள் பத்து பேரில் யாராவது ஒருவராவது அந்த நான்கு நபர்களோடு சம்பந்தப்பட்டு இருக்கலாம் என்பது என்னுடைய சந்தேகம்.

சந்தேகத்தைத் தீர்த்துக்கொள்ள நாம் எல்லோரும் கோலாலம்பூர் புறப்பட்டுப் போகிறோம். அதிகாலை மூன்று மணிக்கு சென்னையில் உள்ள மலேசிய தூதரகத்துக்குச் சொந்தமான தனி விமானத்தில் நாம் மலேசியாவுக்கு பறக்கிறோம்.

நான்கு மணி நேரப் பயணம். கோலாலம்பூர்க்குப் பக்கத்தில் உள்ள 'தாஹன் மவுண்ட்டன்' என்கிற மலைப்பகுதியில் உள்ள விமானக் கட்டுமானத் தளத்துக்குப் போகிறோம். அங்கே நீங்கள் காணாமல் போன AL-17 விமானத்தைப் பார்க்கலாம். அதோடு தைலத்தில் பதப்படுத்தி வைத்து இருக்கும் அந்த நான்கு பேரின் உடல்களையும் பார்க்கலாம். உங்கள் பத்து பேரில் யாரேனும் ஒருவர்க்காவது அந்த நான்கு பேர் யார் என்பது தெரியும். அந்த ஒருவர் உண்மையைச் சொல்லியே ஆக வேண்டும். இல்லாவிட்டால் நீங்கள் பத்து பேருமே உயிரோடு இந்தியா திரும்ப முடியாது..!"

மலேசிய விமானப் படைத்தளபதி 'ஜகாரி பாரிக்'கின் பேச்சு நின்றது. டி.வி. திரையில் அவருடைய முகம் ஸ்லோமோஷனில் மறைய, பார்த்துக் கொண்டிருந்த பத்து பேரும் பயத்தில் உறைந்தார்கள்.

25

மலேஷிய விமானப் படைத்தளபதி ஜகாரி பாரிக்கின் முகம் டி.வி.யின் பெரிய திரையில் காணாமல் போக, பீதியில் உறைந்து போயிருந்த பத்துப் பேரும் மௌனப் பார்வைகளால் ஒருவரையொருவர் நனைத்துக் கொண்டார்கள்.

அதிஷா அவர்களுக்கு முன்பாய் வந்து ஒரு விஷமப் புன்னகையோடு நின்றாள். "என்ன வீடியோ பார்த்தீங்களா...? ஜகாரி பாரிக் என்ன சொன்னார்ங்கிறதை கவனிச்சீங்களா...? உங்க பத்துப் பேர்ல யாரோ ஒருத்தர்க்கு எல்லா உண்மைகளும் தெரியும்ன்னு அவர் நம்பறார். அவரோட நம்பிக்கை உண்மையா பொய்யா? உங்கள்ல யார் அந்த ஒருத்தர்...?"

பத்துப் பேரும் வாயைத் திறக்காமல் நிலைத்துப் போன பார்வைகளோடு அப்படியே உட்கார்ந்திருந்தார்கள். அதிஷா ஏற்ற இறக்கத்தோடு பேச்சைத் தொடர்ந்தாள்.

"இந்தப் பிடிவாதமான மௌனம் ரொம்ப நேரத்துக்கு உதவாது. மலேஷியா விமானத்தில் பயணம் பண்ணின அந்த நாலு பேர் தங்களோட கட்டை விரல்களில் தடவப்பட்ட விஷத்தை சப்பி, ஒரு மைக்ரோ விநாடி நேரத்தில் உயிரை விட்டிருக்காங்க. அந்த நாலு பேர் யார்..? அவங்ககிட்டயிருந்த செல்போன்களில் பதிவாகியிருந்த விஞ்ஞான விபரீத விஷயங்கள் என்ன...? இந்த ரெண்டு பெரிய மெகா கேள்விகளுக்கு பொய் கலக்காமே பதில் சொல்லிட்டா பத்துப் பேரும் உயிர் பிழைக்க வாய்ப்பு இருக்கு.

"இல்லேன்னா பத்துப் பேரும் ஒட்டுமொத்தமாய் மவுண்ட் தாஹனில் உயிரை விட வேண்டியதுதான். நல்லா யோசனை பண்ணுங்க. விடிகாலை மூணு மணிக்கு தனி ஃப்ளைட்ல மலேஷியா பறக்கிறோம்!" அதிஷா சொல்லிவிட்டுப் போய்விட, அறைக்குள் இருந்த பத்துப் பேரும் அந்த அரையிருட்டில் அசையாமல் உட்கார்ந்திருந்தார்கள். அரை நிமிஷ மௌனத்துக்குப் பிறகு ஈஸ்வர் மெல்ல பேச்சை ஆரம்பித்தார். குரலில் நடுக்கம். "உலக நாடுகள் நினைக்கிறபடி மலேஷிய விமானம் கடத்தப்படவும் இல்லை. கடலில் விழுந்து விபத்துக்குள்ளாகவும் இல்லை. AL-17 விமானத்துக்கு இப்படியொரு ஆபத்து ஏற்பட வாய்ப்பு இருக்கிறதை மோப்பம் பிடிச்ச மலேஷிய விமானத்துறை, விமானம் புறப்பட்ட ஒரு மணி நேரத்திற்குள்ளாகவே அதை தங்களோட கட்டுப்பாட்டுக்குள்ளே கொண்டு வந்து மவுண்ட் தாஹனில் இருக்கிற அவர்களுடைய விமானக் கட்டுமானத்தளத்துக்கு கொண்டு போய் குறிப்பிட்ட அந்த

நாலு பேரை மட்டும் மடக்கியிருக்காங்க. அதை எதிர்பார்க்காத நாலு பேரும் விஷம் சாப்பிட்டு தற்கொலை. யார் அந்த நாலு பேர்...? அவங்ககிட்டயிருந்த அந்த விஞ்ஞான விபரீதங்கள் என்ன? இந்த ரெண்டு கேள்விகளுக்கும் எனக்கு பதில் தெரியாது. மீதி இருக்கிற உங்க ஒன்பது பேர்களில் யார் அந்த ஒருத்தர்...?''

பயத்தில் வெளுத்த முகங்களோடு ஒன்பது பேருமே அந்த ஒருத்தர் நாங்கள் இல்லை என்பது போல் தலைகளை ஆட்டினார்கள்.

''யாருமே இல்லைன்னா எப்படி...? நான், நித்தீஷ், சைதன்யா மூணு பேருமே சி.பி.ஐ. பர்சன்ஸ். எங்க சி.பி.ஐ. டைரக்டர் மஹி கொடுத்த அசைன்மெண்ட்டைத்தான் நாங்க பண்ணி முடிச்சோம். எங்க டிபார்ட்மெண்ட்டைச் சேர்ந்த அமிர்தவல்லியின் உதவியோடு நித்தீஷ் சிங்கப்பூர் போய் கடல் கழுகைக் கொண்டு வந்தது, மலேஷிய விமானம் மாயமாய் மறைந்ததன் பின்னணியில் என்ன நடந்தது என்பதைத் தெரிந்து கொள்ளத்தானே தவிர, மற்றபடி வேற எந்த நோக்கமும் இல்லை. இந்தியத் தூதர் ஷ்யாம் வர்மா குடுத்த தகவலின் பேரில் எடுக்கப்பட்ட இந்த நடவடிக்கையில் உண்மையை வெளியே கொண்டு வரும் நோக்கம் மட்டுமே இருந்தது. மலேசிய விமானத்துறையிடம் பிடிபட்ட அந்த நாலு பேரும் யார்ன்னே எங்களுக்குத் தெரியாது...!''

ஈஸ்வர் பேசி முடித்ததும் டி.ஜி.பி. கங்காதரன் கம்மிப் போன குரலில் குறுக்கிட்டார்.

''எனக்கும் இந்த மலேஷிய விமான விவகாரத்துக்கும் எந்தவிதமான தொடர்பும் இல்லை. என்னோட மகள் வாகினிக்கும், ஜெய்சி என்ற பெண்ணுக்கும் ஃபேஸ்புக் மூலமாய் தொடர்பு இருந்ததும், அந்தப் பெண் ஜெய்சி, வாகினியோடு அடிக்கடி செல்போனில் பேசியதை அடிப்படை ஆதாரமாய் வைத்துக் கொண்டு சிங்கப்பூர் ஸ்பைவிங் ஆபிஸர் சாரங் என்னை விசாரிக்க வந்ததும் உண்மை.

அந்த செல்போன் இப்போது என்னுடைய மகளிடம் இருப்பதாக நான் சாரங்கிடம் சொன்ன போது அவர் வாகினியை விசாரிக்க விரும்பினார். நானும் உடனே வாகினிக்கு போன் செய்து வரச் சொன்னேன். வரும் வழியில் அவள் ஒரு விபத்தில் சிக்கவே இப்போது என் மகள் ஹாஸ்பிடலில். டாக்டர்கள் சரியான நேரத்தில் எல்.எஸ்.டி கொடுக்கவே உயிர்பிழைத்து சுயஉணர்வுக்கு வந்து பேச ஆரம்பித்துவிட்டாள். ஜெய்சியோடு தனக்கு பெரிய அளவில் உணர்வு பூர்வமான நட்பு எதுவும் கிடையாது என்று என் மகள் வாகினி சொன்னதையும் சாரங் ஏற்றுக் கொண்டுவிட்டார். அதற்குப்

பிறகு தான் சாரங் தன்னிடம் இருந்த ஜி.பி.ஆர்.எஸ். மூலமாய் இன்சொல் இருக்கும் இடத்தைக் கண்டுபிடித்து நூருல்லாவின் வீட்டுக்குப் போய் அங்கே அடைக்கப்பட்டு இருந்த இன்சொல்லை மீட்டு நூருல்லாவோடு குருதேவ்வின் வீட்டுக்கு வந்தோம். பூனத்திடம் மாட்டிக் கொண்டோம். அதிஷாவும் ஜகாரி பாரிக்கும் சந்தேகப்படும் அந்த ஒரு நபர் நிச்சயமாய் நான் கிடையாது."

இப்போது சாரங் தன் குரலை உயர்த்தினார். "மலேஷிய விமானத்துறை மிகவும் முன் யோசனையோடு செயல்பட்டு தங்கள் நாட்டு விமானத்தையும் அதில் பயணம் செய்த முந்நூற்று சொச்ச பயணிகளையும் காப்பாற்றியிருக்கிறார்கள். அதில் பயணம் செய்த அபாயகரமான நபர்கள் நான்கு பேர்களையும் மடக்க முயன்றபோது அவர்கள் தற்கொலை செய்து கொண்டு இறந்து போயிருக்கிறார்கள். இந்த சம்பவங்கள் எதிலும் எனக்கு எந்தத் தொடர்பும் இல்லை. எனக்கு என்னுடைய சிங்கப்பூர் 'ஸ்பை விங்' இட்ட பணி, இன்சொல்லை உதவியாளராக வைத்துக் கொண்டு கடல் கழுகோடு சென்னைக்குப் புறப்பட்டுப் போகும் நித்தீஷையும், அமிர்தவல்லியையும் கண்காணிப்பதுதான். அதுதவிர சிங்கப்பூர் உளவுத்துறை மூலமாய் கிடைத்த ஜெய்சி மேட்டர் விஷயமாய் சென்னையில் இருக்கும் டி.ஜி.பி. கங்காதரனை விசாரிக்கச் சொல்லி கூடுதலாய் ஒரு பணியைக் கொடுத்தார்கள். இது தவிர வேறு எதுவும் எனக்குத் தெரியாது."

சாரங் சொல்லி முடிக்க, ஈஸ்வரின் பார்வை இப்போது மெல்லத் திரும்பி குருதேவ், நூருல்லா மீது மையம் கொண்டது. குருதேவ் பதட்டமாய் பேச ஆரம்பித்தார். "ஸார்! தயவு பண்ணி என் மீதோ நூருல்லா மீதோ சந்தேகப்படாதீங்க. ஜகாரி பாரிக் சந்தேகப்படற அந்த நபர் நானோ, நூருல்லாவோ கிடையாது. காணாமல் போன மலேஷிய விமானம் சம்பந்தமாய் சில முக்கியமான தகவல்களை சேகரம் பண்றதுக்காக நித்தீஷும், அமிர்தவல்லியும் சிங்கப்பூர் புறப்பட்டு சென்னை ஏர்போர்ட்டுக்கு வரும்போது அவர்களை மடக்கி அவர்கள்கிட்டே இருக்கிற 'கடல் கழுகு' என்கிற பென்டிரைவை கைப்பற்றும்படியாகவும் ஒரு பணி எங்ககிட்ட ஒப்படைக்கப்பட்டு இருந்தது."

"அந்தப் பணியை ஒப்படைச்சது யாரு?"

"பக்ரூன் நஸ்ரி..."

"யார் அந்த நபர்...?"

"அவன் ஒரு வெளிநாட்டு ஏஜெண்ட். ரெண்டே ரெண்டு தடவைதான் அவனை மீட் பண்ணினோம். கடல் கழுகை மீட்டுக்

கொடுத்தா அஞ்சு லட்சம் மலேஷிய பணமான 'ரிங்கெட்'டில் தர்றதாய் பேரம் நடந்தது. அட்வான்ஸாய் ஒரு லட்சம் ரிங்கெட் கொடுத்தான். கடல் கழுகு கைக்கு வந்ததும் மீதி நாலு லட்சம் தர்றதாய் சொன்னான். நானும் நூருல்லாவும் இந்த வேலையில் மும்முரமாய் இறங்கினோம். ஆனா நாங்க நினைச்சபடி எதுவும் நடக்கலை. கடல் கழுகோடு சிங்கப்பூர் ஏர்போர்ட்டிலிருந்து வந்த நித்தீஷும் அமிர்தவல்லியும் எப்படியோ கஸ்டம்ஸை ஏமாத்திட்டு தப்பிச்சுட்டாங்க. அவங்களோடு ஒரு கோ-பாஸஞ்சராய் ட்ராவல் பண்ணின இன்சொல் எங்க கையில் மாட்டினாள். கடல் கழுகைப் பத்தி இன்சொல்லுக்கு எப்படியும் தெரிஞ்சிருக்கும் என்கிற கோணத்துல அவகிட்டே விசாரணையை மேற்கொண்டோம். ஆனா அவள் பிடி கொடுத்துப் பேசலை. மஞ்சுளா நாயர் எங்களோடு இருந்ததால இன்சொல்லை ரொம்பவும் ஹார்ஷாய் என்கொயர் பண்ண முடியலை. அதனால அவளை கஸ்டம்ஸோட ரெட் செல்லுக்கு கொண்டு போனோம்.

ரெண்டு ஜிம்லேடீஸை வெச்சு இன்சொல்லுக்கு டார்ச்சர் கொடுத்தோம். இன்சொல் ஓரளவுக்குத்தான் உண்மையைச் சொன்னாளே தவிர முழு உண்மையைச் சொல்லலை. அவளை வழிக்குக் கொண்டு வரணும்ன்னா தனியாய் ஒரு இடத்துக்குக் கொண்டு போய் விசாரிக்கிற விதத்துல விசாரிச்சாதான் 'கடல் கழுகு' பற்றின உண்மைகள் வெளியே வரும்ன்னு நூருல்லா சொன்னார்.

இன்சொல்லை ஒரு கொலைகாரியாய் சித்திரிக்க நூருல்லா ரெண்டு ஜிம்லேடீஸையும் வேக்குவம் புல்லட்ஸ் துப்பாக்கியால் சத்தம் இல்லாமல் தீர்த்துக் கட்டிட்டு அவளை ஜீப்ல கடத்திக்கிட்டு போய் தன் வீட்டு கஸ்டடியில் வெச்சுகிட்டார். நானும் குருதேவ்வும் இன்சொல்லை மேற்கொண்டு விசாரிக்கிறதுக்குன்னே சாரங் தன்கிட்டேயிருந்த ஜி.பி.ஆர்.எஸ். மூலமாய் இன்சொல் இருந்த இடத்தைக் கண்டுபிடிச்சு எங்களையும் மடக்கிட்டார். நானும் நூருல்லாவும் பணத்துக்கு ஆசைப்பட்டுத் தான் இந்த வேலையில் இறங்கினோம். மற்றபடி எங்களுக்கும், தற்கொலை பண்ணிக்கிட்டு இறந்து போன அந்த நாலு பேர்க்கும் எந்த ஒரு தொடர்பும் இல்லை..."

ஈஸ்வர் பெருமூச்சை வெளியேற்றிவிட்டு சற்றுத் தள்ளி உட்கார்ந்திருந்த பூனத்திடம் திரும்பினார்.

"நீ என்ன சொல்லப் போறே?"

பூனத்தின் கண்களில் நீர் மின்னியது. "என்னோட கதையும் கிட்டத்தட்ட குருதேவ் சொன்னது போல்தான் ஸார். என்னைச்

சந்தித்துப் பேசிய அந்த நபர் ஒரு அமெரிக்கர். பேரு ஜெப்ரேடியோ. வாசுதேவன்தான் கூட்டிக்கிட்டு வந்தார். குருதேவ், நூருல்லா இந்த ரெண்டு பேரையும் க்ளோஸா அப்சர்வ் பண்ணி கடல் கழுகு அவங்க கைக்கு வந்ததும் ஜெப்ரோடியோவுக்கு இன்ஃபார்ம் பண்ண வேண்டியது என்னோட வேலை. இதுக்காக எனக்கும் வாசுதேவனுக்கும் ஒரு பெரிய தொகை பேரம் பேசப்பட்டது. குருதேவ் மேல எனக்கு ஏற்கெனவே வெறுப்பும் கோபமும் இருந்ததால இந்த வேலைக்கு ஒத்துக்கிட்டேன். என்னோட பாதுகாப்புக்காக ஒரு எல்.எம்.ஜி. துப்பாக்கியையும் ஜெப்ரேடியோ கொடுத்து வெச்சிருந்தார். திடீர்னு நீங்க எல்லாரும் ஒண்ணா வந்து என்னை கார்னர் பண்ணினதால நான் அந்த துப்பாக்கியைத் தூக்க வேண்டியதாயிடுச்சு. மற்றபடி ஜகாரி பாரிக் சொன்ன அந்த சந்தேகத்துக்குரிய நபர் நிச்சயமாய் நான் கிடையாது.''

“ஸோ நம்ம பத்துப் பேர்ல அந்த கல்பிரிட் யாருமேயில்லை?

“அதுதான் உண்மை'' என்றார் சாரங்.

“இந்த உண்மையை ஜகாரி பாரிக் நம்பணுமே?''

“அதிஷாகிட்டே பேசிப் பார்ப்போம்!''

அந்த அரையிருட்டான அறையில் பத்துப் பேரும் தெறிக்கும் இருதயத் துடிப்புகளோடு மௌனமாய் காத்திருந்தார்கள்.

சரியாய் இரண்டுமணி நேரம் கழித்து அறைக்குள் நுழைந்தாள் அதிஷா. அவளுக்குப் பின்னால் உயர்த்திப் பிடித்த துப்பாக்கிகளோடு நான்கைந்து மலேஷிய முகங்கள் தெரிந்தன.

அதிஷா பத்துப் பேர்க்கு முன்பாய் போய் நின்று ஏற்ற இறக்கக் குரலோடு கேட்டாள்.

“உங்கள்ல யார் அந்த ஒருத்தர்... கலந்து பேசி முடிவு பண்ணிட்டீங்களா?''

“கலந்து பேசினோம்!'' ஈஸ்வர் முனகினார்.

“யாரு?''

“யாருமேயில்லை...! வேற யாரோ இந்த விஷயத்தில் விபரீதமாய் செயல்பட்டு இருக்காங்க...''

அதிஷா சிரித்தாள். “நீங்க பத்துப் பேரும் இங்கே உட்கார்ந்து பேசின எல்லா பேச்சையும் மைக்ரோ ரிஸீவர்ல நான் கேட்டு அதை உடனுக்குடன் ஜகாரி பாரிக்கிற்கும் அனுப்பிட்டேன். அவர் அதை நம்பலை. ஸோ நீங்க பத்துப் பேரும் மவுண்ட் தாஹனுக்கு புறப்பட்டுப் போக தயாராய் இருங்க சரியாய் விடிகாலை மூணு மணிக்கு ஃப்ளைட் நாலு மணி நேரப் பயணம். காலையில் ஏழு

மணிக்கெல்லாம் மவுண்ட் தாஹனில் ஜகாரி பாரிக்குக்கு முன்னாடி மண்டி போட்டு உட்கார்ந்து உங்க தரப்பு நியாயங்களை எடுத்துச் சொல்லலாம். தப்பு செய்த நபர் உங்கள்ல யாராய் இருந்தாலும் அவர் கண்டிப்பாய் கண்டுபிடிச்சுடுவார். அதுக்கப்புறம் அவர் தரப்போகும் தண்டனை கொஞ்சம் வித்தியாசமாகவும் விபரீதமாகவும் இருக்கும்."

ஈஸ்வர் ஏதோ சொல்ல முயல, அதிஷா அவரை கையமர்த்தினாள். "இனி என்னிடம் பேச ஒண்ணும் இல்லை. வெளியே வேன் உங்களுக்காக வெயிட்டிங்கில் இருக்கு. போய் எல்லாரும் அதுல உட்காருங்க. தப்பிக்கிற எண்ணம் யார்க்கும் வேண்டாம் சுற்றிலும் செக்யூரிட்டீஸ் இருக்காங்க. ரெண்டே விநாடியில் உடம்பு சல்லடை ஆயிடும்."

பத்துப் பேரும் அறையினின்றும் வெளிப்பட்டு வீட்டுக்கு வெளியே கொட்டிக்கிடந்த இருட்டில் கலந்தார்கள். காற்றில் கலந்திருந்த குளிர் ஐஸ்கட்டிகளாய் மாறி முகங்களை ஒற்றி எடுத்தது. நூறு மீட்டர் தொலைவில் ஒரு மரத்துக்குக் கீழே பார்க்கிங் விளக்குகளைப் போட்டுக் கொண்டு நின்றிருந்த ஆர்ம்ட் வேனை நோக்கி ஒரு சின்ன ஊர்வலமாய் நடந்து போய் பத்து பேரும் ஏறிக் கொண்டார்கள். வேனுக்கு முன்னாலும் பின்னாலும் இரண்டு ஜீப்கள் தெரிய, அதற்குள் நிழல் உருவங்கள் துப்பாக்கிகளோடு தெரிந்தன.

வேன் இயக்கம் பெற்று புறப்பட்டது. சைதன்யாவுக்குப் பக்கத்தில் உட்கார்ந்திருந்த நித்தீஷ் தன் இடது கையின் ஆட்காட்டி விரலால் மெல்ல சுரண்டினான்.

"சை!"

"என்ன...?"

"தப்பிக்க ஏதாவது வாய்ப்பு இருக்கா...?"

"ஒரு சின்ன வாய்ப்பு இருக்கு."

"சொல்லு... சொல்லு..."

"நாம இப்படியொரு ஆபத்துல இருக்கிற விஷயத்தை ஒபாமாவுக்கு தெரியப்படுத்தணும்."

நித்தீஷ் சைதன்யாவை முறைத்தான். சைதன்யா எங்கோ பார்க்க, வேன் இப்போது வேகம் பிடித்து இருட்டான சாலையை இரு கூறாய் பிளந்து கொண்டு பறந்தது.

நாற்பது நிமிஷ பயணத்துக்குப் பிறகு வேனின் வேகம் குறைந்தது. என்ஜின் தன் இயக்கத்தை நிறுத்திக் கொண்டது.

"கெட் டவுன் எவ்ரிபடி...!" துப்பாக்கி பிடித்திருந்த ஒரு

செக்யூரிட்டி குரல் கொடுக்க, பத்துப் பேரும் இறங்கினார்கள்.

பொட்டல்வெளி. குளிர் எலும்பில் உறைத்தது. நட்சத்திர வெளிச்சத்தில் ஒரு சின்ன ஊர்வலமாய் ஐந்து நிமிஷ நடை.

அந்த குட்டி விமானம். இருட்டில் தன்னுடைய டியூராலுமினியம் உடம்பை மினுமினுப்பாய்க் காட்டியது. அதிரடியாய் ஏற்றப்பட்டார்கள். செக்யூரிட்டி ஒருவன் உடைந்த ஆங்கிலம் பேசினான்.

"இப்போது சரியாய் மூன்று மணி. இங்கிருந்து நான்கு மணி நேர பயணம். மலேசியாவில் இருக்கிற மவுண்ட் தாஹன் வந்துவிடும். அங்கே போய் எங்களுடைய விமானப் படைத்தளபதியைப் பார்க்கும் வரை யாரும் வாயைத் திறந்து பேசக்கூடாது. மூச்சுவிடும் சத்தம் மட்டுமே கேட்க வேண்டும். கண்களால் பேசிக் கொள்வது, லிப் ரீடிங் போன்ற பரிமாற்றங்களை யார் செய்து கொண்டாலும் சரி அந்த நிமிஷமே சுடப்படுவீர்கள். எல்லோருடைய பார்வையும் நேர்கோணத்தில் இருக்கட்டும்!"

அந்த செக்யூரிட்டியின் உத்தரவுக்கு பத்துப் பேரும் கட்டுப்பட்டார்கள். அடுத்த சில விநாடிகளில் விமானம் ஊர்ந்தது. வேகம் பிடித்து இருட்டான வானத்தை நோக்கி எம்பியது.

26

விமானம் நான்கு மணி நேரம் ஒரு ராட்சஸ வண்டாய்ப் பறந்து மலேஷியாவின் மவுண்ட்தாஹன் போய்ச் சேர்ந்தபோது, அந்த நாட்டின் நேரப்படி காலை மணி 9.35.

பளீரென்ற வெய்யில். வானம் ஒரு துளி மேகம் இல்லாமல் நீலநிற க்ரானைட் தரையைப் போல் சுத்தமாய் இருந்தது. உயரமான மலைப்பகுதி என்பதால் வீசிய காற்றில் ஏ.ஸி. இருந்தது.

விமான நிலையத்திற்கு வெளியே காத்திருந்த ஒரு கண்டெய்னர் வேனில் பத்துப் பேரும் ஏற்றப்பட்டார்கள். வேன் சாலைகளில் பயணித்த போது ஈஸ்வர் கவனித்தார். அது ஒரு ராணுவ கேந்திரம் போல் தெரிந்தது. பொதுமக்கள் பார்வைக்குக் கிடைக்கவில்லை. ஏற்ற இறக்கமான சாலைகளில் ராணுவ ட்ரக்குகளும், கருநீல யூனிஃபார்ம் அணிந்த ராணுவ வீரர்களும் மட்டுமே கண்ணில்பட, உயரமான நீடில் லீஃப் மரங்களுக்கு நடுவில் பலகைகளால் நிர்மாணித்த வீடுகள் தெரிந்தன. மலேஷிய மொழிகளில் ஆங்காங்கே 'ரெஸ்ட்ரிக்ட்டட்' அறிவிப்புப் பலகைகள்.

வேன் ஒரு அரைமணி நேரம் பயணம் செய்த பிறகு பெரிய நுழைவாயிலுக்கு முன்பாய் நின்றது. 'மலேஷியன் ஏவியேஷன் விங்' என்று ஒரு ஆர்ச் ஆங்கிலம் பேசியது. செக்யூரிட்டி தன் கையில் வைத்து இருந்த வாக்கி டாக்கியில் ஏதோ சங்கேத வார்த்தைகளை உபயோகப்படுத்த, கேட் திறக்கப்பட்டு வேன் உள்ளே போயிற்று. மரங்களும் நடுவில் சீரான நேர்கோட்டைப் போல் கான்க்ரீட் ரோடு.

சில நிமிஷப் பயணம். வேன் நின்றது. பத்துப் பேரும் இறக்கப் பட்டு துப்பாக்கி முனைகளில் நடத்தப்பட்டு ஒரு பெரிய அறைக்குள் கொண்டு போகப்பட்டு சுவரோரமாய் மண்டிபோட வைத்தார்கள். மேற்கூரையில் ஒளிந்திருந்த ஸ்பீக்கர் அறிவிப்பு செய்தது.

"எங்கள் விமானப் படைத்தளபதி ஜகாரி பாரிக் இப்போது வருவார். உங்களிடம் பேசுவார். அவர் பேசும்போது குறுக்கே யாரும் பேசக்கூடாது. யாரிடம் கேள்வி கேட்கிறாரோ அந்த நபர்தான் பதில் சொல்ல வேண்டும்."

கங்காதரன், ஈஸ்வர், நித்தீஷ், சைதன்யா, இன்சொல், சாரங், குருதேவ், நூருல்லா, பூனம், வாசுதேவன் பத்துப்பேரும் மண்டி போட்டு உட்கார்ந்திருக்க, விநாடிகள் மௌனமாய் மரணத்தைத் தழுவின.

எதிர்பாராத ஒரு விநாடியில் பக்கவாட்டில் இருந்த கதவு ஒன்று

திறந்து கொள்ள அந்த நபர் அசாத்தியமான உயரத்தில் வந்து கொண்டிருந்தான். ஐம்பது வயது இருக்கலாம். மலேஷிய மஞ்சள் நிறத்தில் லேசாய் எலும்புதட்டி இறுகிப் போன முகம். அணிந்திருந்த இளநீல நிற யூனிஃபார்ம் கறுப்பு நிற பொத்தான்களோடு அவருடைய உடம்பின் வளைவுகளுக்கு ஏற்ப பொருந்தியிருந்தது. எல்லோர்க்கும் எதிரே வந்து நின்று 'நான் ஜகாரி பாரிக்' என்று வாயைத் திறந்து சொன்னபோது பல பற்கள் 'நான் தங்கம்... தங்கம்' என்று சொன்னது.

பத்துப் பேரும் ஜகாரி பாரிக்கை எச்சில் விழுங்கிக் கொண்டு பயப் பார்வை பார்க்க, அவர் கேட்டார். தெளிவான ஆங்கில உச்சரிப்பு.

"சைதன்யா! விமானப் பயணம் எப்படியிருந்தது?"

சைதன்யா மிரண்டு போனவளாய் தலையாட்டினாள்.

"ந... ந... நன்றாய் இருந்தது!"

இப்போது அவர் பார்வை நித்தீஷின் மேல் படிந்தது. "என்ன நித்தீஷ்! விமானத்தில் உங்கள் எல்லோர்க்கும் காலை உணவு கொடுத்தார்களா?"

"ம்... கொடுத்தார்கள்..."

"மாற்று உடை?"

"கொடுத்தார்கள்..."

"என்ன ஈஸ்வர்... இனி நாம் பேசலாமா?"

ஈஸ்வர் தயக்கமாய் ஏறிட்டார். "இதோ பாருங்கள்.! நீங்கள் நினைப்பது போல் நாங்கள் அபாயகரமான மனிதர்கள் அல்ல. காணாமல் போன மலேஷிய விமானம் சம்பந்தமாய் சில விவரங்களைத் திரட்டுவதற்கான முயற்சியில் ஈடுபட்டோமே தவிர, மற்றபடி தற்கொலை செய்து கொண்டு இறந்துபோன விமானத்தில் பயணம் செய்த அந்த நான்கு பேர்களுக்கும் எங்களுக்கும் எந்தவிதமான சம்பந்தமும் இல்லை."

ஜகாரி பாரிக் தங்கப்பற்கள் மின்னச் சிரித்தார்.

"சம்பந்தம் இல்லை என்று நீங்கள் சொல்லக்கூடாது. அதை நான்தான் சொல்ல வேண்டும். முதலில் நீங்கள் பத்துப் பேரும் அந்த அறைக்குப் போய் அங்கே கண்ணாடித் தொட்டிகளில் பதப்படுத்தி வைக்கப்பட்டிருக்கும் அந்த நான்கு பேர்களின் உடல்களையும் பார்த்துவிட்டு வாருங்கள். உங்களில் ஒருவருக்கு கண்டிப்பாய் அந்த நான்கு பேர்களையும் தெரியும்."

எல்லோரும் மௌனமாய் உட்கார்ந்திருக்க... ஜகாரி பாரிக் இரைந்தார். "ம்... போங்கள்... போய்ப் பார்த்துவிட்டு வாருங்கள்."

ஈஸ்வர் முதல் நபராய் எழுந்தார். அவரைத் தொடர்ந்து மற்றவர்களும் எழுந்து அந்த அறையை நோக்கிப் போனார்கள்.

சில நிமிடங்கள் கழித்து முகம் வெளிறிப் போனவர்களாய் பத்துப் பேரும் வெளிப்பட்டார்கள். ஆரஞ்சு வண்ண குளிர்பானம் ஒன்றைப் பருகிக் கொண்டிருந்த ஜகாரி பாரிக் கேட்டார்.

"இப்போது சொல்லுங்கள், உங்களில் யாருக்கு அந்த நான்கு பேர்களைத் தெரியும்?"

"யாருக்குமே தெரியாது என்பதுதான் உண்மை!" ஈஸ்வர் சொல்ல, ஜகாரி பாரிக்கின் உதடுகளில் ஒரு புன்முறுவல் தொற்றிக் கொண்டது.

"அந்த ஒருவர் நீங்களாய் ஏன் இருக்கக்கூடாது மிஸ்டர் ஈஸ்வர்?"

"நானா...?" ஈஸ்வர் அதிர்ந்தார்.

"நீங்களேதான்...!" என்றவர் சற்றுத் தள்ளி நின்றிருந்த செக்யூரிட்டிகளைப் பார்க்க அவர்கள் வேக நடையில் வந்து ஈஸ்வரை மட்டும் விட்டுவிட்டு மற்ற ஒன்பது பேர்களையும் துப்பாக்கி முனைகளில் தள்ளிக் கொண்டு போனார்கள். அறையில் இப்போது ஈஸ்வரும் ஜகாரி பாரிக் மட்டுமே.

"நீங்கள் தப்பான முடிவு எடுத்துவிட்டீர்கள். நான் இந்திய அரசுக்கு விசுவாசமானவன். என்னுடைய இருபது வருஷ சேவையில் ஒரு கரும்புள்ளி கூட வாங்காதவன்!"

"தெரியும்! உங்கள் சி.பி.ஐயின் டைரக்டர் மஹி சொன்னார்."

ஈஸ்வரின் முகத்தில் இப்போது வியப்பு.

"அவரை உங்களுக்கு எப்படித் தெரியும்...?"

"கடந்த சில நாட்களாய் நானும் அவரும் டெலிபோனில் பேசிக் கொண்டு தான் இருக்கிறோம். இப்போது கூட பேசலாம்" சொன்னவர், தன் கையில் இருந்த செல்போனை உசுப்பிவிட்டு ஈஸ்வரிடம் கொடுத்தார்.

"ம்... பேசுங்கள்!"

திகைத்த முகத்தோடு வாங்கி தன்னுடைய காதுக்குக் கொடுத்தார் ஈஸ்வர். "ஸ... ஸ... ஸார்"

"என்ன ஈஸ்வர்..... மவுண்ட் தாஹன் எப்படியிருக்கிறது?"

"ஸார்... நீங்கள் எப்படி... ஜகாரி பாரிக்கோடு...?"

"எல்லாம் அவர் சொல்வார். அவர் சொல்கிறபடி நடந்து

ஒத்துழைப்புக் கொடுங்கள்.''

"அவர்க்கு ஒத்துழைப்புக் கொடுப்பதா..? என்ன ஸார் சொல்கிறீர்கள்..?''

"அடுத்த சில நிமிடங்களில் எல்லாம் உங்களுக்குப் புரியும். செல்போனை அவரிடம் கொடுங்கள்.''

"எஸ்... ஸார்...'' ஈஸ்வர் ஜகாரி பார்க்கிடம் செல்போனைக் கொடுக்க. அவர் வாங்கி, இரண்டு வார்த்தைகள் பேசிவிட்டு செல்போனை அணைத்து, இடது உள்ளங்கையில் அதக்கிக் கொண்டு ஈஸ்வரை ஏறிட்டார்.

"வாருங்கள் என்னோடு...!''

ஜகாரி பாரிக் நடக்க ஆரம்பித்துவிட, ஈஸ்வர் குழப்பம் அகலாத முகத்தோடு பின் தொடர்ந்தார். அறையின் மூலையில் இருந்த ஒரு கதவின் பூட்டுக்கு விடுதலை கொடுத்து அவர் வெளியேற, ஈஸ்வரும் எரிச்சலோடு வெளியே வந்தார். வந்தவர் பிரமித்தார்.

லட்சக்கணக்கான சதுரஅடி பரப்பில் அந்த விமானக் கட்டுமானத்தளம் பார்வைக்குக் கிடைத்தது.

அரைகுறையாய் அஸம்பிள் செய்யப்பட்ட விமானங்கள் கனமான இரும்புச் சங்கிலிகளின் உதவியால் மேற்கூரையின் கர்டர்களோடு இணைக்கப்பட்டு தொங்கிக் கொண்டிருக்க, டெக்னீஷியன்கள் மஞ்சள் நிற யூனிபார்ம் அணிந்து ராட்சஸ அலுமினிய ஏணிகளில் ஏறி வேலை பார்த்துக் கொண்டிருந்தார்கள். ஜகாரி பாரிக் ஈஸ்வரின் தோள் மீது கையை வைத்தார்.

"இந்த விமான கட்டுமானத்தளம் மலேஷியாவிலேயே மிகப் பெரிய கட்டுமானத்தளம். இதன் பெயர் கினாபல் போமியோ (KINA-BAL BOMEO). நாட்டுக்குத் தேவையான அறுபது சதவீத விமானங்கள் இங்கேதான் உருவாக்கப்படுகின்றன.''

ஈஸ்வரின் விழிகள் இமைக்க மறந்தன. ஏதோ பொம்மைகள் தயாரிக்கும் ஒரு தொழிற்சாலையைப் போல் போயிங் ஏர்பஸ் விமானங்கள் நவீன வடிவமைப்புகளோடு உருவாக்கம் முடிந்து பறக்கக் காத்திருந்தன.

"என்ன ஈஸ்வர்! பிரமிப்பாய் இருக்கிறதா?''

"எனக்கு என்ன சொல்வது என்றே தெரியவில்லை. இது போன்ற ஒரு பெரிய விமான கட்டுமானத்தளத்தை நான் இன்றைக்குத்தான் முதன் முதலாய் பார்க்கிறேன்.''

"உங்களுக்கு இதைவிட இன்னொரு ஆச்சரியமான விஷயத்தைக் காட்டட்டுமா...?''

"என்ன?"

"அங்கே பாருங்கள்!" அவர் கை நீட்டிய பக்கம் பார்த்தார் ஈஸ்வர். எயிலிரான்களும், வால்பகுதியும் பிரிக்கப்பட்ட நிலையில் அந்த போயிங் விமானம் ஒரு பெரிய கண்ணாடித் தடுப்புக்குப் பின்னால் தெரிந்தது. அதன் இடுப்பில் AL-17 என்ற எழுத்துக்கள் சிவப்பு வண்ணத்தில் தெரிய, ஈஸ்வரின் நெற்றி வியப்புக்கு உட்பட்டு மூன்று கோடுகளை உற்பத்தி செய்தது.

"இது... இது...?"

"நீங்கள் யூகித்தது சரிதான் காணாமல் போய்விட்டதாகவும், கடலில் விழுந்து விபத்துக்குள்ளாகி நொறுங்கிவிட்டதாகவும் உலக நாடுகளால் சொல்லப்பட்டு வருகின்ற அதே AL-17 விமானம்தான். இதன் பாகங்கள் பிரிக்கப்பட்டு வேறொரு விமானமாக உருமாறி AL-777 என்ற பெயரில் அடுத்த மூன்று மாத காலத்திற்குள் விண்ணில் பறக்க ஆரம்பித்துவிடும்."

பிரமிப்பு அகலாத விழிகளோடு ஜகாரி பார்க்கை ஏறிட்டார் ஈஸ்வர்.

"எனக்கு ஒரு விஷயம் குழப்பமாய் இருக்கிறது."

"என்ன?"

"AL-17 விமானம் கடத்தப்படவும் இல்லை, விபத்துக்குள்ளாகவும் இல்லை. உங்கள் நாட்டு விமானத்துறையே அதை இங்கே பத்திரமாய் கொண்டு வந்து சேர்த்துவிட்டது. அப்படியானால் இதில் பயணம் செய்த முன்னூற்று சொச்ச பயணிகள் எங்கே?"

ஜகாரி பாரிக் சிரித்தார்.

"அவர்கள் பயணிகளே அல்ல! பயணிகள் போல் பயணித்த எங்கள் நாட்டின் ராணுவ வீரர்களும், உளவுத் துறைகளில் பணிபுரியும் அதிகாரிகளும் தான். இதில் பெண் அதிகாரிகளும் அவர்களுடைய குழந்தைகளும் அடக்கம். விமானம் இங்கு வந்து சேர்ந்த அடுத்த இரண்டு மணி நேரத்திற்குள் எல்லோரும் அவரவர் ஊர்களுக்குப் புறப்பட்டுச் சென்று வழக்கமான பணிகளில் ஈடுபட ஆரம்பித்துவிட்டார்கள். அவர்களில் ஜெய்சியும் ஒருத்தி."

"எதற்காக இப்படியொரு?"

"நாடகம் என்று தானே கேட்கிறீர்கள்...? சென்ற இரு மாதங்களுக்கு முன்பு எங்கள் நாட்டின் உளவுத்துறைக்கு ஒரு செய்தி கிடைத்தது. ஐ.என்.என்.டபிள்யூ தொழில்நுட்பம் சம்பந்தப்பட்ட சில விஞ்ஞான விபரீத விஷயங்களை சீன ராணுவத்துக்கு விற்க நான்கு விஞ்ஞானிகள் வேறு பெயர்களில் பாஸ்போர்ட் எடுத்துக்

கொண்டு AL-17 விமானத்தில் ஒரு குறிப்பிட்ட நாளில் பயணம் செய்ய இருக்கிறார்கள் என்கிற செய்திதான் அது. செய்தி உறுதி என்று ஊர்ஜிதமானதும் பொதுப் பயணிகளுக்கான டிக்கெட் புக்கிங்கை ரகசியமாக ரத்து செய்துவிட்டு எங்கள் நாட்டின் ராணுவ வீரர்களையும், உளவுத் துறையில் பணியாற்றும் அதிகாரிகளையும் முன்னூற்று சொச்ச பயணிகளாய் மாற்றினோம். விமானத்தின் இரண்டு பைலட்களும், மற்ற விமான சிப்பந்திகளும் இந்தத் திட்டத்துக்கு பூரண ஒத்துழைப்பு கொடுத்தார்கள். இன்னமும் ஒத்துழைப்பு கொடுத்துக் கொண்டு இருக்கிறார்கள். அதாவது இதே மவுண்ட் தாஹன் பகுதியில் ஒரு தலைமறைவு வாழ்க்கையை வாழ்ந்து கொண்டிருக்கிறார்கள்.''

"அந்த விஞ்ஞான விபரீத விஷயங்கள் என்ன என்று தெரிந்து கொள்ளத்தான் நீங்களே உங்கள் நாட்டு விமானத்தை இங்கே கடத்திக் கொண்டு வந்து மறைத்து வைத்தீர்கள்?''

"ஆமாம்.! ஆனால் எங்கள் நோக்கத்தைத் தெரிந்து கொண்ட அந்த நான்கு விஞ்ஞானிகளும் தங்களுடைய கட்டை விரல்களில் தடவியிருந்த கடுமையான விஷத்தைச் சப்பி கண்ணிமைக்கும் நேரத்திற்குள் இறந்து போனார்கள்.''

"அது என்ன ஐ.என்.என்.டபிள்யூ தொழில் நுட்பம்?''

"இன்விஸிபிள் நானோ நியூக்ளியர் வெப்பன்ஸ் (INVISIBLE NANO-NUCLEAR WEAPONS) ஒரு அபாயகரமான தொழில்நுட்பம். இந்தத் தொழில் நுட்பத்தை பயன்படுத்தி உலகத்தில் உள்ள எந்த ஒரு நாட்டையும் எண்ணி பத்தே நிமிடங்களில் ஒரு சாம்பல் மேடாக மாற்ற முடியும். அதே நேரத்தில் எந்த நாடு இந்தத் தாக்குதலைச் செய்தது என்று யாராலும் கண்டு பிடிக்க முடியாது. இப்படிப்பட்ட ஒரு விபரீத அணு ஆயுதத் தொழில்நுட்பம் சீனா போன்ற அடாவடி நாடுகளின் கையில் கிடைத்தால் உலகத்தில் உள்ள மற்ற அப்பாவி நாடுகளின் கதி என்னாவது?''

"யார் அந்த நான்கு விஞ்ஞானிகள்?''

"தெரியவில்லை. அதைக் கண்டு பிடிக்கத்தான் கடந்த ஒரு மாத காலமாக மலேஷியாவின் விமானத் துறையும், அணு ஆயுத அறிவியல் துறையும் இணைந்து செயல்பட்டுக் கொண்டு இருக்கிறோம். காணாமல் போன எங்கள் நாட்டு விமான விஷயத்தில் எந்தெந்த நாடுகள் அதிக அக்கறை எடுத்துக் கொண்டு செயல்பட்டு வருகின்றன என்பதை உன்னிப்பாய் கவனித்து வந்தோம். அப்போதுதான் உங்கள் நாட்டு சி.பி.ஐ. இந்த விஷயத்தில் ஒரு ரகசிய நடடிக்கை எடுத்து நித்தீஷையும்

அமிர்தவல்லியையும் சிங்கப்பூருக்கு அனுப்பி வைத்த செய்தி அமெரிக்காவின் புலனாய்வு அமைப்பான எப்.பி.ஐ மூலம் எங்களுக்குக் கிடைத்தது. உடனடியாய் நாங்கள் விஜிலென்ஸ் குழு ஒன்றை அமைத்து உங்கள் சி.பி.ஐயின் நடவடிக்கைகளை கண்காணிக்க ஆரம்பித்தாம். அப்படி கண்காணிக்கப் போய்த்தான் சாரங், இன்சொல் கூட்டணியையும், குருதேவ், நூருல்லா என்கிற இன்னொரு கூட்டணியையும், பூனம், ஜெப்ரோடியோ என்கிற மூன்றாவது கூட்டணியையும் எங்களால் அடையாளம் காண முடிந்தது. ஆனால் இந்தக் கூட்டணிகளில் உள்ள யார்க்குமே அந்த நான்கு விஞ்ஞானிகளைப் பற்றித் தெரியவில்லை.

குருதேவ், நூருல்லா, வாசுதேவன், பூனம் இந்த நான்கு பேருமே டாலர் மழையில் நனைய ஆசப்பட்டு கறுப்பு ஆடுகளாய் மாறியிருந்தார்கள். இவர்கள் மீதான உங்களுடைய நாட்டின் சட்ட நடவடிக்கைகள் ஒரு ஆறு மாத காலத்துக்கு ரகசியமாய் இருக்கட்டும். இந்த ஆறு மாத அவகாசத்திற்குள், நாங்கள் இறந்துபோன அந்த நான்கு விஞ்ஞானிகளும் யார் என்கிற உண்மையையும், அவர்களிடம் இருந்த ஐ.என்.என்.டபிள்யூ தொழில்நுட்ப விவரங்களையும் கண்டுபிடித்து ஐ.நா. சபையின் அமைதித்துறைக்கு அனுப்பிவிடுவோம். நாங்கள் செய்யப் போகிற இந்த நற்பணிக்கு இந்தியாவின் ஒத்துழைப்பு எங்களுக்கு வேண்டும்.”

“நிச்சயம்...!” என்று சொன்ன ஈஸ்வர் தன் கையை நீட்ட, ஜகாரி பாரிக் அவருடைய கையைப் பற்றிக் கொண்டு குலுக்கினார்.

“இன்றைக்கு மதியம் ஒரு மணிக்கு எங்கள் விமானத்துறையின் சார்பாக உங்கள் பத்துப் பேர்க்கும் விருந்து. விருந்து முடித்ததும் நீங்கள் எல்லோரும் சென்னை புறப்பட்டுப் போக எங்களுடைய தனி விமானம் உங்களுக்காகத் தயாராய் காத்துக் கொண்டிருக்கும்!”

“விபரீத விஞ்ஞான அணு ஆயுதங்களை ஒழித்துக் கட்டும் விஷயத்தில் எங்கள் இந்திய நாடு எப்போதும் முன் வரிசையில் முதல் நபராய் நிற்கும். நாம் இனி எப்போதும் தொடர்பில் இருப்போம்.”

ஈஸ்வரும் ஜகாரி பாரிக்கும் மறுபடியும் ஒரு தடவை கைகளைப் பற்றிக் கொண்டார்கள். குலுக்கிக் கொண்டேயிருந்தார்கள்.

ஒரு வாரத்திற்குப் பிறகு...

சென்னை மெரீனா பீச்சின் மணலில் அந்த சாயந்தர வேளையில் பக்கம் பக்கமாய் உட்கார்ந்து நித்தீஷும் சைதன்யாவும் கடலைப் பார்த்தபடி பேசிக் கொண்டிருந்தார்கள்.

"சை"

"சொல்லு.!"

"கசப்பான அனுபவங்கள் இல்லையென்றால் இனிப்பான வாழ்க்கையை நம்மால் உணர முடியாது!"

"இப்போ எதுக்காக இந்த 'கெக்கே பிக்கே' தத்துவம்?"

"இனியும் நாம தள்ளிப் போட முடியாது."

"எதை?"

"நம்ம கல்யாணத்தை! மலேசியாவில் அந்த ஜகாரி பாரிக் ஒரு குணச்சித்திர கேரக்டராய் இருந்ததால நம்மால சென்னைக்கு வரமுடிஞ்சது. அவரே ஒரு வில்லனாய் இருந்திருந்தா...? ஆஸ்திரேலியாவில் ஏதாவது ஒரு கப்பல் காணாமே போறதுக்கு முன்னாடி நமக்குக் கல்யாணம் நடக்கணும்."

"ஸார்! சுண்டல்."

இருவரும் திரும்பிப் பார்த்தார்கள்.

நெற்றியில் விபூதிக் கீற்றோடு அந்த பதினைந்து வயதுச் சிறுவன் பார்வைக்கு பளிச்சென்று கிடைத்தான். கையில் எவர்சில்வர் தூக்குப் பாத்திரம்.

"என்ன சை! சுண்டல் சாப்பிடறியா?

"ம்..."

"தம்பி ரெண்டு பொட்டலம்."

பையன் கீழே உட்கார்ந்து கக்கத்தில் வைத்து இருந்த நியூஸ் பேப்பரை இரண்டாய் கிழித்தான். கிழிபட்ட தாளில் கொட்டை எழுத்துக்களில் 'மாயமான மலேஷிய விமானம் எங்கே? தீவிர தேடுதல் வேட்டை தொடர்கிறது!' என்ற செய்தி தெரிய, நித்தீஷ் அதையே பார்த்தான்.

பையன் சிரித்தான்.

"பழைய நியூஸ் ஸார் அது...!"

சைதன்யா அந்தப் பையனின் வாயைக் கிண்டினாள்.

"சரி. அந்த விமானத்துக்கு என்னவாகியிருக்கும்ன்னு நீ நினைக்கிறே?"

"ஒண்ணும் ஆகியிருக்காது அக்கா...! அந்த மலேசியாகாரனே விமானத்தைக் கடத்தி வெச்சுகிட்டு டிராமா பண்றான்!" சொன்னவன் சுண்டலை கரண்டியால் எடுத்து பேப்பரில் போட்டு பொட்டலமாய் கட்ட ஆரம்பித்தான்.

www.ingramcontent.com/pod-product-compliance
Lightning Source LLC
LaVergne TN
LVHW100824051026
849519LV00006B/2171
* 9 7 8 9 3 9 0 7 7 1 1 2 7 *